यश-अपयश, जराशी मजा आणि मद्यपान करून गाडी चालवणं, निरुपद्रवी शॉर्टकट्स आणि फसवणूक... या साऱ्यातील सीमारेषा किती पुसट असते नाही! स्वप्नांनी भरलेलं भविष्य आणि आवेशपूर्ण तरुण मन, संताप, पळून जाणं, मादक द्रव्यांचं सेवन आणि हिंसाचाराकडे किती चटकन वळतं!

आपण मुलांशी फक्त बोललो असतो आणि त्यापेक्षाही महत्त्वाचं म्हणजे फक्त त्यांचं ऐकून घेतलं असतं तर बरं झालं असतं, असं टीनएजर्सच्या पालकांना कितीदा वाटलं असेल?

अगदी सर्वोत्तम आईबाबासुद्धा परिपूर्ण नसतात आणि आता तर आईवडिलांनी स्वत:वरच हसावं अशी वेळ आली आहे.

सगळ्या आईबाबांना आपल्या मुलांना जे सांगावंसं वाटत असतं तेच या पुस्तकात अतिशय खुसखुशीत शैलीत सांगण्यात आलं आहे. यातली भावना अर्थातच अतिशय तळमळीची आहे. या पुस्तकाची भाषा तरुणांना आवडेल अशी आहे. हे पुस्तक प्रत्येक टीनएजरनं आणि प्रत्येक पालकानंही आवर्जून वाचावं असं आहे!

– किरण बेदी

माजी आयपीएस अधिकारी

जुन्या-नव्या पिढीतील अंतर हे दोन्ही पिढ्यांच्या मनस्तापाला नेहमीच कारणीभूत होत राहिलं आहे. जागतिकीकरणानंतरची पिढी आणि आगोदरच्या पिढ्या यात तर पेहेराव, वर्तन, मानसिकता, दृष्टिकोण या जीवनाच्या सर्वच बाबतींत अधिकच अंतर पडलेलं अनुभवायला येत आहे. खरंतर मागची आणि पुढची; अशा दोन्ही पिढ्यांतील अटळ वैचारिक संघर्षांत सर्व क्षेत्रीय सुधारणांची बीजं असतात, हेही विसरता येत नाही. दोन पिढ्यांत संवाद नसणं किंवा विसंवाद असणं हे एकंदर समाज-स्वास्थ्याच्या दृष्टीतून घातक असतं. वडील पिढीच्या नव्या पिढीकडून काय अपेक्षा आहेत आणि नवीन पिढीचं म्हणणं काय आहे, याचा समाजशास्त्रीय अभ्यास काय असेल तो असो; 'वयात येऊ लागलेल्या मुला-मुलींसाठी आईचे उपदेशाचे चार शब्द' या भूमिकेतून नेमकेपणाने लिहिलेल्या या पुस्तकाचं स्वागत करायला हवं.

समर्पक शब्दांत दोन्ही बाजू प्रभावीपणे मांडणारं हे मंजिरी गोखले जोशी यांचं पुस्तक समयोचितदेखील आहे. मानसिक अंतर कमी करण्यासाठी एकमेकांना समजून घेणं गरजेचं आहे. संवादातूनच ते साधू शकेल. ऐंशीहून अधिक नित्य-नैमित्तिक; परंतु काल्पनिक प्रसंगांची, व्यक्तिविशेषांची आणि तथाकथित गुणावगुणांची उदाहरणं देत श्रीमती गोखले जोशी यांनी ह्या असंवादाचं, तसेच विसंवादाचं विश्लेषण केलं आहे. नव्या पिढीच्या मानसिकता समजून घेण्यासाठी प्रातिनिधिक साक्षीही दिल्या आहेत.

मुला-मुलींसाठी लिहिलेल्या या वाचनीय पुस्तकामुळे आईवडिलांनाही नव्या लाघवी, चटपटीत, आपल्यापेक्षा हुशार आणि आपल्याला आयुष्यात काय करायचं आहे, हे निश्चित केलेल्या आणि त्या उद्दिष्ट-पूर्तीसाठी आवश्यक तेवढी मेहनत करणाऱ्या आपल्या नव्या पिढीची मानसिकता कळायला मदत होईल. अभिनेत्री सुश्मिता सेन यांनी प्रास्ताविकात वडील पिढीच्या डोळेझाकीला जमिनीत तोंड खुपसून बसणाऱ्या शहामृगी वृत्तीची उपमा दिली आहे. असहायतेतून आलेली ही शहामृगी वृत्ती कमी करायला हे पुस्तक एखाद्या वाटाड्याप्रमाणे दिशादर्शन करू शकेल, असा मला विश्वास वाटतो.

– अरुण टिकेकर
संपादक, लेखक

दोन पिढ्यांच्या संवादावर आधारित पुस्तकाची मूळ संकल्पना मला अत्यंत आवडली. इंग्रजी पुस्तकाची घडण व त्याला मिळालेला प्रतिसाद मी जवळून पाहिला. पुस्तकाच्या प्रकाशन समारंभामध्ये पुस्तकातील निरनिराळ्या विषयांवर प्रतिक्रिया लिहिणाऱ्या मुलांचं मनोगत त्यांच्याच तोंडून ऐकलं. ही मुलं सोलापूर, औरंगाबाद, मुंबई, पुणे, इंग्लंड, ऑस्ट्रेलिया, स्वित्झर्लंड अशा विभिन्न वातावरणात वाढली असूनसुद्धा त्यांची मते फारशी वेगळी नाहीत! हा आगळा उपक्रम आता मराठी वाचकापर्यंत पोचत आहे, ह्याचा मला अत्यंत आनंद होत आहे.

– दिनकर रायकर
संपादक, लोकमत

भाषा मराठी असो अथवा इंग्रजी, नव्या पिढीशी निगडित विषय सारखेच आहेत. मनात उभारणारी प्रेमभावना, उच्चशिक्षण, व्यवसायाची निवड आणि हाती सतत बाळगलेला सेल फोन! मुलांवर तणाव असतो परीक्षेचा, इतर मुलांसारखं 'कूल' दिसण्याचा आणि पालकांच्या अपेक्षांचा. एक पालक म्हणून सतत विचार असतो, आपण या यौवनाच्या निरागस झऱ्याला नियमांचे नको ते बांध बांधून कैद करीत आहोत का? किंवा दुसऱ्या टोकाला आपण अतिसूट देऊन मुलांचेच नुकसान करू का? असे अनेक प्रश्न कौशल्याने हाताळणारं हे पुस्तक किशोर व युवा अवस्थेत असलेल्या प्रत्येकाने जरूर वाचावं, आणि त्यांचा हा प्रवास कौतुकाने पाहणाऱ्यांनीसुद्धा!

– गिरीश कुबेर
संपादक, लोकसत्ता

'क्रशेस,
करिअर्स
अॅन्ड,
सेल फोन्स'
या मूळ इंग्रजी पुस्तकाचा मराठी अनुवाद

आई आणि मुलं यांच्यामधील मनमोकळा संवाद

लेखक
मंजिरी गोखले जोशी

अनुवाद
सुप्रिया वकील

प्रस्तावना : **सुश्मिता सेन**

अनुवादासाठी प्रस्तावना : **मृणाल कुलकर्णी**

CRUSHES, CAREERS & CELL PHONES
by
Manjri Gokhale Joshi

Originally Published in English by Vitasta Publishing Pvt Ltd New Delhi.
Translated into Marathi Language by Supriya Vakil

एक सांगू? / मार्गदर्शनपर

अनुवाद

सुप्रिया वकील

Email : author@mehtapublishinghouse.com

संपादन

डॉ. विद्या गोखले

मराठी अनुवादाचे व प्रकाशनाचे हक्क मेहता पब्लिशिंग हाऊस, पुणे.

प्रकाशक

सुनील अनिल मेहता, मेहता पब्लिशिंग हाऊस,
१९४१, सदाशिव पेठ, माडीवाले कॉलनी, पुणे - ४११०३०.

अक्षरजुळणी

स्वाती एंटरप्रायझेस, १८६, प्रगती हाऊस,
सहकारनगर, पुणे - ४११००९.

मुखपृष्ठ , आतील चित्रे, अक्षरांकन आणि मांडणी

फाल्गुन ग्राफिक्स

प्रकाशनकाल

ऑगस्ट, २०१३ / पुनर्मुद्रण : ऑगस्ट, २०१४

P Book ISBN 9788184984149
E Book ISBN 9789353170943
E Books available on : play.google.com/store/books
www.amazon.in

तन्वी आणि मही यांना...

लेखिकेचे मनोगत

वयाच्या चौतिसाव्या वर्षी मला अचानक एक किशोरवयीन सावत्र मुलगी असल्याचं कळलं. ती पंधरा वर्षांची देखणी, उमलती तरुणी आहे... आणि हे खूप विलक्षण आहे!

माझ्यापाशी तिच्या पहिल्यावहिल्या 'ट्यॅऽ हॅऽ'च्या स्मृती नाहीत, तिच्या पहिल्या दाताच्या किंवा दंतपरीनं तो नेल्याच्या आठवणी नाहीत... पण माझ्या लेखी ती गोड चिमुरडी आहे; पण मी असं म्हणू नये! कारण तिला आता चिमुरडी नाही म्हणता येणार! आम्ही समोरासमोर आलो ते दोन मोठ्या व्यक्ती म्हणून. आपण पहिल्यांदा एकमेकींच्या दिशेनं हात कसा पुढं करायचा याबद्दल मनात संदिग्धता होती... मी भीतीनं व्याकूळ झाले होते आणि ती अतिशय बुजली होती; पण आम्ही एकमेकींच्या दिशेनं पावलं पुढं टाकू लागलो, तशी आमच्या दोघींमधली दरी हळूहळू कमी होऊ लागली... आमचे गुंतागुंतीचे नातेबंध, रक्ताची नाती आणि अपेक्षा यांमुळे निर्माण झालेलं अंतर मिटू लागलं.

आम्ही आमच्यामधले पडदे हटवून प्रौढ व्यक्ती म्हणून एकमेकींसमोर येतो, तेव्हा अकस्मात मनात येतं की, आपलं पंधरावं वर्ष तर अगदी काल-परवापर्यंत होतं. मोठं होण्यादरम्यानच्या मधल्या वर्षांत बरीच मौज होती, दु:खाचे कढ होते आणि चिंतांचे भुंगे होते, पण कसं कोण जाणे, आयुष्यातल्या काही गोष्टी मात्र अगदी तशाच आहेत. माझी टपोऱ्या डोळ्यांची किशोरवयीन मुलगी काही प्रमाणात अगदी निरागस आणि तरीही तिच्या काळाच्या पुढं आहे. तिच्या तिडमिडत्या पावलांच्या आणि तिच्या बोबड्या बोलांच्या बाळलीला जणू कालपर्यंत सुरू होत्या असं वाटतं. मनात प्रश्नांचं मोहोळ घेऊन ती उमलत्या वयातील आश्चर्यांची आतुरतेनं वाट पाहते आहे... अशा वेळी तिला सांगायलाच हवं असं माझ्याजवळ खूप काही आहे... ही वेळ मला वाटलं त्यापेक्षा खूपच लवकर आली आहे.

काही मुलांना हे पुस्तक अनुमानांवर आधारलेलं, तारणहार अशा भूमिकेतून लिहिलेलं किंवा प्रवचनात्मक वाटू शकेल. आणि काही पालकांना ते धाडसी, भडक किंवा अगाऊपणाचं वाटू शकेल... त्यात आश्चर्य ते काय! मुलांना व त्यांच्या पालकांचं कोणत्याही बाबतीत एकमत क्वचितच होतं! शिवाय संस्कृती, जडणघडण, बाह्य जगाशी परिचय व सामाजिक वातावरण यामध्ये इतके ठळक फरक असताना पालकत्व निभावण्याच्या पद्धतीबद्दल कधीच संपूर्ण सहमती असू शकणार नाही!

– मंजिरी गोखले जोशी

प्रस्तावना

तिचं पहिलं पाऊल, तिचा पहिला शब्द, स्टेजवरचा तिचा पहिला कलाविष्कार... आणि मग एक दिवस स्त्रीत्वामध्ये तिचं पहिलं पाऊल, तिला पडलेली प्रेमाची पहिलीवहिली भुरळ, आणि ताऱ्यांना गवसणी घालण्याची स्वप्नं... आपली इवलीशी चिमुरडी सळसळत्या उत्साहानं बहरलेली, स्वतंत्र 'टीनएजर' बनताना पाहण्याचा आनंद अतुलनीय असतो!

पालकत्व हा माझ्या आयुष्यातला सर्वांत परिपूर्तीचा अनुभव आहे आणि तो मी इतर कशासाठीही सोडू शकत नाही.

आईवडील आपापल्या पद्धतीनं आपल्या मुलांना सर्वोत्तम तेच देण्याचा आटापिटा करत असतात. त्यांना सर्वात चांगलं शिक्षण देण्यासाठी, ऐहिक सुखसोयी पुरवण्यासाठी, सुरक्षित आनंदी घरटं देण्यासाठी आणि दिवसेंदिवस सर्वांत कठीण होत चाललेली गोष्ट म्हणजे, मुलांसाठी पूर्ण वेळ व लक्ष देण्यासाठी झटत असतात; पण पालकत्व अत्यंत तळमळीनं निभावतानासुद्धा टीनएजर्सची खूण असणारा फणकारा ऐकावा लागू शकतो, तो म्हणजे, ''आई, तुला कधी कळणारच नाही!'' खरंतर, मला असं वाटतंय काल-परवा मीही माझ्या आईला असंच म्हणत होते.

'क्रशेस, करिअर्स ॲन्ड सेल फोन्स' हा, 'हेच' समजून घेण्याचा तळमळीचा एक प्रयत्न आहे, एका पालकाचा!

वर्गात सर्वांत लंबुटांग्या असणं, चेहऱ्यावर पुटकुळ्या उगवण्याची व्यथा, दातांना यातनादायी ब्रेसिझ, ते वेडंपिसं होऊन केले जाणारे 'मोबाइलचे संदेश' आणि अखेर आईवडिलांमुळे मुलांना अवघडल्यासारखं का होऊ शकतं? याच्या कारणांची यादी... या पुस्तकात मुलांच्या वाढत्या वयातल्या चिंता, व्यथा, काळज्या असं सगळं काही टिपलं आहे आणि तेसुद्धा हलक्याफुलक्या शैलीत. तरुण मुलाला त्याच्या चढेल मैत्रिणीनं दिलेला दणका आणि किशोरवयीन भगिनींची जबाबदारी पेलण्याचा गोंधळ मजेशीर आहे. शारीरिक अक्षमता असलेल्या एका टीनएजरचं काळजाला भिडणारं शब्दचित्र वाचनीय आहे. त्याचबरोबर धूम्रपान, अल्कोहोल, मादक पदार्थ, लैंगिक छळ, कौटुंबिक समस्या, पळून जाणं, हिंसाचार आणि आत्महत्या यांसारख्या अटळपणे तोंड द्यावं लागणाऱ्या खडतर परिस्थितीबाबत वास्तवाचं भानही या पुस्तकात आहे.

खडतर परिस्थितीबाबत वास्तवाचं भानही या पुस्तकात आहे. त्या जोडीला, ही मुलं घरट्यातून बाहेर पडून जेव्हा त्यांच्या स्वतंत्र आयुष्याच्या दिशेनं भरारी घेतात तेव्हा त्यांना उपयोगी पडू शकणाऱ्या गुणवैशिष्ट्यांची झलकही या पुस्तकात वाचायला मिळते.

- आपल्या बरोबरच्या मुला-मुलींचा दबाव झेलण्याचं, आपल्या मनातलं बोलून दाखवण्याचं, आपल्या मनाप्रमाणे जगण्याचं आणि स्वत:च्या सदसद्विवेकबुद्धीची जबाबदारी घेण्याचं धैर्य.
- बाह्यरूपापलीकडे पाहून, प्रेमळ हृदय व कणखर मनाचं सौंदर्य जाणण्याचा आत्मविश्वास.
- आपल्याला जे साध्य करायचं आहे, त्यासाठी कठोर परिश्रम घेण्याची उमेद, यशाच्या शिखराप्रत पायरीपायरीनं जाण्याची तयारी. यशाच्या दिशेनं जलद गतीने जाणाऱ्या सरकत्या जिन्यावर उडी घेण्याचा मोह आवरणं.
- परिस्थितीनं उभे केलेले अडथळे दूर करण्याचा दृढनिश्चय, अशा परिस्थितीचा बळी न ठरता, त्यातून तगून जाण्याचा सार्थ अभिमान.
- त्यांना चुका करण्याचं स्वातंत्र्य असणं आणि त्यांनी आपण घेतलेल्या निर्णयांची जबाबदारी घेणं.

तारुण्याच्या उंबरठ्यावरच्या मुलांना अमुक एक कळण्याची आवश्यकता नाही, असं समजून वाळूत डोकं खुपसून बसलेल्या पालकत्वाच्या शहामृगासाठी हे पुस्तक 'वेक-अप कॉल' आहे! जगात जितकं चांगलं आहे, तितकंच वाईटही आहे आणि वाईट म्हणजे काय हे मुलांना पूर्णत: कळेल, तेव्हा ती आयुष्यातले सर्वांत कठीण निर्णयसुद्धा शहाणपणानं घेतील.

यातील काही भाग कदाचित प्रेरणादायी भाषणासारखा वाटेल. तर तसं आहेच! कारण तुम्हाला ते पटो अथवा न पटो, तुमचा सर्वोत्तम मित्र तुमच्या दृष्टीनं जे चांगलं असेल तेच कायम तुम्हाला सांगेल.

आज आईवडील आणि मुलांमध्ये मित्रत्वाचं नातं असलंच पाहिजे, नाही का?

— **सुश्मिता सेन** *(सुप्रसिद्ध चित्रपट अभिनेत्री व माजी विश्वसुंदरी)*

(सुश्मिता सेन यांचा दोन दत्तक मुलींची आई होऊन त्यांना एकटीनं वाढवण्याचा निर्णय, अनेकांना खूप प्रशंसनीय वाटतो!)

मराठी अनुवादाची प्रस्तावना

माझा मुलगा विराजस माझ्या सासूबाईंकडेच वाढला. माझ्या शूटिंगच्या निमित्ताने मी बरेचदा पुण्याबाहेर असायचे. खूप अपराधी वाटायचं. इतर आयांसारखा त्याला वेळ देणं, डबे भरणं, शाळेच्या पालकांच्या मीटिंग्सना हजेरी लावणं जमायचं नाही. सासू-सासरे त्याचं सारं काही खूप प्रेमाने, मन:पूर्वक करायचे. मात्र 'मी' ते करू शकत नाही याचं मला वाईट वाटायचंच.

विराजस १०-११ वर्षांचा असताना त्याची एका वर्तमानपत्रात मुलाखत घेतली गेली – 'नामांकित व्यक्तींची मुलं' अश्या काहीशा सदरात. त्याने त्या मुलाखतीत काय सांगितलं असेल, याची मला जराशी धाकधूकच होती. पण त्याची मुलाखत वाचली आणि मग माझ्या लक्षात आलं की, मुलं किती वेगळा विचार करतात. त्यानं म्हटलं होतं, "माझी आई इतर आयांपेक्षा वेगळी आहे. तिला पुरस्कार मिळाले, तिचं कौतुक झालं, की मला खूप छान वाटतं. ती माझ्या मित्रमैत्रिणींच्या आयांसारखी माझ्या सारखं मागे लागत नाही. तिच्यामुळे मला खूप गमतीजमती कळतात. माझी आई खूप 'interesting' आहे."

खरंच सांगते, माझ्या लेकानं माझा आत्मविश्वास वाढवला. मुलांसाठी 'किती' वेळ देता यापेक्षा, आहे त्या वेळात त्याच्या बरोबर 'काय' करता हे खूपच महत्त्वाचं असतं. आज 'जबाबदार पालकत्वा'ची उणीव फारच भासते आहे. मुलांबरोबरचा संवाद कमी होत चालला आहे. मुलांना त्यांची मते असतात आणि आजूबाजूची प्रत्येक गोष्ट मुले टीपकागदासारखी टिपून घेतात. हे सर्व आई-वडिलांनी लक्षात ठेवलं पाहिजे. संस्कार हे 'होत' असतात. आपल्याच वागण्या-बोलण्यातून मुलं संस्कार करून घेत असतात.

या पुस्तकाच्या निमित्ताने विराजस आणि त्याच्या पिढीच्या इतर मुलामुलींची नानाविध विषयांवरची मतं मला वाचायला मिळाली. एका भागात सावत्र (?!) आईचे तिच्या किशोरवयीन मुली बरोबरच्या पहिल्या भेटीचे वर्णन वाचून डोळ्यात पाणी आले. त्या अनोख्या नात्यात विणले गेलेले अनेक नाजूक प्रश्न पुढच्या पानांवर अलगद मांडलेले दिसले.

आई-मुलांच्या नात्यासंबंधी अनेक विषयांना स्पर्श करणारं हे पुस्तक कधी अलगद, तर कधी धाडसाने – कधी भावुक होऊन, तर कधी तटस्थेने हा 'संवाद' माझ्यापर्यंत पोहोचला तो इंग्रजीत. आता त्याचा मराठी अनुवाद वाचकांच्या हाती पडतो आहे, याचा मला मनापासून आनंद आहे. इंग्रजी पुस्तकाहूनही अधिक यश या मराठी आवृत्तीस मिळेल याची मला खात्री आहे.

अनेक शुभेच्छांसह

– मृणाल कुलकर्णी (सुप्रसिद्ध अभिनेत्री व दिग्दर्शिका)

दोन शब्द

'क्रशेस, करिअर्स अँन्ड सेल फोन्स' हे मूळ इंग्रजी पुस्तक २०११मध्ये पुणे, मुंबई व दिल्ली येथे प्रकाशित झाले. मुंबईत पुस्तक प्रकाशन समारंभात श्रोत्यांशी संवाद साधताना सुप्रसिद्ध लेखिका शोभा डे म्हणाल्या होत्या –

''दहा वर्षांपूर्वी मी माझ्या मुलांसाठी एक पुस्तक लिहिले होते. त्या वेळी त्या पुस्तकावर 'जास्त पुढारलेले' म्हणून टीका झाली होती. पण आता एक आई मुलांशी आयुष्यातील नाजूक विषयांवर अगदी मोकळेपणाने संवाद साधत आहे. मुलेही न बिचकता आपली मते व्यक्त करीत आहेत. कदाचित काही वर्षांनी या पुस्तकांतील मजकूरही जुन्या विचाराचा वाटेल असे एखादे पुस्तक लिहिले जाईल.''

श्रीमती शोभा डे यांचं हे भाष्य पुस्तकांतील काही विषयांबाबत अगदी योग्य आहे. पण काही विषय असे असतात की, काळ कितीही वेगाने धावला तरी पालकांनी मुलांच्या मनावर बिंबवलेल्या काही गोष्टी, काही संस्कार बदलू नयेत. उदाहणार्थ, खरे बोलणे, अवघड प्रसंगांना तोंड देताना खोटेपणाचा आधार न घेणे, आयुष्याकडे पाहण्याचा दृष्टिकोन सकारात्मक ठेवणे, अशा विषयांचे महत्त्व आहे तसेच राहील.

दिल्लीमध्ये पुस्तकाबद्दल मनोगत व्यक्त करताना भारताचे माजी पंतप्रधान लाल बहादूरशास्त्री यांचे सुपुत्र सुनील शास्त्री यांनी वडिलांची एक आठवण सांगितली होती. ते म्हणाले –

''मी सोळा वर्षांचा असताना मलाही आजच्या युवकांसारखी रात्री उशिरापर्यंत पार्टी करण्याची हौस होती. माझ्या वडिलांकडे दोन गाड्या होत्या. एक लाल दिवा असलेली, सरकारकडून मिळालेली; जी शासकीय कामासाठी वापरली जात असे. दुसरी छोटी गाडी वडिलांनी बँकेकडून कर्ज काढून घेतली होती. (ते बँकेचे कर्ज वडिलांच्या निधनानंतर आईने स्वत: फेडले.) आई व आम्हा मुलांना फक्त ही गाडी वापरण्याची परवानगी होती. पण एकदा तारुण्यातील जोर व अहंकारापोटी मी व माझे मित्र शासकीय गाडी घेऊन पार्टीला बिनधास्तपणे मजा करून आलो. दुसऱ्या दिवशी सकाळी मी झोपेत असताना मला वडिलांनी विचारले की, रात्री झोपायला उशीर झाला ना? नंतर त्यांनी आदराने गाडीचे चालक रामदेव यांना ''रामदेवजी'' अशी हाक मारली. (मी मात्र त्यांना 'रामदेव' असे म्हणत असे.) कालच्या रात्री किती किलोमीटर झाले, असे विचारले. उत्तर होते १४ किलोमीटर! वडिलांनी आईला १४ X ६० पैसे असे सरकारने नमूद केलेल्या नियमाप्रमाणे रामदेवजींना पैसे देण्यास सांगितले व रामदेवीजींना त्याची नोंद सरकारी खात्यामध्ये करण्यास सांगितली. विषय तेथेच संपला वडील या घटनेवरून कधीच रागावले नाहीत. पण

त्यांच्या वागणुकीवरून मला मिळालेले धडे अजूनही माझ्याजवळ आहेत.'' सुनील शास्त्री यांनी या घटनेचा संदर्भ २०११मध्ये प्रकाशित झालेल्या नवीन पिढीसाठी असणाऱ्या माझ्या पुस्तकाशी अतिशय सुंदररीत्या जोडला. असे पालकांकडून मुलांवर झालेले संस्कार कुठल्याही काळात महत्त्वाचेच, नाही का?

संस्कृती, राहणीमान, संस्कार, शिक्षण अशा विविध गोष्टींनी मुलांची घडण होत असते. किशोरवयीन मुला-मुलींमध्ये काहींना समज लवकर येते, काहींना समज येते; पण जरा उशिरा! आपल्या मुलांशी कुठल्या विषयावर केव्हा आणि कसा संवाद साधायचा, याबद्दल पालकांची मते वेगवेगळी असतील. पण मुळात संवाद साधणं हे अत्यंत जरुरीचे आहे, याविषयी पालकांचे एकमत असावे. मग ते पालक जगाच्या पाठीवर कुठेही असोत.

मी लिहिलेल्या मूळ इंग्रजी पुस्तकाला निरनिराळ्या प्रकारच्या प्रतिक्रिया मिळाल्या.

- बऱ्याच पालकांची उत्स्फूर्त प्रतिक्रिया – आमच्या घरात अगदी हेच घडते. अप्रतिम पुस्तक.
- काही मोजके पालक, 'मद्यपान', 'ड्रग्ज', 'वेडे प्रेम' विषय इतक्यात नको! असे ठामपणे म्हणाले.
- ''मी पुस्तकात मत व्यक्त करायला हवे होते. संधी मिळूनही मी त्याचा उपयोग करून घेतला नाही.'' अशी काही मुलांची प्रतिक्रिया.
- ''माझे मत इतक्या ठामपणे मांडायला नको होते,'' अशी काही प्रतिसाद दिलेल्या मुलांची प्रतिक्रिया.

मूळ पुस्तकामध्ये आपली मते मांडणारी किशोर-किशोरी / युवक-युवती आता दोन वर्षांनी मोठे झाली आहेत. पण त्यांचे पुस्तकाबद्दल 'योग्य' असे एकमत होते. मुलांची बाजू मांडण्याच्या आईच्या प्रयत्नाला त्यांची भरभरून दाद मिळाली. शिवाय पुस्तकात मांडलेल्या मुलांच्या मनोगताशी ते सहमत होते.

मराठी अनुवाद करणाऱ्या श्रीमती सुप्रिया वकील यांच्या प्रयत्नाबद्दल त्यांना धन्यवाद देते. मूळ इंग्रजी पुस्तकातील बारीक बारकावे त्यांनी मराठीत तंतोतंत उतरवले आहेत.

माझी आई डॉ. विद्या गोखले हिने वयाच्या ७२व्या वर्षी मराठी आवृत्तीचे संपादन करण्यासाठी अथक परिश्रम घेतले आहेत. मराठी भाषांतरामधील प्रत्येक शब्द मूळ इंग्रजी पुस्तकातील मजकुराशी जुळतो आहे, मराठी भाषेतील रचनाही केवळ शब्द-अनुवादी नाही, तर भावानुवादी असावी यासाठी तिने आटोकाट प्रयत्न केला आहे. त्याबद्दल तिचे कौतुक. तिच्याबद्दल मला अभिमान वाटतो.

मला आई म्हणून आपल्या मुलामुलींना जे सांगायचे होते ते मराठी भाषांतराद्वारे महाराष्ट्रातील मुले व पालकांपर्यंत पोचणार आहे, याचा मला विशेष आनंद होत आहे.

– मंजिरी गोखले जोशी

आभार

आलोक सैनी, अपर्णा कांबळी, जी राजारामन, गिरिधर व प्रमिला लिमये, जसप्रीत कौर, किरण बेदी, नीलम बेदीचंदानी, नीलम कासद, पद्मजा शास्त्री, प्राजक्ती शेठ, पूर्णिमा साठे, रेणू कौल वर्मा, नंदिनी गुप्ता, रितू बगली, शशांक जोशी, श्रुती माडीवाले, सुहासिनी किर्लोस्कर, सुश्मिता सेन, डॉ. उमा गणेश, डॉ. वीणा खांडेकर, विद्योत्तमा शर्मा, विनिता देशमुख, डॉ. सुलभा करंदीकर, सुनील शास्त्री, शोभा डे, केतकी आंग्रे, आरती बसक, डॉ. शोम चोना, मीता पंडितराव, सुधीर बर्वे, अनघा सलगरकर, कादंबरी शाह, कॅत्रिना मिल्स, संगीता मिएंगार, केरमान कासद.

सर्व सहलेखक व त्यांचे मातापिता यांच्या मौल्यवान साहाय्यामुळे 'क्रशेस, करिअर्स अॅन्ड सेल फोन्स' आकाराला येऊ शकलं.

खाली नमूद केलेल्या व्यक्तींचा पाठिंबा नसता तर कदाचित हे पुस्तक संगणकामध्येच सुस्तावलं असतं.

- वयाच्या ऐंशीचा टप्पा पार केलेले राजाभाऊ खेर, (माझ्या मावशीचे यजमान) मी हे काम पूर्ण करावं, यासाठी सतत माझ्या मागे लागले होते. माझी मैत्रीण वंदना गोम्बर, हिला माझ्याबद्दल दृढविश्वास होता.
- माझे कुटुंबीय. त्यांचा मला सक्रिय पाठिंबा लाभला आहे. माझे पती श्री. अभय जोशी, पिता या भूमिकेतून या पुस्तकातल्या प्रत्येक भावनेशी सहमत झाले. पुस्तकाच्या शीर्षकाची कल्पना, तसेच वेबसाइट बनवण्यातही त्यांचा सहभाग आहे. मही व तन्वी या आमच्या मुलींचेही या पुस्तकात योगदान आहे. महीचा प्रत्येक गोष्ट झोकून देऊन करण्याचा स्वभाव आहे. तिचा या कामी सक्रिय सहभाग होताच आणि तन्वीकडून मला उत्साही 'प्रतिसाद' लाभला होता. तिच्याकडून 'टीनएजर्स' असे का वागतात? याचीही माहिती मिळाली!
- माझे आईवडील – डॉ. सुरेश गोखले व डॉ. विद्या गोखले, माझा भाऊ मदन आणि वहिनी गौरी या सर्वांचा नेहमीप्रमाणेच मला भक्कम पाठिंबा होता आणि कुठलेही स्वप्न साकार करण्यासाठी आवश्यक असणारे सर्व साहाय्य होते.

मराठी अनुवादासाठी विशेष आभार – सुप्रिया वकील, डॉ. विद्या गोखले, गौरी गोखले, डॉ. सुधा कानिटकर, अरुण टिकेकर, दिनकर रायकर, गिरिश कुबेर, मृणाल कुलकर्णी, राजश्री देशमुख, दीपक शिखरपूर व योगेश पाटगांवकर.

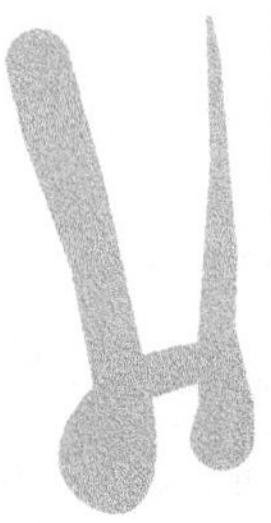

Email :production@mehtapublishinghouse.com

Website : www.mehtapublishinghouse.com

तुम्ही एखाद्या स्पर्धात्मक उपक्रमादरम्यान, 'असामान्य' किशोरवयीन मुलांचे आईवडील पाहिले आहेत? ते त्यांच्या सीटच्या टोकावर बसलेले असतात, त्यांच्या मुठी आवळलेल्या असतात. विजय रास्त न्यायानं आपलाच आहे, अशी खात्री असणारे आईवडील तो मिळवण्यासाठी दैवाला आव्हान देत असतात. त्यांच्या 'असामान्य' मुलीचा अगदी निसटता पराभव होतो. तिचे ओठ थरथरत असतात. ती गर्दीत आपल्या आईवडिलांचा चेहरा शोधत असते. त्यांच्या चेहऱ्यावरचे निराश भाव तिच्या पोटात भीतीचा गोळा आणत असतात.

तुम्ही 'डाउन्स सिन्ड्रोम' असणाऱ्या किशोरवयीन मुलाचे आईवडील कधी पाहिले आहेत? त्यांच्या 'स्पेशल' मुलाच्या छोट्यात छोट्या कर्तबगारीमुळे ते किती आनंदित होतात ते पाहिलं आहे? त्यांचा मुलगा सॅक रेसची समाप्तीची रेषा पार करतो किंवा एखादं रंगीबेरंगी चित्र त्यांच्यासमोर धरतो, तेव्हा हे हर्षभरित आईवडील त्यांच्या लाडक्या मुलाला आवेगानं मिठीत घेतात.

साध्या-साध्या यशामध्येसुद्धा किती आनंद असू शकतो आणि बुद्धिमत्तेच्या शर्यतीत किती ताण असू शकतो... किती विलक्षण आहे हे!

तुम्ही वर्गात पहिले येता किंवा नाट्यमहोत्सवात तुमच्या शाळेचं प्रतिनिधित्व करणार असता, राज्यस्तरीय ॲथलेटिक्समध्ये तुम्ही विजयी गटाचं नेतृत्व करणार असता. वॉव!

आम्हाला तुमचा अभिमान आहे.

तुम्ही तुमची स्वप्नं साकार करण्यासाठी झटत असता आणि त्यासाठी सर्व शक्तिनिशी प्रयत्न करत असता तेव्हा लक्षात ठेवा, की तुमची यशस्विता हा फक्त तुमचा एक भाग आहे. आम्ही जिच्यावर प्रेम करतो, त्या सुंदर व्यक्तीची म्हणजे तुमची जागा ते घेऊ शकत नाही.

मनोगत – किशोर, किशोरी / नवयुवक-युवती यांचे

उत्तुंग यश मिळवण्यासाठी प्रत्येक जण धडपडत असतो. आयुष्याच्या निरनिराळ्या टप्प्यांवर यशाची परिभाषा बदलत जाते. विद्यार्थी म्हणून माझं ध्येय आहे, अभ्यासात

उत्तम यश मिळवणं. त्यासाठी माझी सर्वोच्च स्थानी पोहोचण्याची इच्छा पाहिजे आणि माझी स्वप्नं साकार करण्यासाठी कठोर मेहनतीनं तळमळीचे प्रयत्न केले पाहिजेत.

– कांचन जोग, वय १२ वर्षे,
सोलापूर, भारत

टीनएजर्स काहीतरी यश मिळवतात तेव्हा त्यांना नक्कीच आनंद होतो, पण त्यांचे आईवडील त्यांनी जे मिळवलं आहे त्याबद्दल अतीच गाजावाजा करतात, तेव्हा मुलं वैतागतात. मला वाटतं, यामध्ये कुणीच बरोबर नसतं आणि कुणी चूकही नसतं. आपल्या आईवडिलांना आपल्यावर प्रेम करण्याचा हक्क असतो आणि आपल्याला स्वतःला हवं ते वाटण्याचा!

– मही जोशी, वय १२ वर्षे
मिल्टन कीन्स, यूके

तुम्ही 'पिण्या'चा कायदेशीर परवाना मिळण्यास पात्र होण्याच्या आधीच काही काळ 'हा' क्षण येईल. तुम्ही आयुष्यात एका वळणावर उभं राहून पुढं काय, याकडे औत्सुक्यानं पाहत असाल, त्या वेळी कशाच्याही बाबतीत वयोमर्यादेची संकल्पना आली, की डोळे फिरवणं आणि ''वयोमर्यादा! हे मर्यादा आखणारे लोक कुठल्या काळात जगतात?'' अशी प्रतिक्रिया हटकून येणारच!

आम्हा आईवडिलांना तुम्ही कालबाह्य म्हणा किंवा पुराणमतवादी म्हणा; पण आम्हाला असं वाटतं की, तुम्ही आयुष्यात पहिलंवहिलं 'ड्रिंक' इतक्या लवकर घेऊ नये. आता तुम्ही ते घेतलंच आहे तर आपण ते घेऊनसुद्धा आपण स्वत:वर ताबा कसा ठेवू शकतो या मुद्द्यावर येऊ.

कोणे एके काळी पिणं ही अत्यंत वाईट गोष्ट मानली जायची. पुरुष जीवनात दु:खी असायचे तेव्हा दारू प्यायचे. हे पुरुष त्यांच्या मिळकतीतला बराच मोठा भाग हा घाणेरड्या वासाचा, त्याचं भान हरपवणारा आणि बेताल वागायला लावणारा

द्रव पदार्थ पिण्यापायी खर्च करायचे.

आपण ज्या काळाबद्दल बोलत आहोत त्या दरम्यान जर मद्याशी दोस्ती करणाऱ्या कुणी बायका असतील तर त्यांच्याबद्दल 'त्यांनी ताळतंत्र सोडलं आहे. नैतिकता सोडली आहे', अशा अफवा पसरल्या असत्या.

आपण आत्ता विचार करत आहोत तो सन २०१३ मधल्या, लवकर शिंगं फुटलेल्या तरुणाईचा. तुम्ही अगदी कमी प्रमाणात आणि उपद्रव होणार नाही याची काळजी घेऊन मद्य घेत असलात तर आम्ही तुमची वर्तणूक आणि नैतिकता याबाबत निष्कर्ष काढणार नाही! त्यामुळे आम्हाला त्याबद्दल सांगा! तुम्ही मित्रमैत्रिणींसमवेत ज्या पार्ट्यांना जाता तिथं मद्याचे प्रवाह अगदी सहजपणे वाहत असतात, ही गोष्ट आपण मान्य केल्यामुळे हा अडसर तर आपण पार केलेलाच आहे. त्या संदर्भात काही सुचवले तर चालेल?

(१) 'मी यातलाच आहे' हे सिद्ध करण्यासाठी पिण्याची आवश्यकता नाही.

(२) पार्टी देणारी व्यक्ती तुमचा मित्र आहे, हे सिद्ध करण्यासाठी तुम्ही

पिण्याची गरज नाही.

(३) पिण्यास नकार दिल्यामुळं तुम्ही बावळट, रडूबाई किंवा खिलाडू वृत्ती नसणारे होत नाही.

ठीक आहे. आम्ही जुनाट आहोत. त्यामुळे तुमच्या बरोबरची मुलं जे करतात ते तुम्हीही करणं किती महत्त्वाचं आहे ते आम्हाला कधीच कळणार नाही. तथापि, बाहेर चार लोकांत तुम्ही ड्रिंक घेणार ही गोष्ट आपण मान्य करू या आणि कायम ही खबरदारी घेऊ या.

१. पार्टीला जाण्याआधी व्यवस्थित खाऊन घ्या.
२. ड्रिंक घेण्याआधी चीज किंवा दही असले दुग्धजन्य पदार्थ पोटात गेलेले असू द्या.
३. एकच ड्रिंक घ्या. अगदी जास्तीत जास्त... दुसरं.
४. भूक प्रदीप्त करणारे पदार्थ म्हणजेच 'ॲपिटायजर्स' खा.
५. ड्रिंक अगदी सावकाश 'एकेक घोट' करत घ्या.
६. तुम्हाला तिसरं ड्रिंक घेण्याचा अतिशय आग्रह होणार आहे हे तुम्हाला माहीत असेल तर, दुसऱ्या ड्रिंकच्या वेळी सरळ इतरांच्या नकळत मद्यार्क नसलेले पेय घ्या आणि मग 'तिसरं' ड्रिंक घ्या.
७. तुम्ही जर वाइनचा आस्वाद घेत असाल तर त्या जोडीनं पाणीही पीत राहा. नाहीतर घशाला कोरड पडते.
८. तुमचं ड्रिंक नजरेआड होऊ देऊ नका. समजा तुम्हाला ड्रिंक सोडून बाजूला जावंच लागलं, तर ते सरळ टाकून द्या.
९. तुम्हाला गरगरल्यासारखं, झोप येत आहे असं वाटलं किंवा तुम्हाला उलटी होत आहे असं वाटत असेल, तर पार्टीत 'खरा मित्र किंवा खरी मैत्रीण' शोधा. आणि त्याला किंवा तिला तुम्हाला घरी सोडायला सांगा.
१०. ड्रिंक घेतल्यानंतर गाडी चालवू नका.
११. ज्या व्यक्तीनं दोनपेक्षा जास्त ड्रिंक्स घेतली आहेत आणि जी 'मी ठीक आहे', असं ठामपणे सांगत आहे, अशी व्यक्ती गाडी चालवत तुम्हाला घरी सोडणार असेल तर स्पष्ट नकार द्या.
१२. कदाचित आम्ही 'यात न बसणारे' आणि जुन्या वळणाचे असू, पण तरीही तुम्हाला जेव्हा गरज असेल तेव्हा आम्ही सदैव तयार असू. त्यामुळे कुठल्याही वेळी, कितीही वाजले असले तरी आम्हाला फोन करण्याचा संकोच करू नका.
१३. तुम्ही मजेत आनंद घ्या, पण कधीही एकट्यानं पिऊ नका.

शेवटी इतकंच म्हणेन, की पिण्याची खरी नशा काय असते याचा तुम्हाला अनुभव घ्यायचा असेल, तर तुमचा ज्यांच्यावर विश्वास आहे आणि ज्यांच्या सहवासात तुम्ही सुरक्षित असाल अशांबरोबर तो अनुभव घेणं सर्वांत चांगलं, नाही

का? कधीतरी आपण मिळून याचा अनुभव घेऊ!

मनोगत – किशोर, किशोरी / नवयुवक-युवती यांचे

माझ्या आईबाबांनी मला मद्याची चव पहिल्यांदा घरातच चाखू दिली. कारण मला बाहेर कुठं मद्य पिणं भाग पडण्यापेक्षा ते मला आवडतं आहे का, हे स्वतःचं स्वतःला ठरवता यावं यासाठी. माझ्या मित्रमैत्रिणींचा ग्रुप अगदी मस्त आहे. मी पिते की नाही, या गोष्टीनं त्यांना काहीही फरक पडत नाही किंवा आमची मैत्री या गोष्टीवर अवलंबून नाही. तुम्हाला एखादी गोष्ट करायची नसेल आणि तुमचे मित्रमैत्रिणी त्यासाठी तुमच्यावर जबरदस्ती करत असतील, तर त्यांचं तुमचा मित्र किंवा मैत्रीण म्हणून असणाऱ्या दर्जाचं तुम्ही पुनर्मूल्यांकन करावं हे बरं. तुम्हाला पिण्याची कायदेशीर परवानगी मिळण्याआधी तुम्ही प्यायला सुरुवात केली असेल किंवा कसंही, हा सल्ला कोणत्याही वयात बरोबरच ठरेल. तो ऐका. नाहीतर तुम्हाला फार मोठी किंमत चुकवून हा धडा शिकावा लागेल.

– ऋतुजा खानोलकर, वय २० वर्षे
केंब्रिज, यूके

तीन बिअर रिचवून रमचे पाच पेग आणि टकिलाचे तीन शॉट मारून फार काही साध्य झालं आहे असं मला वाटत नाही. (माझ्या फ्रेशर्स पार्टीतला माझा 'कोटा' सांगितला.) त्यानंतर मी इतका उधळलो, की मी आदिमानवाच्या वेषात सगळीकडे धावत सुटल्याचं सगळ्यांनी पाहिलं! अखेर मला कसंबसं आवरून, आम्ही ज्या गाडीतून आलो होतो तिच्या पुढच्या सीटवर मला बांधून बसवावं लागलं होतं. मग मला भाडकन उलटी झाली आणि दुसऱ्या दिवशी माझ्या हॉस्टेलच्या खोलीत मला जाग आली, तेव्हा माझ्या अंगावर किळसवाणी शॉर्ट्स होती. माझ्या या प्रतापाची कुणीतरी व्हीडिओ फिल्म घेतली. त्यामुळे हे आणखीनच लाजिरवाणं झालं होतं. त्यानंतर कायम मी मद्य प्रमाणातच घेतलं आहे. आणि मुळीच नाही... भरपूर दारू ढोसणं, पिऊन ओकणं आणि मग पुन्हा ग्लास भरणं हे मुळीच 'अभिमानाचं' ***नसतं****. मी जेव्हा खूप आनंदात असतो तेव्हा मी मित्रांना फोन करतो, आम्ही डुकरासारखं चरतो, मोठ्यांदा गाणी लावतो, नाचतो आणि मग 'फिफा ११' खेळतो.*

– अद्रीश घोषाल, वय २२ वर्षे,
मुंबई, भारत

पाच वर्षाच्या मुलाला शोभेल अशा पद्धतीनं तुम्ही विमान कर्मचाऱ्याकडे जाता आणि त्याच्याकडे तुम्हाला वैमानिक बसण्याच्या जागेत सोडावं, अशी मागणी करता. तुमचा युक्तिवाद अगदी साधा-सोपा असतो – "मी मोठा झाल्यावर पायलट होणार आहे, त्यामुळे मला विमान कसं चालवतात ते पाहायचं आहे!"

मग तुमच्या कल्पनाचित्रातलं तुम्हाला चंद्रावर घेऊन जाणारं अंतरिक्षयान... तुमच्या भावाच्या, तुमच्या डोक्याच्या मापापेक्षा बऱ्याच मोठ्या दुचाकीच्या हेल्मेटमधून बाहेर पाहणारे तुमचे निश्चयी डोळे, ज्ञानकोशातील मोहमयी चित्रं, अंतरिक्षयानाबद्दलचे टीव्हीवरचे कार्यक्रम आणि अंतरिक्ष प्रवासाबद्दलचे तुमचे न संपणारे प्रश्न!

पण एके दिवशी... मला सांगायला खेद वाटतो की, कधी ते मला आठवतसुद्धा नाही... तुम्ही अंतरिक्षयानांबद्दल बोलणं थांबवलंत. कदाचित ते हळूहळू घडत गेलं

असेल, पण आईबाबा जर अगदी बारकाईनं पाहत असतील तरच या गोष्टी त्यांच्या लक्षात येतात.

आज जेव्हा एखादा माणूस, बरेचदा एखादा अतिस्नेहाळ प्रौढ (कोणताही आत्मसन्मान असलेला किशोरवयीन मुलगा इतरांच्या जगात डोकावण्याइतका मूर्खपणा आणि चोंबडेपणा करणार नाही!) तुम्हाला विचारतो, की तुम्हाला काय व्हायचं आहे, कोणता व्यवसाय निवडायचा आहे? तेव्हा तुम्ही काहीतरी तोंडातल्या तोंडात पुटपुटता आणि तिथून निघून जाता. तुमच्या या वागण्याचा धक्का बसलेला तो माणूस, सौजन्याचा मुखवटा न काढता अपेक्षेनं माझ्याकडे पाहतो. तुमच्यासारख्या बुद्धिमान तरुण व्यक्तीची आई या नात्यानं मला तुमच्या भविष्याविषयी योजना माहीत असल्याच पाहिजेत! मग मी अर्थातच जिवणीभर हास्य आणते आणि त्या हितचिंतकाला सांगते, की आता करिअरचे पुष्कळ नवे पर्याय खुले आहेत आणि तुम्ही लवकरच त्याबद्दल ठरवाल.

त्यानंतर आम्हाला आणखी एक शोध लागतो, तो म्हणजे तुमच्या बोलण्यात

आता आघाडीच्या विद्यापीठांचा अजिबात उल्लेख येत नाही. ती काही फार महान नाहीत असं तुमचं म्हणणं असतं. एवढंच नाही, तर विद्यापीठांना वाजवीपेक्षा जास्त भाव दिला जातो आणि ते तुलनात्मक मध्यम प्रतीच्या शिक्षणाच्या प्रवेशपरीक्षेसाठी इतक्या जास्त मार्कांची अट कशासाठी ठेवतात?... असंही तुमचं म्हणणं असतं.

तुमच्या ध्येयाची पातळी तुम्ही खाली आणलेली असते. सर्वोत्तमतेची काहीही गरज का नाही, याचं समर्थन करायला तुम्ही सुरुवात केलेलीच असते.

व्यावसायिक यश ही संधी, मूळ हुशारी, शिकण्यासाठी पोषक वातावरण आणि हो, काही प्रमाणात नशीब यांचेच फळ असते. यामधला उर्वरित महत्त्वाचा घटक म्हणजे आपल्या ध्येयावर लक्ष केंद्रित करण्याची आणि कठोर परिश्रम करण्याची क्षमता.

कोणता पर्याय निवडायचा ते तुमच्या हातात असतं आणि ते कायम तुमच्याच हातात असेल. तुमच्या परीक्षेच्या आधी काही आठवडे, तुमचा मित्र त्याच्या वाढदिवसानिमित्त पार्टी देतो आहे आणि त्यानंतर लगेचच सगळ्यांनी सिनेमाला जायचा बेत आहे. अशावेळी तुम्ही तुमच्या मित्राला पार्टीसाठी शॉपिंग करायला मदत कराल, त्याच्या सोबत जाऊन सिनेमाची तिकिटं काढाल, नेहमीसारखंच पार्टीची 'जान' बनाल, सिनेमाचा आणि त्यानंतर कॉफीचा आनंद घ्याल? का तुम्ही मित्राला नाराज कराल आणि तुमच्या न जाण्यामुळे अतिअभ्यासू असा शिक्का बसण्याचा धोका पत्कराल?

तुम्ही फक्त लंच पार्टीला जायचं आणि नंतर सिनेमाच्या बेतात मात्र सहभागी व्हायचं नाही असंही करू शकता. त्यापेक्षा चांगला मार्ग म्हणजे अभ्यासासाठी जास्त वेळ द्या व नंतर पार्टीची मजा लुटा. तुम्ही अतिअभ्यासूपणा करत आहात, पुस्तकी किडा आहात किंवा जगातल्या आजवर कधीही न पाहिलेल्या अशा सर्वांत 'बोअर' आईवडिलांचे अपत्य आहात, अशी तुम्हाला नावे ठेवणारे जे असतात, ते नाहीतरी ते करणारच असतात. तुम्हाला सबंध आयुष्यभर असे निर्णय घ्यावेच लागणार आहेत.

शिक्षण म्हणजे फक्त छानसं पदवी प्रमाणपत्र नसतं, तर ते तुम्हाला प्राधान्याच्या गोष्टींचा समतोल राखायला आणि गरज पडेल तेव्हा, कोणत्याही प्रकारच्या परिस्थितीत सर्वशक्तिनिशी प्रयत्न करायला शिकवत असतं.

अंतरिक्षात जाण्यासाठी जे लागेल ते करायची धगधगती महत्त्वाकांक्षा असणाऱ्या आणि मार्गात कोणताही अडथळा उभं राहू न देण्याचा निश्चय असलेल्या माझ्या चिमण्या अंतरिक्षयात्री... भरारी घे आणि ताऱ्यांना गवसणी घाल... 'सर्वोत्तम' होण्यास तू पात्र आहेस! व्हेरी बेस्ट!

मनोगत – किशोर, किशोरी / नवयुवक-युवती यांचे

माझ्या लक्षात आलं आहे, की प्रत्येकाच्या मनात दोन प्रकारच्या महत्त्वाकांक्षा

असतात. एक 'ठीक आहे' वाटणारी आणि दुसरी त्या माणसाची खरोखरीची, मनाच्या अगदी आतल्या कप्प्यातली, अतिशय गुप्त आणि अत्यंत आवडती इच्छित गोष्ट. माझ्या असं लक्षात आलं आहे, की सर्वसाधारपणे यातल्या दुसऱ्या महत्त्वाकांक्षेचाच पाठपुरावा करावा. आपण जसजसे मोठे होतो तसे आपल्यात बदल होतात. मी पाच वर्षांचा होतो त्या वेळी मला पोलीस अधिकारी व्हायचं होतं, नऊ वर्षांचा झालो त्या वेळी मला संगणकतज्ज्ञ व्हायचं होतं, बारा वर्षांचा असताना मला फूटबॉल खेळाडू व्हायचं होतं, तर तेराव्या वर्षी मला पायलट व्हायचं होतं. सतराव्या वर्षी मला वृत्तनिवेदक व्हायचं होतं... ही यादी अशी बरीच आहे. मला वाटतं व्यवसायांबाबतच्या निर्णयांमध्ये 'एक्स्पोजर' महत्त्वाचं असतं. मी घरापासून दोन हजार किलोमीटरवरच्या इंजिनिअरिंग कॉलेजमध्ये जाईन, असं मला खरंच वाटलं नव्हतं. गाड्या, मोटारसायकली आणि सगळ्या वेगवान गोष्टींनी मी थरारून जायचो, त्यामुळे इंजिनिअरिंग हाच माझ्यासाठी सुयोग्य पर्याय असल्यामुळे मी इथं आलो होतो. ...अशा ठिकाणी जिथली मला भाषा येत नव्हती, जेवण आवडत नव्हतं, सिनेमे आवडत नव्हते, येथील प्राध्यापक, मुली काहीच आवडत नव्हतं. मला असं वाटतंय, महत्त्वाकांक्षा म्हणजे काय हे न कळल्याने मुले गोंधळलेली असतात. भविष्य काळाबद्दल नक्की काही ठरवू शकत नाहीत. आणि हो, मला खरं काय व्हायचं आहे ते मी अजून ठरवलेलं नाही.

– अद्रीश घोषाल, वय २२ वर्षे
मुंबई, भारत

आपण सगळे जेव्हा अगदी लहान होतो तेव्हा, आपल्याला खरंच काय व्हायचं आहे याबद्दल आपल्या मनात निरनिराळ्या कल्पना होत्या... डॉक्टर, पायलट, अंतरिक्षयात्री, चित्रकार आणि कधीकधी मी मिस इंडिया बनण्याचासुद्धा विचार केला होता! पण जसे आपण मोठे होतो तसं आपल्या आवडीच्या गोष्टींखेरीज इतर बऱ्याच गोष्टींचाही विचार करावा लागतो. उदाहरणादाखल सांगायचं तर, माझ्या आवडीच्या व्यवसायात सामान्य मिळकत होणार असेल तर मला ते चालेल का? गोष्टी बदलतात. आपल्या लक्षात येऊ लागतं की, खरं जग सर्वस्वी वेगळंच आहे आणि आपल्या पसंतीच्या व्यवसायात उतरणं जितकं दिसतं तितकं सोपं नाही. पदवी मिळवणं म्हणजे सगळं काही मिळालं असं होत नाही. त्या पलीकडेही खूप काही असतं.

– प्रियांका पाचपांडे, वय १४ वर्षे
पुणे, भारत

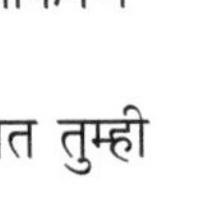

शाळेत नवीन आलेली रेशमी केसांची, छोट्या-छोट्या चमकत्या दातांची आणि वाळूच्या घड्याळासारखी शरीरयष्टी असलेली सुबक व कल्पक पोशाख असणारी अतिशय मोहक मुलगी सगळ्या शाळेचं 'आकर्षण' बनली आहे.

खाली नमूद केलेल्या गोष्टींची अपेक्षा ठेवत तुम्ही दु:खी होता.

- छोटीशी कंबर
- लांबसडक पाय
- लांब पापण्या
- इवलंसं नाक
- घोटीव दंड
- थोडी रुंद वक्षरेखा
- सडपातळ पोटऱ्या

ह्य स्व रू प

- चेहऱ्यावर अगदी कमी लव
- रसरशीत ओठ
- मुलायम त्वचा

तुम्ही प्रयत्न करून यातील काही गोष्टी मिळवू शकाल; परंतु ते मिळवूनसुद्धा तुमच्याजवळ काहीच नसेल. कारण ते फक्त बाह्यरूप आहे आणि ते तात्पुरते आहे.

मला माहीत आहे, बाकी कुणालाही असं वाटत नसणार आणि तुम्ही इतक्या स्वाभिमानी आहात की, हे तुम्ही स्वत:शीसुद्धा कबूल करणार नाही. पण बाह्यरूपाला खरंच अगदी मर्यादित किंमत असते. शिवाय, तुम्हाला ज्या गोष्टींची उणीव भासते, दु:ख वाटतं, त्यातल्या बहुतेक गोष्टी तुम्ही खरंतर बदलूच शकत नाही. क्रॅश डाएट आणि सौंदर्योपासनेसाठीचा 'ब्यूटी रूटीन' याचे परिणाम थोड्या काळात नाहीसे होतात. त्याऐवजी आपल्यामधले 'स्वत्व' जाणून घेण्याचा प्रयत्न कराल?

मनोगत – किशोर, किशोरी / नवयुवक-युवती यांचे

चांगलं दिसणं हे जगभरातल्या टीनएजर्ससाठी महत्त्वाचं आहे. आपल्या

दिसण्याचा विचार तुमच्या मनात किती प्रबळ असतो ते व्यक्तिगणिक बदलतं. चांगलं दिसणं माझ्यासाठी खरंच खूप महत्त्वाचं आहे, पण आपण कसे दिसतो याबद्दल अखंड गोंधळ घालत राहण्यात मला तरी काही अर्थ वाटत नाही. तुम्ही तरतरीत, साधं आणि 'दर्शनीय' असावं!

– मही जोशी, वय १२ वर्षे
मिल्टन कीन्स, यूके

जेव्हा तुम्ही दाण-दाण पाय आपटत आत जाता आणि दरवाजा धाडदिशी बंद करता, जेव्हा तुमचा आवाज थंडीनं शहारलेल्या रात्रीचे वातावरण छेदत जातो तेव्हा तुमच्या आजूबाजूच्या सर्वांनाच अस्वस्थता घेरून टाकते. काहीतरी तुमच्या मनाविरुद्ध घडलेलं असतं.

बरं, हे सांगा, सगळं तुमच्या मनाप्रमाणे न घडल्यामुळे तुम्ही खरोखरच संतापलेले असता... का तुम्ही जे सांगत आहात त्याकडे आम्ही जास्त लक्ष देण्याची गरज आहे हे आम्हाला सांगत असता? जर हे आमचं लक्ष वेधून घेण्यासाठी असेल, तर तुमचा उद्देश सफल झालेला आहे. तुमच्या निषेधाच्या आवाजाच्या उच्च पातळीने कुठलाही संवाद साधणे शक्य नाही. तुमच्या आजूबाजूचे सगळे जण तुम्ही परत 'माणसात' यावं यासाठी धडपडत आहेत. त्यांचे हे प्रयत्न तुम्हालाही हवेच आहेत. पण या कामी त्यांना यश यावं असं तुम्हाला वाटतं का? धाडदिशी लावून घेतलेल्या दारामागं नीरव शांतता असते आणि ती तशीच राहील, जोपर्यंत तुम्ही बाकी सर्वांची सुटका

ता प

करायचं ठरवत नाही तोपर्यंत.

आम्हाला तुमच्या वाटेला न जाता, तुम्हाला एकांत मिळू द्यायला शिकावं लागेल. तुम्ही 'किशोरवयीन' वर्षं मागं टाकली असलीत आणि आयुष्यात पाय रोवून उभं राहण्यासाठी भरपूर कष्ट केले असलेत तरी सगळे काही तुमच्या मनासारखं होणार नाही. तुम्ही ज्यांच्यावर अवलंबून आहात, तुम्हाला ज्यांच्याबद्दल आदर वाटतो, तुम्ही ज्यांच्यावर विश्वास ठेवता, तुम्ही ज्यांच्यावर प्रेम करता असे लोक तुम्हाला वाईट वाटेल किंवा तुम्ही कोलमडाल अशा प्रकारे वागू शकतात. आणि असे प्रसंग येतच राहतील. तुम्हाला नाक मुठीत धरून संताप आणि दुःख गिळावे लागेल.

आणखी एक गोष्ट लक्षात ठेवा, एखाद्या दिवशी धाडदिशी आपटला जाणारा दरवाजा कदाचित तितका सुदैवी नसेल. त्याच्या दुसऱ्या बाजूला प्रेम, काळजी आणि आपुलकी असेलच असं नाही.

मनोगत – किशोर, किशोरी / नवयुवक-युवती यांचे

आपण संताप शब्दांतून किंवा कृतीद्वारे, विचार न करताच व्यक्त करतो.

संताप उफाळतो आणि आपलं आपल्याला समजायच्या आत आपल्या तोंडून असं काहीतरी गेलेलं असतं किंवा हातून घडलेलं असतं, जे घडू नये. मला वाटतं आपल्या पिढीच्या आणि आपल्या आईवडिलांच्या विचारांत प्रचंड तफावत असते. त्यामुळेच आईवडील आणि किशोरवयीन मुलांमध्ये खटके उडत असतात. आपले आईवडील लहानाचे मोठे झाले, तेव्हा त्यांना आपल्यासारखं इंटरनेट आणि सोशल नेटवर्किंगचं जग नव्हतं. त्यांचा या गोष्टींकडे पाहण्याचा असा रूढमार्गवादी दृष्टिकोन असतो. आपण आपला वेळ जसा घालवतो ते त्यांना कदाचित पटणार नाही, पण आपण आपल्या मर्यादा ओळखून आहोत हे त्यांनी समजून घेण्याची गरज आहे.

– प्रियांका पाचपांडे, वय १४ वर्षे
पुणे, भारत

संताप आवरता येत नाही हे नेहमी खरं नसतं. मी मान्य करते, की बरेचदा भावनांच्या आवर्तात आम्ही हेलपाटत जातो आणि मग विचार न करताच हातून एखादी कृती घडते किंवा शब्द निघून जातात. हे भावनांच्या आवर्ताच्या प्रतिसादादाखल घडतं. परंतु, गैरवर्तणूक अथवा जहाल शब्दांच्या वापरासाठी ही सबब म्हणून पुढे करणं योग्य नाही. संताप आवरता येऊ शकतो. आपण आपल्या भावनांसंदर्भात काहीच कृती करू नये असं मला म्हणायचं नाही आहे. मला फक्त इतकंच वाटतं, की संतापाला वाट करून देण्यासाठी अधिक परिणामकारक मार्ग आहेत आणि शारीरिक व शाब्दिक अशा दोन्ही प्रकारचं गैरवर्तन व हिंसा या दुर्दैवानं अधिक लोकप्रिय असलेल्या मार्गांपेक्षा हे मार्ग वापरले जावेत.

– मिथीला गुप्ते, वय १९ वर्षे
ऑक्सफर्ड, यूके

गोजिरवाणं बाळ

बाळं किती गोंडस-गोजिरवाणी असतात! बागेमध्ये तुम्हाला एखादं लाघवी बाळ दिसतं ते तोंडाचे बोळकं पसरून तुमच्याकडे पाहून हसतं. त्याची इवली इवली बोटं तुमच्या चेहऱ्याला स्पर्श करतात. तुम्ही त्याच्या दिशेनं हात पुढे करता तेव्हा ते तुमचं पहिलं बोट धरतं. हे सर्व इतकं मनमोहक असतं... ते तुम्हाला जागीच खिळवून ठेवतं!

त्याची बाबागाडी ढकलणारी आई, डोळ्याखालच्या काळ्या वर्तुळांवर आलेली केसांची बट मागं सारत लाडीकपणे हसते. जांभई दाबते. इवलीशी बाळं खरोखर छानच असतात; पण फक्त तेव्हाच, जेव्हा कुणी आपलं स्वत:चं आयुष्य बाजूला सारायला तयार असतं आणि त्यांच्यासोबत राहणं, त्यांचे कपडे बदलणं, त्यांना भरवणं, त्यांना न्हाऊमाखू घालणं, पुन्हा त्यांना भरवणंस, असं अष्टौप्रहर करायला सज्ज असते.

तुमचं शेजारच्या घरातल्या माऊच्या पिल्लाशी छान जमतं. तुम्ही कुत्र्याच्या जखमी पिल्लाला ते बरं होईपर्यंत आठवडाभर ड्रॉपरनं दूध पाजलं होतं, कुत्र्याच्या पिल्लाला मासिक तपासणीसाठी जनावरांच्या डॉक्टरकडे घेऊन जायचं तुमच्या नेहमी लक्षात असतं. त्याला जर बरं नसेल तर, चक्क तुम्ही शाळेतली पार्टीसुद्धा टाळता; पण जेव्हा तुम्ही बाळ होऊ देणार असता, तुमच्या किशोरवयात किंवा त्यानंतर बऱ्याच काळानं, तेव्हा गोष्ट वेगळी असते.

आईबाबा बनणं म्हणजे –

१. न बदलता येणारी गोष्ट.
२. हा पूर्णवेळ उद्योग आहे, ज्यासाठी तुम्हाला सलग सात तास झोप मिळेल अशी अपेक्षा ठेवता येत नाही.
३. शिवाय, तुमचं खाणं, विश्रांती, मौजमजा किंवा साधं बाथरूमला किंवा अंघोळीला जाणं याचा विचारसुद्धा बाळाची झोप, दूध, खाणे, खेळणे यांच्या वेळा लक्षात घेऊनच करू शकता.
४. तुमचा संताप किंवा वैताग यांना जागाच उरत नाही किंवा उदास वाटत

असतं, तेव्हा स्वत:चे लाड करून घेणं शक्य होत नाही.

५. जेव्हा तुम्ही या सगळ्यासाठी तयार असता, तेव्हा हा अनुभव विलक्षण असतो.

तुमच्या मातृ-पितृत्वाचा काळ अजून काही वर्षं दूर आहे. तो येण्याआधी तुम्ही स्वत:चाच शोध घेण्याची गरज आहे. या काळात तुम्ही सर्वार्थाने स्वयंसिद्ध व्हा आणि सर्वांत महत्त्वाचं म्हणजे, तुम्ही ज्या पद्धतीनं प्रौढ बनला आहात त्यामध्ये समाधानी राहा. जेव्हा तुम्ही स्वत:च्याच नजरेत आत्मविश्वासपूर्ण, आनंदी आणि यशस्वी असाल, तेव्हाच तुम्ही दुसऱ्या मनुष्यप्राण्याची जबाबदारी शिरावर घेऊ शकता व त्यामध्येही यशस्वी होण्यावर लक्ष केंद्रित करू शकता.

तुमच्यासारखीच आम्हालाही त्याची प्रतीक्षा आहे, फक्त योग्य वेळी!

मनोगत – किशोर, किशोरी / नवयुवक-युवती यांचे

प्रत्येक मुलीत 'आईपण' असतंच आणि तिला मुलं हवी असतातच असं नाही. व्यक्तिश: या कल्पनेनं माझ्या पोटात गोळाच येतो. मी कुत्र्याच्या इवल्या पिल्लासोबत जास्त आनंदात राहीन. प्रत्येक गोष्टीसाठी आपल्यावर अवलंबून असलेला एखादा जीव ही फार मोठी जबाबदारी आहे आणि आपण बाळाचा विचार कधी करू, या कल्पनेनंच मला धडकी भरते! पण माझ्या पाठीशी माझ्या घरचे आहेत, ते मला यातून तारून नेतील.

– निष्मा शाह, वय २३ वर्षे
मिल्टन कीन्स, यूके

का कोण जाणे, पण बरीच किशोरवयीन मुले बाळ होण्याची वाट पाहत असतात... पण आता ही गोष्ट टाळण्याकडे कल दिसतो आहे. बाळ जन्माला घालण्याविरोधी मतप्रवाह रुजताना दिसतो आहे. कारण तुमची मित्रमंडळी तुम्हाला 'भयप्रद' कथा सांगतात आणि वर म्हणतात, "मला लहान मुलं खूप आवडतात, पण मला स्वत:चं बाळ नको आहे." सगळ्याचा अर्थ समजून न घेताच मीही याच मताशी सहमत झाले होते! या मुली जे बोलत होत्या तसं त्यांना खरंच वाटतं होतं का... असं माझ्या मनात येतं...

– अर्निका परांजपे, वय २१ वर्षे
लंडन, यूके

बऱ्याच काळानंतर तुमची व एका दूरच्या मावशीची भेट होते. या अनावश्यक भेटीच्या अवघडलेल्या जाणिवेतून तुम्ही जेमतेम बाहेर आलेले असता आणि गेल्या खेपेला आपण तिला भेटलो होतो, तेव्हा ती कशी होती हे आठवण्याचा प्रयत्न करत असता. तुम्हाला आवडत असो वा नसो, तुमच्या ओळखीच्या लोकांशी तुम्हाला काहीतरी बोलावंच लागतं! खरे म्हणजे, तुम्ही काळजी करण्याची आवश्यकता नाही. तुमची ती अतिप्रेमळ मावशी सगळ्यात आधी तुम्ही किती उंच झाला आहात, याबद्दल आश्चर्य व्यक्त करेल. आता वयाच्या अठराव्या वर्षापर्यंत कुणीही... अगदी कुणीही तुम्ही त्याला मागच्या वेळी पाहिलं असेल त्यापेक्षा उंच होणं अपेक्षित असतं; पण तुमचा वाढीचा दर ही मोठ्या लोकांच्या दृष्टीनं; विशेषकरून तुम्हाला नेहमी न भेटण्याऱ्यांच्या दृष्टीनं इतकी आश्चर्यकारक अभूतपूर्व गोष्ट का असते कोण जाणे!

"मावशी तू मात्र कमी झालेली नाहीस!" तुम्ही तिच्या 'वाढता-वाढता वाढे'

तुकच कौतुक !

देहाकडे नजर टाकत म्हणता. (दुर्दैवानं, मनातल्या मनात! कारण तुम्ही जराही उद्धटपणा केलात, तर तो तुमच्या घरी प्रकाशाच्या वेगानं जाऊन पोहोचणार हे तुम्हाला माहीत असतं.) त्यानंतर मग सविस्तर तपशील येतात, बाळ असताना तुम्ही किती 'इवलुसे' होतात, तेव्हा ती तुमच्या गुलाबी गोबऱ्या गालांचे कसे गालगुच्चे घ्यायचे, त्यासोबत मग अतिशय लाजिरवाणं करणारे आणि अनावश्यक तपशील येतात. त्यानंतर मग संभाषणात तो हतबुद्ध करणारा क्षण येतो – "तू इतिहासात पहिला नंबर मिळवलास ना? तुला अभिनयाचं बक्षीस मिळालं ना? किती छान! तू इतका फोटोजेनिक आहेस... तुझं तुझ्या आजोबांशी किती साम्य आहे... तू हुबेहूब त्यांच्यासारखा दिसतोस..."

या गोष्टीनं तुमची दांडीच उडते. इथं तुम्ही आठवण्याचा प्रयत्न करत असता की, गेल्या वेळी हिला भेटलो होतो तेव्हा ही कशी होती, म्हणजे तिच्याशी काहीतरी बोलता येईल... आणि तिला तर तुमच्या शाळेतल्या ताज्या घडामोडींचीसुद्धा सगळी बित्तंबातमी आहे. ती तर तुमच्या शाळेच्या नाटकातला तुमचा फोटो

पाहिल्याचंसुद्धा सांगते! तुम्ही चरफडत कसनुसे हसता आणि तोंडातल्या तोंडात आभाराचे काही शब्दही फेकता. मात्र मनातल्या मनात तुम्ही नुसते धुमसत असता. आई तुमच्या बाबतीत हे असं कसं काय करू शकते... तुमचं इतिहासाचं मेरिट आणि शाळेतलं नाटक याबद्दल ती सरसकट कुणापुढंही बोलते? "आई, ही फक्त नेहमीसारखी इतिहासाची परीक्षा होती आणि शाळेच्या नाटकात मला छोटीशी भूमिका होती."

तुमच्या आयुष्यात घडणाऱ्या प्रत्येक बारीकसारीक गोष्टीचं तिनं असं मोठं प्रदर्शन कशाला करायला पाहिजे?

का हे बाबांचं काम होतं? बाबा घरी असताना या मावशीनं घरी फोन केला असला तर हे बाबांचंसुद्धा काम असू शकेल. तुम्ही जर सायन्समध्ये पहिले आला असतात, तर त्यांना फारच आनंद झाला असता. पण शाळेत तुम्ही कुठल्यातरी विषयात का होईना; पण पहिले आलात, याचा त्यांना खूप आनंद झाला होता.

'अ हाउस' हे तुमचं पहिलंवहिलं चित्र फ्रीजच्या दारावर चिकटवणं ही गोष्ट वेगळी होती आणि खरंतर, तेव्हा तुम्हाला तितकंसं कळतही नव्हतं. पण आता तुम्ही कशाचंतरी अंगठ्याएवढं बक्षीस घेऊन घरी येता किंवा शाळेतली एखादी छोट्यात छोटी 'छानशी बातमी' आईला सहज म्हणून सांगता, तेव्हा तिचे डोळे चमकून उठतात... जणू ती युद्धात विजय प्राप्त करून घरी आलेल्या 'वीरा'चं स्वागत करत असावी! आणि जर ही बातमी पोहोचवण्यास बाबा जबाबदार असतील... म्हणजे तसा त्याबद्दल निश्चित पुरावा नाही, पण ते असं करणारच नाहीत असं नाही. ...जो कुणी ऐकायला तयार असेल त्याच्यापुढे ते तुमच्या कौतुकाच्या गोष्टी सांगत असतातच.

सभ्य स्त्री-पुरुषहो, तुम्हाला पसंत असो वा नसो, तुम्हाला तुमचं कौतुक असणारे आईबाबा लाभलेले असतील, तर ते मुळीच बदलणार नाहीत... आत्ताही नाही आणि कधीच नाही. मुलांवर खूप खूप प्रेम करणाऱ्या कुणाही आईबाबांना विचारून बघा... ते मुळीच बदलणार नाहीत!

समजा अशा 'मावशी'च्या या प्रसंगानंतर तुमचा उद्रेक झाला. आणि तुम्ही त्यांना 'कृपा करून असं फुगवून सांगू नका' असं सुनावलंत तर कदाचित तुमच्या कामगिरीबद्दल तुमच्या समोर सांगताना, बोलण्यातील जोश थोडा कमी करण्याचा प्रयत्न होईल, पण तुमची पाठ वळली रे वळली, तुम्ही घरातून बाहेर पडलात, महाविद्यालयात गेलात, तुम्हाला नोकरी मिळाली, तुमचं लग्न झालं... काहीही झालं की, पोटच्या गोळ्याचा कौतुकसोहळा पुन्हा सक्रिय होतो. तुम्ही जेव्हा घरापासून बरेच दूर असता, तेव्हा तुमच्याकडची प्रत्येक गोष्ट, विशेषकरून जेव्हा इतर कुणी तुमचं कौतुक करत असेल तर ती गोष्ट म्हणजे तुमचं छान चाललं आहे याचा दिलासा असतो. आईवडील म्हणून त्यांनी तुमची योग्य जडणघडण केल्यामुळे

तुम्ही इथं पोहोचला आहात, असा त्यांना ठाम विश्वास असतो.

शाळेच्या नाटकापासून रुपेरी पडद्यापर्यंत, शाळेच्या मागील मैदानापासून ते आंतरराष्ट्रीय स्तरापर्यंत, तुमची पहिली नोकरी, तुमची पहिली बढती, तुमची पहिली कार, तुमचं नवं घर, तुमचं पहिलं मूल, तुमचं पहिल्यांदाच नाव छापून येणं, तुमचं जाहीर भाषण... त्यांच्या दृष्टीनं कायमच हे अभिमानाचे क्षण असतील... कौतुकच कौतुक!

मनोगत – किशोर, किशोरी / नवयुवक-युवती यांचे

आईबाबांनी कशाचंही गाजावाजा करणं टीनएजर्सना आवडत नाही. मला लोकांनी माझा ताबा घेणं खरोखर अजिबात आवडत नाही. माझ्या चांगल्या परिचयाच्या कुणी असं केलं तर ठीक आहे, पण ज्यांना मी वर्षानुवर्षांत पाहिलेलं नाही अशा एखाद्या काकांनी मला सांगायला सुरुवात केली की, ''तुझा लेख शाळेच्या मासिकात आला होता ना, तुझ्या आईनं सांगितलं...'' मी वैतागते, तरीसुद्धा आम्ही हे चालवून घेऊ शकतो... ही आमच्या आईवडिलांची, आमचं कौतुक करण्याची पद्धत असते.

– मही जोशी, वय १२ वर्षे
मिल्टन कीन्स, यूके

मला वाटतं ही किशोरवयीन व्यक्तीच्या मनातल्या अगणित गूढ गोष्टींतली एक गोष्ट आहे! एखाद्याचं कौतुक करायला जावं तर, त्याला इतका वैताग येईल असं कुणाच्या मनात येईल? आपण लिहिलेला लेख योगायोगानं अशा दुसऱ्या मावशी किंवा काकांच्या वाचनात आला असता आणि त्यांनी आपलं कौतुक केलं असतं, तर तेव्हा आपण असेच वैतागलो असतो का? मला वाटतं, नसतो वैतागलो. मला वाटतं, आपण वैतागण्याचं मुख्य कारण या प्रकरणाच्या शीर्षकातच आहे. आपला एखादा लेख शाळेच्या मासिकात छापून आला किंवा आपण शाळेच्या नाटकात एखादी भूमिका केली म्हणजे आपण उदयोन्मुख लेखक झालो, किंवा परिपूर्ण अभिनेता झालो असं आपल्याला वाटत नसतं. मात्र आपले आईवडील आपलं तशा प्रकारे वर्णन करत आहेत असं आपल्याला वाटत असतं. अशा वेळी आपण हे विसरतो की, आपल्या दृष्टीनं हे 'बिग डील' नसलं तरी ही त्यांच्या दृष्टीनं खूप मोठी गोष्ट... 'अ बिग डील' असू शकते...! आपण लहान होतो तेव्हा, आपण आपल्या जवळच्या आवडत्या गोष्टीबद्दल फुशारक्या मारायचो (कदाचित आपण आत्तासुद्धा ते करत असू!) त्यामुळे पुढच्या वेळी जेव्हा तुम्हाला तुमच्या एखाद्या गोष्टीबद्दल आईवडिलांनी फुशारक्या मारण्याचा वैताग येईल, त्या वेळी लक्षात ठेवा की, आत्ता तुम्ही त्यांची आवडती गोष्ट आहात!

– विराजस कुलकर्णी, वय १८ वर्षे
मुंबई, भारत

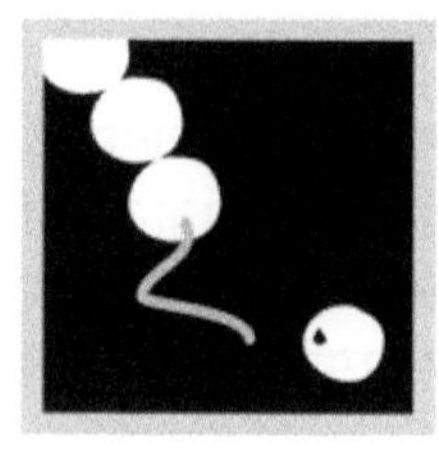

सारं संपलं आहे.

तुम्ही तिला खूश करण्यासाठी इतकं सगळं केलंत तरी ती तुम्हाला सोडून गेली?

काही काळापूर्वी तो तुमच्या आयुष्यात झुळकेसारखा आला होता... तसाच तो निघूनही गेला होता किंवा तुम्हीच दूर व्हावं असं वागला होता?

काहीही असो... तुमचं त्याच्याशी वा तिच्याशी बिनसलं आहे.

कदाचित तुम्हाला धक्काही बसला असेल. हे सगळं खरंखुरं समजून हा नात्याचा गोफ सुंदर विणला जाण्यासाठी तुम्ही बराच त्याग केला. तुम्ही सगळ्या तडजोडी केल्या. दर खेपेला तुमचे बेत बदलले ते फक्त तुमच्या प्रिय व्यक्तीसोबत असण्यासाठी. कदाचित तुम्ही तुमची केशरचना बदलली असेल, कपड्यांच्या कपाटाला नवी झळाळी आणली असेल, काही वाईट सवयी सोडून दिल्या असतील, (त्या तुम्ही सोडल्या असतील तर बरंच, प्रत्येक काळ्या

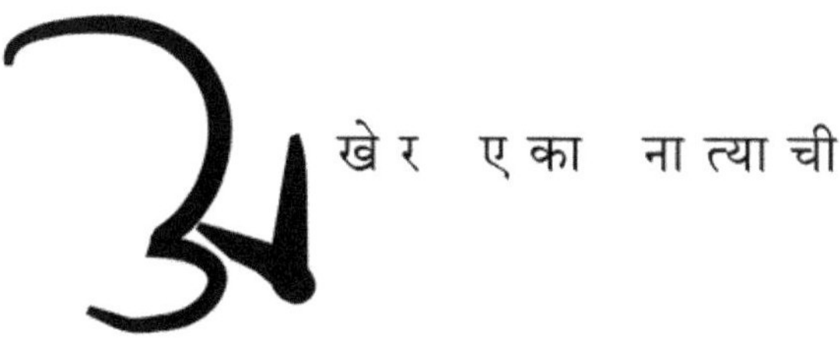

ढगाला रुपेरी किनार असतेच ना!) तुमचे करिअरचे बेत बदलले असतील (ते तुम्ही बदलले नसतील तर बरं) आणि फक्त तुमच्या सहचराशी जुळवून घेण्यासाठी म्हणून तुम्ही तुमच्या जुन्या मित्रमैत्रिणींपासून अंतर राखलं असेल. (हे तुम्ही केलं नसेल तर बरं!) आणि हे नातं जुळावं यासाठी इतके कष्ट घेऊनही एके दिवशी ते संपलं आहे. तुम्ही एकटेच विचार करत आहात, की हे सूर जुळून राहण्यासाठी तुम्ही आणखी काय करू शकला असतात?... बहुधा... काहीच नाही. करण्याजोगं काहीच उरलेलं नसतं. तुम्ही तुमच्या सर्वशक्तिनिशी प्रयत्न करूनही जर हे नातं तुटलं असेल, तर तुम्ही तुमचं प्रेम, आपुलकी अशा व्यक्तीसाठी राखून ठेवली पाहिजे, जी त्यासाठी अधिक लायक आहे, असं नाही वाटत?

किंवा समजा, सूत्रं तुमच्या हातात होती आणि तुम्हा दोघांसाठी काय चांगलं ते तुम्ही ठरवलंत, त्या वेळी आपण आपली मतं तिच्यावर लादत आहोत हे तुमच्या लक्षातच आलं नव्हतं. पण, तुम्ही जे काही केलंत ते चांगल्या मनानंच...

तुमच्या सहचरासाठी आणि तुमच्यासाठी.

किंवा कदाचित तुमचं नातं दोन भिन्न जातीच्या परोपकारी प्राण्यांच्या सहजीवनासारखं होतं आणि तुम्ही दोघंही प्रेमात आकंठ बुडालेले होतात. बहुधा तुमच्या नात्यात सगळे अंदाज आधीच येऊ लागले होते.

किंवा कदाचित, तुम्हा दोघांचं प्रत्येक गोष्टीत भांडून झालेलं असेल आणि आता भांडण्याजोगं फारसं काही उरलंच नसेल. कदाचित ही वादळापूर्वीची शांतता असेल. आत्ता तुम्ही खूप दु:खी असाल. तुम्हाला त्या सगळ्या मौल्यवान चिठ्ठ्या आणि कार्ड्स फाडून टाकावीशी वाटत असतील किंवा निदान ती दृष्टिआड करावी असं तरी वाटत असेल. तुम्ही काही काळ तरी जिथं जाऊ इच्छित नाही, अशा ठिकाणी ती फेकून द्यावीत असं वाटत असेल.

किंवा ज्या व्यक्तीनं तुम्हाला हे दु:ख दिलं आहे त्या तिरस्करणीय व्यक्तीचा सूड घ्यावा असं वाटत असेल.

किंवा मूर्खपणे वागल्याबद्दल, तुम्ही हे घडणार आहे याची चाहूल न घेतल्याबद्दल, या नात्यात खूपच दिल्याबद्दल किंवा अतिस्वार्थीपणा केल्याबद्दल स्वत:लाच दूषणं देत असाल.

त्या वेळी जरी तुम्हाला तुमचं वागणं अगदी बरोबर वाटलं असलं तरी ते चुकीचंच असणार. तुमचं प्रेम लाभण्याची जिची खरोखरच पात्रता आहे, अशी दुसरी व्यक्ती आहे... तिचं आल्हादक प्रेम तुमच्यावर उधळून देण्यासाठी योग्य क्षणाची ती प्रतीक्षा करते आहे! तुमच्या आयुष्यात प्रेमाचा नवा बहर येऊ घातला आहे. जरा धीर धरा, श्वास रोखून वाट पाहा!

मनोगत – किशोर, किशोरी / नवयुवक-युवती यांचे

मी असं पाहिलं आहे की, 'विचारी' नाती तुटतात तेव्हाच बेअकली नाती तयार होतात. माझ्या पाहण्यात आलेलं सर्वाधिक समान कारण म्हणजे 'मला एकटं असण्याची सवय नाही.' आपली अगदी सर्वांत जवळची मैत्रीण या टप्प्यातून जात असली तरी, आपण ज्याला अक्कल म्हणतो ती तिला वापरायला लावणं कठीणच असतं! मला वाटतं, नात्याची अखेर होते तेव्हा, ते फक्त त्या दोघांसाठीच अवघड जात नाही... तर त्यांच्या आजूबाजूच्या लोकांनाही त्यांच्या बरोबरीनं त्याच्या झळा बसतात.

– अर्निका परांजपे, वय २१ वर्षे,
लंडन, यूके

या प्रजातीसाठी वयोमर्यादा वय वर्षे चार ते चाळीस किंवा त्यापेक्षा अधिक आहे. मला अगदी आत्तापर्यंत माहीत नव्हतं, (अर्थातच एका किशोरवयीन मुलाने मला ही माहिती पुरवेपर्यंत) की वयाच्या चौथ्या वर्षी एखादा 'बॉयफ्रेंड' असणं म्हणजे तुम्ही दोघांनी एकत्र असणं, मधल्या सुट्टीत तुम्ही दोघं एकत्र बसता, एकत्र खेळता किंवा पुस्तकं व खेळणी यांची देवघेव करता. हे नातं अगदी गोडुलं वाटतं, पण ही 'नोट' 'पपी लव्ह'बद्दलची नाही, तर ही 'नोट' आहे तुमच्याबद्दल, तुमच्या मोठं होण्याबद्दल आणि 'तो' खास व्यक्ती तुमच्या आयुष्यात येण्याबद्दल. 'बॉयफ्रेंड' या शब्दाचा अर्थ तुमच्या लेखी काहीही असो (आणि आम्हाला तो नीट समजून घ्यायला आवडेल!) पण त्याचा अर्थ असा असतो की, तुम्हाला 'तो' मिळाला आहे, जो त्या क्षणी तुमच्या लेखी इतर कुणाही व कशाहीपेक्षा जास्त महत्त्वाचा आहे.

चांगला जिवलग मित्र कसा असतो? (कुमारांनो, तुम्हीही हे वाचत असाल

अशी मला आशा आहे.) तो तुमची काळजी घेतो, तुमची वाट पाहतो, तो तुमच्या सुरक्षिततेच्या बाबतीत जागरूक असतो आणि तुम्हाला काय वाटतं, याचा तो विचार करतो. तुम्हाला एखादी गोष्ट आवडत नसेल तर ती गोष्ट न करण्याचा तो आटोकाट प्रयत्न करेल. तुम्ही जशा आहात तशा रूपात तो तुमचा मान ठेवेल. तुमच्या मताला किंमत देईल आणि चार लोकांत कधीही तुमचा पाणउतारा करणार नाही. तो तुमच्या सुरक्षिततेबद्दल आस्था दाखवतो जेव्हा तुमच्या सुरक्षिततेचा विषय पणाला लागलेला असतो, अशा वेळी तो तत्पर कृती करत असला तरी तो तुमचा 'मालक' असल्याच्या थाटात वागणार नाही. तुम्ही कुणामध्ये मिसळावं व कुणामध्ये मिसळू नये याबाबतीत किंवा कुणाची 'संगत' वाईट आहे, याबद्दलची स्पष्ट मतं देऊन तुमच्यावर अधिकार गाजवणार नाही. अर्थात, एखादी गोष्ट अथवा एखादी व्यक्ती तुम्हाला शारीरिक इजा करू शकेल किंवा तुमचे मानसिक स्वास्थ बिघडवेल असे वाटले, तर तो तुम्हाला त्याबद्दल सांगेल, पण त्यानंतर मात्र तो तुमचा तुम्हाला निर्णय घेण्याची संधी देईल. तो तुमच्यावर विश्वास ठेवेल.

तो तुमच्यासोबत असताना कुणी पाहिलं तरी त्याला कधीही अवघडल्यासारखं होणार नाही... अगदी तुम्ही जुनाट टी-शर्ट आणि तळ झिजलेल्या चपला अशा अवतारात त्याच्यासोबत गेला असलात तरी तो अगदी अभिमानानं 'माझ्या आयुष्यातली खास व्यक्ती' अशी त्याच्या मित्रांशी तुमची ओळख करून देईल. तुम्ही त्याचे मित्र आणि त्याच्यासाठी महत्त्वाच्या असणाऱ्या लोकांच्या बाबतीत विशेष कष्ट घेतलेत, तर त्याचं त्याला कौतुक वाटेल. त्याच्या एखाद्या मित्रानं तुमची स्तुती केली, तर तो लाडिक अभिमानानं तुमच्याकडे पाहील. समजा तुम्ही त्याच्या एखाद्या मित्राची स्तुती केलीत, तरी तो सगळ्या गमतीत मजेनं सहभागी होईल. त्याच्या मनात तुमच्याबद्दल पूर्ण विश्वास असेल. एखाद्या कार्यक्रमात एखाद्या माणसानं तुमच्याशी जरा जास्तच जवळीक साधण्याचा प्रयत्न केला, तरी तो अतिशय सभ्यपणे तो प्रसंग हाताळेल. अशा वेळी तो तुमच्यावर 'तुम्हीच ते ओढवून घेतल्याचा' आरोप करून तुमच्यावरच खापर फोडणार नाही.

एखाद्या मुलीने त्याच्यावरील प्रेम व्यक्त करण्याचा प्रयत्न केला तर तो ठाम; पण नम्र हास्याद्वारे त्या गोष्टीला नकार देईल. कसलेही तमाशे नाहीत, नाटकं नाहीत आणि फसवण्याचा तर प्रश्नच नाही.

समजा अशी एखादी मुलगी आहे जी त्याला एसेमेस पाठवत आहे, फोन करत आहे, जर त्यानं तिच्यावर प्रेम केलं नाही तर ती मुलगी स्वत:चं बरंवाईट करून घेण्याची धमकी देत आहे; पण तो मात्र तिच्या प्रत्येक 'टेक्स्ट मेसेज'ला लगेच प्रतिसाद देत नाही किंवा तिचा फोन आला रे आला की, शेजारच्या खोलीत गडप होत नाही. उलट तुम्ही तिथंच त्याच्या जवळ बसलेल्या असताना तो तिला तुमच्या दोघांबद्दल सांगतो, तिला सौम्यपणे व संयमानं समजावून सांगतो. तरीही समजा तिनं हेका सोडला नाहीच (आणि तिच्यासारखे लोक नेहमी असंच करतातच.) तरी तो तिचे फोन घेतो आणि आधी सांगितलेलंच सगळं पुन्हा सांगतो... त्याच सौम्यपणे व संयमानं; पण अधिक करारीपणे! त्यातूनही समजा गोष्टी हाताबाहेर जाण्याची भीती वाटलीच तर, तो तुमच्या मदतीच्या व विश्वासाच्या बळावर तिला व्यावसायिक समुपदेशन मिळवून देण्याचा प्रयत्न करतो.

मुलींनो... जर हे सगळं वास्तवात असावं, हे योग्य आहे असं वाटत असेल; परंतु तुमचा बॉयफ्रेंड आपण इथं विचारात घेतलेल्या कुठल्याही प्रसंगात अशा प्रकारे कधीच वागत नसेल तर पुन्हा विचार करा. तुमच्या 'खास मित्रा'ला तो न आवडण्याची खूप शक्यता आहे. जर तुम्हाला यातल्या कुठल्याच गोष्टीचं आश्चर्य वाटलं नाही आणि तुमचा बॉयफ्रेंड अशा प्रत्येक प्रसंगात वर नमूद केल्याप्रमाणेच वागत असेल तर... उत्तम... तुम्हाला 'तो' मिळाला आहे. त्याला गमावू नका!

आणि जर तुम्हाला जिवलग मित्र नसेल तर, वाट पाहा. शक्य तितकी वाट पाहा! तो जवळच कुठंतरी आहे...

मनोगत – किशोर, किशोरी / नवयुवक-युवती यांचे

तुम्ही म्हटल्याप्रमाणे सध्याच्या काळात वय वर्षे चार ते पन्नास या दरम्यानच्या कुणालाही बॉयफ्रेंड असू शकतो. त्यामुळे मी मला बॉयफ्रेंड नसल्याचे सांगते, त्या वेळी चक्क कुणाचाही माझ्यावर विश्वास बसत नाही! सहावीतल्या काही मुली त्यांचे सेलफोन्स दिमाखात मिरवत आपापल्या बॉयफ्रेंड्सबद्दल बोलत होत्या हे पाहून मी आश्चर्यचकित झाले होते! मी सुयोग्य मुलासाठी वाट पाहायला आनंदानं तयार आहे, पण बाकीचे मला ते करू देणार आहेत का? मजेची गोष्ट म्हणजे, काही वर्षांपूर्वी बॉयफ्रेंड असणाऱ्या टीनएजर्सना पाहून 'भुवया उंचावल्या' जात असत; पण आज मी जेव्हा मला बॉयफ्रेंड नसल्याचं सांगते तेव्हा मला तीच प्रतिक्रिया पाहायला मिळते! भुवया उंचावल्या जावोत अथवा न जावोत, पण मी लोकांच्या अपेक्षा आहेत म्हणून मला भेटणारा पहिला मुलगा पकडून त्याला माझा बॉयफ्रेंड बनवणार नाही! मी एकटी आहे... सिंगल. आणि मला त्याचा अभिमान आहे! 'तो' क्षण नक्की येईल!

– नमिता दळवी, वय १९ वर्षे
पुणे, भारत

होय, ब्रेसिझ (दंततारबंध) दुखवतात, पण मुख्यत्वे नुकत्याच लावल्या लावल्या दुखवतात. तुम्हाला त्या उपसून काढून टाकाव्यात असे तीव्रतेने वाटते... मला कळतेय... विशेषकरून जेव्हा हसण्याजोगं काहीतरी घडतं आणि तुम्ही तुमचे ओठ दाबून एकत्र आणायचा प्रयत्न करत असता तेव्हा! कुणी तुमची चेष्टा करत नाही आणि तुम्हाला वाटतं, तशा तुमच्या दातांवरच्या ब्रेसिझ विचित्र, कुरूप वगैरे दिसत नाहीत. खरंतर, त्या राक्षसी, अभद्र दिसू शकतात... काही जणांना तर त्याचे प्रचंड आकर्षण असू शकते. आणि का नाही? जर 'वुल्फ मॅन'चे सुळे पाहून तरुणींच्या पिढ्यान्‌पिढ्या बेहोश होत आल्या आहेत (सगळे जण 'वेरवुल्फ'च्या प्रणयकथा वाचता ना?) तर तुमच्या 'पोलादी' मादक स्मिताचा परिणाम नक्कीच होऊ शकेल!

ओके, तुम्हाला अजूनही तुमच्या गॅंगची 'ब्रेसेस क्वीन' असण्याच्या सन्मानातील

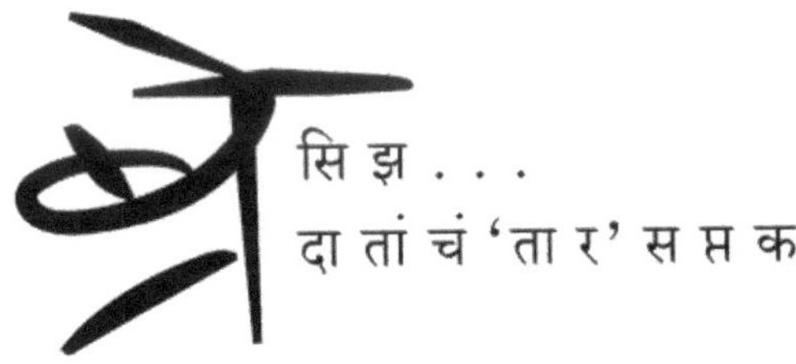

गंमत आवडत नसली, तर निदान मनातून त्यांचा विचार तरी हद्दपार करा. तुमचे ब्रेसेसचे उपचार जेवढे लवकर पूर्ण होतील, तितकी तुम्हाला अधिक खुशी लाभेल. एकदा मला एक मुलगी भेटली. तिने साधारण पंचविशीच्या दरम्यान ब्रेसेस लावल्या होत्या. तिच्या भव्य लग्नसोहळ्याच्या आधी काही दिवसच तिनं त्या उतरवल्या होत्या... त्यामुळे इतकी वाट पाहू नका. दंततज्ज्ञ त्या जितक्या लवकर लावतील... तितकी लवकर त्यातून मुक्ती मिळेल! हसा बरे आता!

मनोगत – किशोर, किशोरी / नवयुवक-युवती यांचे

अरे बापरे! मी पूर्ण चार वर्षं त्या सोसल्या आहेत! पण मला त्यांची इतकी सवय झाली होती की, त्यांचे अस्तित्व माझ्या लक्षात येणेसुद्धा बंद झाले होते. अजूनही मला तो दिवस आठवतो जेव्हा मी त्या प्रथम लावल्या होत्या. ही एक नवीन वस्तू आहे, या समजुतीत मी अगदी रोमांचित झाले होते. मी त्या सगळीकडे दाखवत फिरत होते! त्यानंतर काही तासांतच मी वेदनेने विव्हळत बिछान्यात गडबडा लोळत होते! (मला आईचे लक्ष वेधून घ्यायचे होते.) मला अंगात ताप

भरलाय असे वाटत होते. मी रात्रभर रडत होते. मग आईनं मला डेव्हिड आणि गोलिएथची गोष्ट सांगितली तेव्हा माझी कळी खुलली! पण तेव्हाच्या माझ्या त्या ब्रेसेसचे आभार; कारण आज त्यांच्यामुळेच मला सुंदर हास्य लाभलं आहे!

– ऐश्वर्या राज, वय १६ वर्षे,
पुणे, भारत

तुम्ही इतरांसाठी करमणुकीचे मुख्य साधन आहात. तुमचे गोबरे गाल, तुमच्या वेण्या, तुमची छोटी आकृती, तुमचे पुढे आलेले दात, तुमचे कपडे, तुमचं दिसणं इतरांपेक्षा जराजरी वेगळं असेल, तर त्याची टर उडवून करमणूक करून घेण्याचे ते उत्तम साधन आहे. तुम्ही अशा दंडेलशाहीबद्दल पूर्ण अनभिज्ञ असाल आणि तुमची दंडेलशाही करणाऱ्या गुंडाशी व त्याच्या / तिच्या मित्रमैत्रिणींची गाठ पडली तर तुम्ही गर्भगळित व्हाल. ते पुढे काय करतील? 'हा हा हा हा' करायला नेहमीच तयार असणाऱ्या बघ्यांसाठी त्या दिवशीची गंमत काय असेल? त्याचा तुमच्यावर काय परिणाम होईल? जर तुमचा बांध फुटला आणि तुम्हाला अश्रू रोखता आले नाहीत तर?

आजवर असं कधीही झालं नसलं तरी कधीतरी ते होईल. तुमच्या शालेय जीवनात, महाविद्यालयांत किंवा काहींच्या बाबतीत तर नोकरीमध्येसुद्धा हा प्रकार निरनिराळ्या स्वरूपात घडू शकेल.

अशा प्रकारची गुंडगिरी का घडते? बरेचदा ती करणाऱ्याच्या शौर्याच्या मुखवट्याआड, दुबळा असुरक्षित माणूस दडलेला असतो. अशा एखाद्या माणसाला घरी मार खावा लागलेला असतो, ओरडून घ्यावं लागलेलं असतं किंवा घरात त्याच्याकडे दुर्लक्ष झालेलं असतं. आणि मग त्याला या सगळ्या नैराश्याला वाट करून द्यायची असते. मग जो कुणी दंडेलशाही मुकाट्यानं सोसेल आणि जशास तसे न्यायानं प्रतिटोला देणार नाही, अशाच व्यक्तीवर गुंडगिरी आजमावली जाते. शिवाय त्या 'गुंडा'च्या मित्रमंडळींच्या टोळक्यात त्याचं प्रमुख म्हणून 'स्थान' अबाधित राखण्याचा त्याच्यावर दबाव असतो... तीव्र 'पिअर प्रेशर.' त्यामुळे हा अहंकाराचा प्रश्न बनलेला असतो. मित्रमंडळीमध्ये तो भित्रा म्हणून गणला जाऊ नये यासाठी ही पुंडाई चालू राहते.

अर्थात, या प्रकाराला तोंड देण्याचा सर्वांत चांगला मार्ग म्हणजे अशा शेऱ्यांकडे सरळ दुर्लक्ष करणं. असं टोळकं अखेर कंटाळेल आणि हा उद्योग थांबवेल, पण हे सोपं नाही. असा रोज छळ होत असल्यास तुम्हाला काय करावं

सुचणार नाही, वैताग येईल, पण तरीही कोणत्याही प्रकारे प्रतिक्रिया देऊ नका.

तुमचे गालगुच्चे घेणं, वेण्या ओढणं आणि तुमच्यावर डझनभर तिरके बोचरे शेरे मारणं यापलीकडे जाऊन ही दादागिरी जास्तच धीट होत चालली आहे का? त्याची किंवा तिची तुमच्या शाळेच्या दप्तरात शिरण्यापर्यंत, तुमच्या खाऊच्या डब्यात हात घालण्यापर्यंत किंवा चक्क तुमच्या कंपासपेटीतून बसचे पैसे उचलण्यापर्यंत मजल गेली आहे का? जर यापैकी काहीही घडत असेल, तर तुम्ही स्वतःच ठामपणे उभं राहून यातून मार्ग शोधला पाहिजे. तुम्ही आईवडील किंवा घरातल्या मोठ्या कुणाची मदत घ्या. शिक्षकांची किंवा तुमचा ज्या व्यक्तीवर पूर्ण विश्वास आहे अशा व्यक्तीची मदत घ्या. त्यांच्या मदतीनं तुम्ही शाळा/महाविद्यालय प्रशासनाकडे औपचारिक तक्रार दाखल करा. जर हा प्रकार रस्त्यावर घडत असेल आणि तो 'दादा' व त्याचं टोळकं तुमच्या शाळेत किंवा महाविद्यालयात नसेल तर सरळ पोलिसांत तक्रार द्या. असं करण्यामुळे अर्थातच तुम्ही इतरांचं लक्ष वेधून घ्याल आणि अशा प्रकारच्या कामासाठी तुमच्या आईवडिलांनी तुमच्यासोबत शाळेत/महाविद्यालयात येणं हे कदाचित तुम्हाला बरं वाटणार नाही. यामुळे आपले मित्रमैत्रिणी काय म्हणतील, याचं तुम्हाला दडपण वाटत असेल तर लक्षात ठेवा – या परिस्थितीतून तुम्हाला बाहेर काढण्यासाठी व तुमचा रोजचा छळ थांबवण्यासाठी कुणीही या दादागिरीविरोधात तुमच्या बाजूनं उभे राहिले नव्हते.

त्यामुळे चला, स्वतःच ठाम उभे राहा. शेवटी गुन्हा सहन करणं हासुद्धा एक गुन्हाच असतो!

मनोगत – किशोर, किशोरी / नवयुवक-युवती यांचे

माझ्या मते, शिक्षक / समुपदेशक / पोलीस यांच्याशी बोलण्याचा काहीही उपयोग होणार नाही. या असल्या कुबड्या तुम्हाला आयुष्यभर पुरणार नाहीत. तुम्ही जिथं जाल तिथं तुम्हाला कायमच असले 'दादा' भेटतच राहतील. त्यामुळे कुठल्या बाह्य आधारावर विसंबण्यापेक्षा आपणच प्रत्युतर द्यायला पाहिजे. त्या 'दादा' व्यक्तीतल्या उणिवा शोधा आणि त्याला त्याबद्दल चिडवा. जर ते शक्य नसेल तर, सर्वांत सोपा मार्ग म्हणजे जेव्हा तुम्हाला त्रास दिला जातो तेव्हा, प्रतिक्रिया देणं थांबवा. संताप किंवा तिरस्कार दाखवू नका, रडू नका, भडकून बोलू नका किंवा वाद घालू नका. आपल्या 'शिकारी'वर काहीच परिणाम घडत नाही आणि ती तर 'स्थितप्रज्ञ'च आहे हे पाहून पुंडाई करणाऱ्याचं अवसान गळेल.

– रसिका जोशी, वय १८ वर्षे,
पुणे, भारत

मी दहा वर्षांची होते तेव्हा मी दादागिरीचा पहिला (आणि एकमेव) अनुभव घेतला. माझ्या स्कूल बसमधला एक मुलगा मला चिडवायचा. त्याच्या दृष्टीनं मी 'जाडी' होते. मी सुकडी नव्हते. माझ्या दिसण्याबद्दल मी अतिजागरूक आणि 'क्रॅश

डाएट’वरही नव्हते. म्हणून मी ‘जाडी’! त्यानं कधीही मला हात लावण्याचा किंवा माझं शाळेचं दप्तर व इतर वस्तू घेण्याचा प्रयत्न केला नाही. तो फक्त मला चिडवत असायचा. एकदा मला बसस्टॉपवरून घरी न्यायला येणाऱ्यास दोन मिनिटं उशीर झाला होता, तेव्हा तो ड्रायव्हरला म्हणाला की, तिला जाऊ दे, ती टणाटण उड्या मारत घरी जाईल! मी बसमधून उतरले तीच अश्रूंने डबडबलेल्या अवस्थेत. माझ्या आईनं मला या गोष्टीचा मुळीच त्रास करून घेऊ नकोस असं सांगितलं. मग मी असल्या गोष्टीकडे दुर्लक्ष करायला सुरुवात केली आणि गोष्टी हाताबाहेर जात आहेत असं वाटलं तर मी खमका प्रतिटोला घेऊन सज्ज असायचे. “तुझं वजन किती?” या नेहमीच्या प्रश्नाला माझं नेहमीच उत्तर असायचं, “नक्की माहीत नाही; पण चार टन तरी असेल.” या उत्तरानं ते गप्प होत असत. तुमचा जर भयंकर छळ होत असेल तर कृपा करून त्याबद्दल कुणालातरी सांगा. कारण असले ‘दादा’ कितीही भयंकर असले तरी त्यातून मार्ग काढता येतो.

– मही जोशी, वय १२ वर्षे
मिल्टन कीन्स, यूके

वडिलधाऱ्यांची कुठलीही मैत्रीपूर्ण सूचना 'अप्रत्यक्षपणे काही सांगणारी' किंवा तुमचं मत बदलण्याचा प्रयत्न करण्याचा छुपा उद्देश असणारी असते तेव्हा, वाटचाल करणं बिकट असतं. अर्थात करिअर विषयक मार्गदर्शन करणाऱ्या तज्ज्ञ व्यक्ती तुम्हाला 'व्यावसायिक' मदत करतीलच, पण तुम्हाला तुमचं उर्वरित आयुष्य 'सध्या कशाची चलती आहे' यानुसार किंवा तुमच्या खास दोस्ताला तुम्ही काय करावंसं वाटतं यानुसार काढायचं आहे का?

तुम्हाला तुमच्या जागृतावस्थेतील नव्वद टक्के वेळात काय करायला आवडेल ...जवळजवळ चाळीस वर्षं... ते आधी ठरवा. तुम्ही कॉम्प्युटरसमोर बसला आहात, फोनवर फोन घेत आहात... आणि त्याहून महत्त्वाचं म्हणजे तुम्ही दुसऱ्या कुणाच्या इच्छेनुसार वागत राहू शकाल? अर्थात, जसा काळ पुढं जाईल तसं इतर कुणीतरी तुम्ही म्हणाल त्यानुसार वागेल, पण तरीही तुम्ही त्या 'सिस्टम'चा भागच असाल. तुम्ही स्वत:ला बाहेरच्या जगात लोकांशी संवाद साधणारे, दररोज काहीतरी

नवीन शिकणारे अशा रूपात पाहता का? तुमचं मन जे काही सांगेल, ते आधी नीट ऐका, आणि मग तो कौल घेऊनच इतर विचार करा... तुम्हाला जे हवं आहे त्यासाठी किती वर्षं प्रशिक्षण घ्यावं लागणार आहे? तुम्हाला ते प्रशिक्षण घेण्यासाठी आर्थिक पाठबळ उपलब्ध आहे का? तुमची आजवरची शैक्षणिक कामगिरी तुम्हाला त्या विशिष्ट प्रशिक्षण अभ्यासक्रमाला प्रवेश मिळवून देऊ शकेल का? ...अशा सगळ्या गोष्टींचा विचार करा. त्यानंतर मग डोक्यातून बाकी सगळं झटकून टाका आणि त्या दिशेनं पाऊल टाका!

पण तरीही नेहमी दुसरा पर्याय हाताशी असू द्या. समजा, तुम्हाला हवा असणारा उद्योगव्यवसाय करण्याची संधी मिळाली नाही, तर धीर धरा आणि तुम्हाला करायला आवडेल अशा दुसऱ्या चांगल्या गोष्टीचा विचार करा. एक दिवस तुम्ही आपण या मार्गावर आलो याबद्दल नशिबाचे आभार मानाल.

आणि समजा तुमच्या मनात गोंधळ उडाला असेल, तर ते अगदी स्वाभाविक आहे... काळजी करू नका. फक्त वाट बघा. कधीकधी लोक आपण कुठला उद्योग

निवडायचा हे ठरवतात आणि कधीकधी, उद्योग आपण कुठली माणसं निवडायची हे ठरवतो! धीर धरा... तुमचे दिवस येतील.

मनोगत – किशोर, किशोरी / नवयुवक-युवती यांचे

वयाच्या तेराव्या किंवा चौदाव्या वर्षी आपण आपल्या स्वप्नातल्या एका करिअरवरून दुसऱ्या करिअरवर अगदी सहज आलेलो असतो... खरंतर त्याबद्दल फारसा विचार न करताच. काही महिन्यांपूर्वी माझ्या एका मैत्रिणीनं मला याबाबत ताबडतोब विचार करण्याची गरज लक्षात आणून दिली आणि याचा मला माझ्या करिअरबाबतच्या आवडीनिवडी व प्राधान्याच्या गोष्टी ठरवण्यासाठी उपयोग झाला. मी आईवडिलांच्या कसल्याही दबावाविना माझ्या पसंतीचं करिअर निवडू शकले हे माझं सुदैव आहे. मला ज्यामध्ये रस आहे, अशी गोष्ट मी करू शकणार आहे. माझ्या बऱ्याच वर्गमैत्रिणींना अशी संधी मिळाली नाही.

– नमिता दळवी, वय १९ वर्षे
पुणे, भारत

अगदी खरं आहे! मला वाटतं, माझ्या आईला आतमध्ये कुठंतरी वाटतं की, मी 'आयुष्याच्या जीवघेण्या शर्यतीत' पिचत सगळं आयुष्य काढू नये, आणि त्याच वेळी तिला मी यशस्वी व्हायलाही हवं आहे!

– सोहम् सलगरकर, वय १६ वर्षे
मिल्टन कीन्स, यूके

कदाचित तुम्हाला अविश्वसनीय, 'इतिहासकालपूर्व' आणि 'अन-कूल' वाटेल, पण आम्ही आमचं शिक्षण, मित्रमैत्रिणींशी संपर्क राखणं, लोकांना महत्त्वाचे निरोप वेळेवर पोहोचवणं, पार्ट्या ठरवणं आणि चक्क कामंसुद्धा सेल फोन न वापरता केलेली आहेत.

होय, आम्ही त्या वेळी आमच्या बरोबरच्या लोकांसमवेत गप्पा मारत विद्यापीठाच्या परिसरात भटकायचो. त्या वेळी कुणीतरी आमचं लक्ष वेधून घेण्यासाठी तळमळत आहे हे दर्शवणारे बीप, पिंगच्या कर्र किंवा गुर्र अशासारखे आवाज नसत आणि सेल फोनधारक व्यक्तीचं त्यावरचं अत्यावश्यक काम पूर्ण होण्याच्या प्रतीक्षेत बाकीचे थांबलेले नसत.

ही गोष्ट फार कालबाह्य वाटू शकेल, पण आम्ही एका कृतीसाठी एकच उपकरण वापरण्यात कुशल होतो. म्हणजे फोटो काढण्यासाठी कॅमेरा, व्हिडिओ शूट करण्यासाठी कॅमकॉर्डर, कॉल करण्यासाठी टेलिफोन, व्हिडिओ पाहण्यासाठी

व्हिडिओ प्लेअर, गाणी ऐकण्यासाठी म्युझिक सिस्टीम, इत्यादी इत्यादी; पण आता तुमच्या तळहातावरच्या इवलुशा उपकरणातच हे सगळं घडतं आणि तुम्हाला हे सगळं घडवण्यासाठी कशी कुठली कळ दाबायची ते नेमकं ठाऊक आहे... याबाबत तुम्हाला सलाम!

तुम्ही फोनचं नव्यात नवं मॉडेल हाताळू लागता आणि अवघ्या काही तासातच त्याच्या विविध 'फंक्शन्स'मध्येही पारंगत होता... खरोखर कौतुकास्पद आहे.

अर्थात त्यामुळे तुम्हीसुद्धा सदैव 'संपर्का'त राहता. त्यामुळे तुम्ही घरी येण्याची जी वेळ सांगितली असेल त्यापेक्षा, एक तासभर जरी उशीर झाला तरी वेडीपिशी झालेली आई फक्त एकच नंबर फिरवते – तुमचा. तुमच्या सगळ्या मित्रांना व त्यांच्या घरच्यांना, तुम्ही उशिरा घरी परत आलात व तुमच्या आईला वाटत होतं तसे तुम्ही नाहीसे झालेले नाही आहात, ही तुम्हाला लाजिरवाणं करणारी गोष्ट कळू देण्याऐवजी ती सरळ तुम्हालाच फोन करते.

तुमची अतुल्य बुद्धिमत्ता प्रकट करण्याची सेल फोनची क्षमता कायम आहे.

ही गोष्ट शक्य आहे असं मला कधीही वाटलं नव्हतं, पण तुम्ही डायनिंग टेबलाशी बसून खात असता एखादा अनाहूत सल्ला ऐकत असल्याचा बहाणा करणारे सुयोग्य हुंकारसुद्धा भरता आणि संपूर्ण सुवाच्य (निदान तुमच्या मित्रांच्या दृष्टीनं तरी) टेक्स्ट मेसेज टाइप करता! तुमचा टेक्स्ट मेसेज ज्याला पाठवला आहे त्याच्या दृष्टीनं तो सुवाच्य आणि अतिशय आकर्षक असला पाहिजे असं मला वाटतं. कारण तुमचे काय चाललंय हे मला कळायच्या आत तुमच्या तळहातावर 'पिंग' होतं... म्हणजे तुम्हाला 'उत्तर' आलेले असते.

तुम्ही बाहेर ट्रेन / बसमध्ये तुमच्या मित्रमैत्रिणींबरोबर तुमच्या बेताबद्दल सविस्तर चर्चा करत असताना. अनोळखी माणसांना, तुम्ही तुमच्या मित्र / मैत्रिणीची वाट पाहत कुठं थांबणार आहात, किती वाजता जाणार आहात याची माहिती पुरवली आहे, तेथे वाट पाहणं कसं सुरक्षित आहे याची माहिती पुरवीत आहात याचे तुम्हाला जराही भान नसतं.

थांबा! आपल्या बेतांबद्दल बोलण्याआधी सावध व्हा. मी तुमच्या जवळच्या अद्‌भुत वस्तूबद्दल कुरकुर करत नाही... मला आपण वीस वर्षं उशिरा जन्माला आलो असतो तर बरं झालं असतं असं वाटतं... निदान या वस्तूसाठी तरी!

मनोगत – किशोर, किशोरी / नवयुवक-युवती यांचे

ही छोटीशी वस्तू आमच्या दैनंदिन जीवनाचा महत्त्वाचा हिस्सा बनली आहे. पण आमच्यापैकी बऱ्याच जणांसाठी हे व्यसन बनलं आहे! तथापि आम्हाला हे कळतंय, की कुठल्याही गोष्टींचा अति व सततचा वापर नक्कीच वाईट असतो... आणि आमच्या या फोनबद्दलच्या 'तथाकथित' झपाटलेपणाचे तसेच अनुषंगिक परिणाम घडण्याची भीती वाटते.

– रेवती कुलकर्णी, वय १७ वर्षे,
मुंबई, भारत

या खरोखर 'कूल' असलेल्या गोष्टीचं मला खरंच खूप आकर्षण आहे. मला सेल फोनच्या नव्या मॉडेल्सबद्दल त्याद्वारे काय काय करता येऊ शकतं, त्यांची किंमत किती आहे, वगैरे गोष्टींवर बोलायला खूप आवडतं. हा फोन जगभरात उपयोगाचा आहे, पण तो सावधपणे वापरा आणि त्यावर व्यक्तिगत माहिती किती द्यायची ते ठरवा. समजा तुमचा फोन हरवला तर, त्यात असलेली तुमच्याबद्दलची सगळी माहिती अनोळखी व्यक्तीच्या हाती लागणं धोक्याचं ठरू शकतं!

– मही जोशी, वय १२ वर्षे,
मिल्टन कीन्स, यूके

कोणे एके काळी चॅटिंग म्हणजे कुणाच्यातरी समोर बसून, आपल्या जबड्याच्या स्नायूंना दिलेला व्यायाम असायचा... म्हणजेच भेटीगाठी आणि गप्पाटप्पा. त्याचे फायदेही असायचे. जेव्हा मैत्रीण सांगायची की काही झालेलं नाही, तेव्हा फक्त तिच्या हाताच्या नखांकडे पाहायचे. नखं अजिबात वाढलेली नसतील आणि तरीही ती दहा मिनिटांपासून नखे कुरतडत असेल तर काहीतरी बिनसले आहे, हे कळायचे.

पण तुमचा चॅटिंगचा प्रकार म्हणजे... जबड्याच्या स्नायूंना व्यायाम नाही, फक्त क्लिक... कॉम्प्युटरच्या कीजचं क्लिक, चेहऱ्याच्या स्नायूंना व्यायाम देत संगणकाच्या पडद्यावर नजर खिळलेली... म्हणजे जांभया, डोळे चोळणं... अशा प्रकारचं. तुमची बरीचशी कामं म्हणजे दात घासणं, न्याहारी बकाबक खाणं, गाणी ऐकणं, गृहपाठ करणं, कपडे घालणं इत्यादी चॅटिंग प्रकरण अखंड सुरू असतानाच होत असतात.

त्यामुळे प्रत्येक पालकाच्या मनात अनेक प्रश्न उभे राहतात.

तुम्ही सदासर्वकाळ कुणाशी चॅटिंग करत असता?

तुम्ही प्रत्येक वेळी त्याच मुलाशी / मुलीशी चॅटिंग करता का?

जर याचं उत्तर हो असेल तर याचा अर्थ आहे, की तो मुलगा / मुलगीसुद्धा वेबवर तुमच्याइतकाच वेळ घालवतो किंवा तो / तीही तुमच्यासारखंच एका वेळी अनेक कामं म्हणजेच 'मल्टी-टास्किंग' करतो!

खरंतर तुमच्या चॅटिंगच्या कालावधीवर लक्ष ठेवणं म्हणजे तुमच्यावर अविश्वास दाखवणे. पण तुम्हीच म्हणता ना, अजून खूप काम करायचंय. गृहपाठ, परीक्षा, छंदवर्ग, आईवडिलांच्या अपेक्षांचं व्यवस्थापन, घराबाहेरच्या जगातली गजबज... आपल्याला आणखी वेळ मिळायला हवा होता असं तुम्हाला वाटत असतं ना? तुमच्या सर्वांत जवळच्या मित्राच्या आयुष्यातल्या घडामोडी जाणून घेत राहण्यानं तुमच्यामध्ये भावबंध व मैत्रीचं नातं घट्ट होत जातं. जर तुम्ही सतत 'लॉग इन' असाल आणि दररोज नवं 'स्टेटस' देत असाल, तर अर्थातच त्या त्या वेळी,

तुमच्या ओळखीचं कुणीतरी ऑनलाइन असेल आणि त्यांनाही तुम्हाला 'पिंग' करायला खूपच आवडेल! पण जर तुम्ही काही काळापुरती 'चॅट विंडो' बंद करून नेहमीपेक्षा वेगळ्या मार्गानं काही मोठ्या गोष्टी मिळवण्यावर लक्ष केंद्रित केलंत तर, तुम्ही 'सोशल रडार'च्या कक्षेतून काही कायमचे दूर जाणार नाही. जर एखाद्याला तुम्हाला खरोखर महत्त्वाचं काही सांगायचे असेल, तर ते तुम्हाला फोन करतील, ई-मेल करतील किंवा शक्य असल्यास तुम्हाला येऊन भेटतील. एखादा आठवडाभर हा प्रयोग करून पाहा आणि मग तुम्हाला जे काही मिळेल त्यात तुम्हाला आनंद वाटेल.

तुम्ही निरनिराळ्या लोकांशी चॅटिंग करता का? ते आळीपाळीनं होतं की एकाच वेळी सगळे जण तुमच्याशी चॅट करत असतात?

पण तुम्ही ज्या कुणाशी चॅटिंग करत असाल त्याला व्यक्तिश: ओळखत असाल तरच त्याच्याशी चॅट करा. ऑनलाइन व्यक्तिमत्त्वांच्या भयावह दुनियेत, तुमचा 'ऑनलाइन बेस्ट फ्रेंड' होऊ इच्छिणारा, पंधरा वर्षांचा गोड मुलगा वास्तवात पन्नास वर्षांचा 'शिकारी' असू शकतो. अपहरणकर्ता असू शकतो... कुणीही असू शकतो. ऑनलाइन मित्र कितीही चांगले व निरुपद्रवी वाटत असले तरी सावध राहा. फक्त तुमच्या खऱ्या मित्रमैत्रिणींशीच चॅटिंग करा.

मनोगत – किशोर, किशोरी / नवयुवक-युवती यांचे

सोशल नेटवर्किंग साइट्सवर किंवा सेल फोन्सवर चॅटिंग तर आम्ही जवळजवळ दिवसभर करत असतो! आपल्याला मित्र आहेत, आपण समाजात स्वीकारार्ह आहोत याचं ते सतत स्मरण देत असतं. काही दिवसांपूर्वी माझ्या आईनं मला फोनवर चॅटिंग, एसएमएस करताना पाहिलं आणि विचारलं, की तुम्हाला इतकं बोलण्यासारखं काय सापडतं? मी तिला कॉलेजमधल्या मैत्रिणीशी सहज बोलत होते त्याबद्दल सांगितलं. त्यावर तिचं म्हणणं होतं, की असं दिवसभर टेक्स्ट मेसेज पाठवत राहाण्यापेक्षा तू सरळ तिला फोन करून दहा मिनिटांत काय ते बोलून का टाकत नाहीस, ते ऐकल्यावर माझ्या मनात आलं, 'अरेच्चा! हा पर्याय आमच्या कधी लक्षातच आला नाही!' आणि मग मी ताबडतोब मैत्रिणीला आई काय म्हणाली त्याबद्दलचा मेसेज केला!

– नमिता दळवी, वय १९ वर्षे
पुणे, भारत

मला वाटतं आईवडिलांनी त्यांच्या मुलांची विचारप्रक्रिया नीट समजून घ्यावी आणि त्यानुसार त्यांना किती स्वातंत्र्य द्यायचं ते ठरवावं. असं केलं तर आम्ही मर्यादेत राहू हे उघड आहे. प्रत्येक मूल बिघडलेलं नसतं ही गोष्ट त्यांनी समजून घ्यावी आणि आमच्यावर विश्वास ठेवावा. आपण जर अनोळखी व्यक्तींच्या चॅट विनंत्या स्वीकारल्या नाहीत तर.... केल्या नाहीत, तर काही समस्याच उद्‌भवणार

नाहीत. अनोळखी लोकांची विनंती स्वीकारणारे किशोरवयीन निव्वळ मूर्खपणा करतात. ते याचे परिणाम माहीत असूनही संकटाला आमंत्रण देत असतात. आईवडिलांनी आणि शिक्षकांनी आम्हाला अनोळखी व्यक्तींबरोबर चॅटिंग करू नका हा डोस इतके वेळा पाजला आहे, की मी त्यांच्या सूचना झोपेतसुद्धा पाठ म्हणून दाखवू शकेन!

– प्रियंका पाचपांडे, वय १४ वर्षे
पुणे, भारत

तुमचं कपाट कपड्यांनी गच्च भरलेलं असतं, तरी पुढच्या आठवड्यात होणाऱ्या पार्टीला घालायला तुमच्याकडे काहीच नसतं! सगळ्यांनी तुमचं 'पार्टी वेअर कलेक्शन' आधी पाहिलेलंच असतं. तुम्ही तुमच्या मित्रमैत्रिणींना रोजच भेटत असता, त्यामुळे तुमची अपेक्षा तरी काय असते? तुमच्याकडे जे कपडे आहेत ते 'मिक्स ॲन्ड मॅच' करायला शिका, ही तुम्ही 'जुळवाजुळवी' केलेली आहे हे कुणाला कळणारसुद्धा नाही! अरे हो... सॉरी सॉरी... मला वाटले मीच कल्पक आहे. ही 'थीम' पार्टी असल्यामुळे सगळे जण त्यासाठी खरेदीला लागले आहेत का?

तुम्हाला हा पूर्ण पोशाख आहे असं खात्रीनं वाटतंय? मला वाटलं हा फक्त स्कर्ट आहे... आपण यावर जांभळा टॉप घेऊ या का, असं मी तुम्हाला आत्ता विचारायच्या बेतात होते!

मुलग्यांनो, या गोष्टी तुमच्या बाबतीत थोड्या सोप्या असतील असं मला

वाटलं होतं. तुमच्या बाबतीत तयार होणं म्हणजे दिवाळखोरीप्रत पोहोचणारं नसेल अशी माझी समजूत होती, पण तुम्हीसुद्धा पार्टीसाठी केशरचना करता आणि तुमच्या डिझायनर पट्ट्याची किंमत ऐकली आणि...!

सभ्य स्त्रीपुरुषहो, माफ करा, पण तुमच्या कपड्यांच्या विषयात आम्ही पूर्णत: एकोणिसाव्या शतकातले व्हिक्टोरियन आहोत.

तरीही हे सांगितल्यावाचून राहवत नाही :

युवतींसाठी : जर एखाद्याला तुमच्यात खराखुरा इंटरेस्ट असेल तर, तो काहीही झालं तरी तुमच्याकडेच येईल... तुमच्या बाह्यरूपातली वळणं, वळसे त्याला दिसले नाहीत तरीही. खरंतर 'तुम्ही' स्वत:लाच प्रश्न करा की, तुम्ही कोण आहात? घाटदार आकार... कल्पनेला काहीच वाव न ठेवणारा, की सुंदर, बुद्धिमान व्यक्ती... त्या मोहक, अभिरुचीसंपन्न, सभ्य पोशाखात अधिकच नजरेत भरणारी?

युवकांसाठी : तुम्हाला एखाद्या युवतीचं लक्ष तुमच्याकडे जावं असं वाटतंय,

पण तुम्ही नखशिखान्त 'डिझायनर' पोशाखात नाही म्हणून ती तुमच्याशी बोलायला नकार देत असेल तर... ती तशीच आहे असं समजा... फक्त एक पोशाख. तुम्हीसुद्धा स्वत:लाच प्रश्न करा की, तुम्ही कोण आहात? प्रत्येक प्रसंगासाठी नव्या करकरीत कपड्यांतला, दुकानात कपड्याच्या प्रदर्शनार्थ उभा केलेला पुतळा की हुशार आत्मविश्वासपूर्ण माणूस?... साध्याशा पण मस्त पोशाखातला अधिक देखणा तरुण?

आणि अखेर तुम्हा दोघांसाठीही : तुम्हाला 'लिट्ल ब्लॅक नंबर' किंवा 'ब्लॅक डिझायनर शर्ट' हवाय, इतर सगळ्याकडे आहे म्हणून?

पण, फक्त 'तुमची' वाट पाहणारं कुणीतरी असेलच. मग तुम्ही फक्त 'तुम्ही' का नाही होत? कदाचित इतर सगळ्यांसारखा पोशाख करण्यापेक्षा तुम्ही 'तुमच्या'सारखा पोशाख केलात तर कदाचित नवी पहाट उजाडू शकेल!

मनोगत – किशोर, किशोरी / नवयुवक-युवती यांचे

वेगळं असणं छान असतं, पण ते वेगळेपण छान असावं याचीही दक्षता घेतली पाहिजे. आम्ही लहान आहोत, आम्ही चुकीचे निर्णय घेतो, अगदी काय कपडे घालावेत हे ठरवण्याच्या बाबतीतसुद्धा. आम्हाला चेष्टा व्हायला नको असते. त्यामुळे आम्ही कोणते कपडे घालायचे, कसा पोशाख करायचा याबाबत जास्तच दक्ष असतो. लोक आपण खरे काय आहोत तेच लक्षात घेणार हे मला कळतंय, पण प्रत्येक वेळी असं घडतंच असं नाही. आपण कसा पोशाख करतो यालाही महत्त्व असतं, आपण काय घालतो याला महत्त्व असतं. प्रत्येक वेळी आपण 'डिझायनर' पोशाख किंवा महागडे कपडेच घातले पाहिजेत असं नाही. फक्त ते आपल्याला छान वाटणारं असावं म्हणजे झालं! कपडे महत्त्वाचे असतातच. निदान माझ्या लेखी तरी. तुम्ही 'तुम्ही' असल्यामुळे कुणीतरी तुमच्याकडे येईलच असं तुम्ही जरी म्हणत असलात, तरी फक्त एखाद्या मुलाचं लक्ष आपल्याकडे वेधलं जावं एवढाच आपला उद्देश नसतो. मी ज्या पद्धतीचा पोशाख करते ते माझ्या 'स्वत:साठीच' खूप महत्त्वाचं असतं.

– हूदा मर्चंट, वय १५ वर्षे
जेद्दा, सौदी अरेबिया

कोणे एके काळी, राजाराणीचं छोटंसं राज्य होतं. मग एके दिवशी, राजपुत्राचा जन्म झाला. राजाराणीचं त्याच्यावर खूप खूप प्रेम होतं. राजपुत्र मोठा गोड होता. त्याच्या सेवेतल्या सर्वांचा तो इतका लाडका होता की, त्याला खूश करण्यासाठी ते सर्व जण वाटेल ते करत असत.

पण एके दिवशी राजाला तरुण राजपुत्राला त्यांच्यापासून दूर पाठवण्याचा कठोर निर्णय घ्यावा लागला... राजपुत्रानं त्यांच्या छोट्याशा राज्याबाहेरचं जग पाहायला हवं ना! राणी फार बेचैन झाली. राजपुत्र स्वत:ची व्यवस्था कशी काय पाहणार, याची राणीला काळजी लागली होती.

पण राजपुत्र मात्र या नव्या प्रवासाच्या कल्पनेनं थरारून गेला होता. छोट्याशा राज्याचा राजपुत्र ते मोठ्या राज्याचा चमकता तारा अशी झेप घेण्याची तो आतुरतेनं वाट पाहत होता. मग अश्रूंच्या प्रपातात आणि भव्य निरोप समारंभानं राजपुत्राची पाठवणी झाली आणि तो मोठ्या राज्यात गेला.

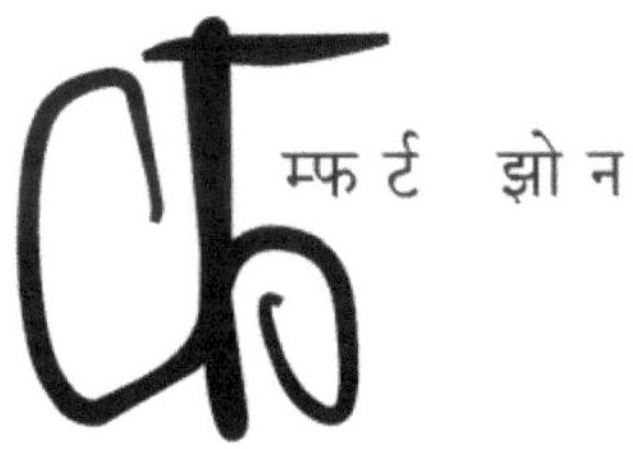

त्यानं त्याच्या छोट्याशा राज्यातून बाहेर पाऊल टाकल्याक्षणी त्याला पहिला धक्का बसला. तो जात असताना वाटेत कुणीही थांबून त्याला लवून मुजरा केला नाही. त्याच्या छोट्याशा राज्यातल्या अत्याधुनिक प्रवाहातले त्याचे छानसे कपडे इथं त्याला कालबाह्य वाटत होते. त्याला अवघडल्यासारखं झालं होतं. तिथले रुंद रस्ते, घरांच्या लांबच लांब रांगा, दुकानंच दुकानं... सगळं त्याची छाती दडपवणारं होतं.

त्याला सगळ्यात मोठा धक्का बसला, तो जेव्हा मोठ्या शाळेत गेला तेव्हा. तो राजाचा हुशार मुलगा असल्यामुळे छोट्या राज्यात तो शाळेचाही राजपुत्रच होता. तो वर्गात सर्वांत हुशार असल्यामुळे त्याचं सगळं बरोबरच असणार, असं त्याचे शिक्षक गृहीतच धरत असतं. वर्गात पहिलं येण्यासाठी त्याला फारशी मेहनत करावी लागत नव्हती... तो वर्गात पहिला येणार हे त्याला आणि वर्गातल्या इतर सर्वांनाही माहीतच असायचं!

इथं त्याची अवस्था म्हणजे चक्रातल्या एखाद्या आऱ्यासारखी होती... वर्गातल्या

इतक्या रांगांमध्ये हरवलेल्या एखाद्या ठिपक्यासारखी... अस्तित्वशून्य. इथं कुणालाही त्याचे वडील कोण होते हे माहीत नव्हतं आणि सर्वांत वाईट म्हणजे ते कोण आहेत ते इथं कुणाला जाणूनही घ्यायचं नव्हतं. वर्गात शिक्षक एखादा प्रश्न विचारायचे तेव्हा ते त्याच्याकडे अपेक्षेनं पाहायचे नाहीत... वर्गातल्या इतर अज्ञानी जिवांना त्यानं आपलं उच्च ज्ञान प्रदान करावं याची ते वाट पाहत नसायचे. त्यांनी प्रश्न विचारला रे विचारला, की काही सेकंदांत वर्गातले किमान सहा हात तरी वर झालेले असत. त्यातल्या सर्वांत तल्लख मुलाने त्या प्रश्नाचं उत्तर दिलेलं असे, इतरांनी त्यांची मते मांडलेली असत आणि अवघ्या काही सेकंदांत त्या विषयावर उत्स्फूर्त वादविवाद सुरू झालेला असे. शिक्षक त्यामध्ये परीक्षकाची भूमिका बजावत असत. आजवर प्रत्येक 'शो'चा 'स्टार' असणारा आपला राजपुत्र इथं तोंड आवळून बसला होता. त्याला लागलेल्या शोधाच्या धक्क्यानं त्याला गरगरल्यासारखं होत होतं. तो शोध म्हणजे – त्याला कायम वाटत आलं होतं त्यापेक्षा गोष्टी बऱ्याच वेगळ्या असू शकतात.

आपल्या राजपुत्राला वाटू लागतं की, त्याच्या वडिलांनी राजवाड्यात मागवलेली, खास त्याच्यासाठी मागवून घेतलेली काही पुस्तकं वाचायला हवी होती. कदाचित त्या पुस्तकात मोठ्या राज्याबद्दल, तिथल्या आयुष्याबद्दल काही कळाले असते. राजपुत्राच्या वडिलांनी त्याच्यासाठी आणलेल्या पुस्तकांपैकी काही पुस्तकं आधी वाचली असती, किंवा त्याचे वडील त्याला दूरच्या प्रदेशात जाण्यासाठी सज्ज करण्याबाबत बोलत होते, तेव्हा त्यानं त्यांचं ऐकलं असतं तर...!

कोणे एके काळी तुम्हीही आश्चर्यानं डोळे विस्फारून आता पुढं काय होणार हे ऐकण्याच्या उत्सुकतेनं श्वास रोखून गोष्टी ऐकल्या आहेत. 'मॉरल ऑफ द स्टोरी' म्हणजेच गोष्टीचं तात्पर्य ऐकेपर्यंत तुमच्या पापण्या मिटायच्या नाहीत. या 'मॉरल ऑफ द स्टोरी'मध्ये मोठे मोठे शब्द छोट्या छोट्या संदेशांमध्ये अनुवादित केलेले असत... तुमच्या ग्रहणक्षम मनावर गोष्टींतील खरे सार बिंबावे यासाठी. आता तुम्हाला कुठलीही गोष्ट समजणे अवघड नाही. खरंतर आता तुम्हीच आम्हाला समजावून सांगू शकता असं बरंच काही आहे!

इथं 'मॉरल ऑफ द स्टोरी' तुमच्या लक्षात आले असेलच!

मनोगत – किशोर, किशोरी / नवयुवक-युवती यांचे

एका मर्यादित वयापर्यंत 'कम्फर्ट झोन'मध्ये असणं छान वाटतं; पण जेव्हा तुम्ही बाहेरच्या जगाच्या अज्ञात प्रदेशात वाटचाल करू लागता, तेव्हा 'कम्फर्ट झोन'मधून बाहेर पडून नवी उंची गाठण्यासाठी धडपडणं आवश्यक असतं!

– गार्गी कुलकर्णी, वय १४ वर्षे
औरंगाबाद, भारत

तुमच्या बिछान्याच्या कोपऱ्यातलं मोठं पुस्तक हा तुमचा सर्वांत खास ठेवा आहे. या पुस्तकाच्या पानापानांवर न संपणारे उतारे आहेत, म्हणून हा तुमचा खास ठेवा आहे असं नाही, तर तुम्हाला रुची असलेला विषय या पुस्तकाच्या पानांमध्ये विखुरलेला आहे... वृत्तपत्रातील प्रत्येक नवीन चित्रपटावरील कात्रणात आहे, मासिकातल्या मजकुरात आहे, प्रत्येक संभाव्य स्रोताकडून मिळवलेल्या डझनभर फोटोंच्या कात्रणांत आहे आणि सर्वांत अनमोल म्हणजे 'तिनं आभारादाखल पाठवलेली चिठ्ठी...' तुम्ही तिच्यावर केलेल्या सुंदर कवितेबद्दल तुमचे आभार मानणारी! हे सगळं आहे आजवर जन्माला आलेल्यापैकी सर्वांत सुंदर स्त्रीबद्दल. तिचा प्रत्येक सिनेमा 'पाहायलाच हवा' असा असतो, तिच्या प्रत्येक सिनेमाचं पोस्टर आ वासून टक लावून पाहावं असंच असतं... तुम्ही इतर कशाचा विचारच करू शकत नाही.

डं प्रेम !

तुम्ही सर्वप्रथम त्याची छबी पाहिलीत तेव्हाच तुमचं ठरलं होतं... हाच, दुसरं कुणीही नाही. तो मैदानात लांब लांब ढांगा टाकत निघाला होता, त्याच्या ओठांवर आत्मविश्वासपूर्ण स्मित खेळत होतं... तुम्ही जणू एखाद्या चित्रपटाचा भाग आहात असं तुम्हाला वाटत होतं. तुमच्या समोरचं दृश्य जणू 'स्लो मोशन'मध्ये पुढं सरकत होतं आणि तुमची नजर पडद्यावरच्या त्या एकमात्र आकृतीच्या प्रत्येक हालचालीवर खिळलेली होती... त्या व्यक्तीनं तुमच्याकडे साधा कटाक्षही टाकलेला नव्हता तरीही!

तुम्ही त्यांना पाहा, त्या व्यक्ती तुमच्या ओळखीच्या असतील, तर त्यांच्याशी बोला, तुमच्याकडे त्यांचे फोटो असतील, तर ते जपून ठेवता; पण त्यांनी प्रतिसाद दिला नाही तर ठीक आहे. सिनेमा किंवा कादंबऱ्या काहीही म्हणोत; पण 'कुणी कुणाला आपल्यावर प्रेम करायला लावू शकत नाही.' त्यापुढची गोष्ट म्हणजे, समजा तुमच्या मित्रमैत्रिणींनी तुम्हाला तुमच्या प्रेमाच्या 'सच्चाईबद्दल' प्रश्न करायचं धाडस केलंच, तर असं कुठलंही मूर्खासारखं किंवा आक्रमक कृत्य करू नका,

ज्याचा तुम्हाला नंतर पश्चात्ताप होईल. समजा तुमचा ज्या व्यक्तीवर जीव जडला आहे ती व्यक्ती तुमच्याबरोबर महाविद्यालयात असेल किंवा तुमच्याशेजारी राहत असेल, तर अशा बऱ्याच व्यक्ती तुमच्या ओळखीच्या असण्याची खूप शक्यता आहे. तुमचा पहिला उन्माद ओसरल्यानंतर बऱ्याच काळानंतर तुम्हाला ही व्यक्ती भेटत राहण्याची शक्यता त्याहूनही अधिक आहे. आता तुम्हाला कदाचित हे पटणार नाही आणि मलाही तुमच्या फुग्याला टाचणी लावायची नाही, पण कधीतरी तुम्हाला हे पटेल.

हे खूप सुंदर असतं, आणि तुम्हाला आयुष्यात अशी भावना कुणाबद्दल एकदा तरी वाटेल, त्यामुळे हे भारून टाकणारं आकर्षण आनंदाने अनुभवा... शुभ रात्री!

मनोगत – किशोर, किशोरी / नवयुवक-युवती यांचे

मी प्रेमात वेडी झाले आहे; पण मी त्याबद्दल कुठल्याही व्यक्तीला सांगणार नाही. एकदा आमच्या शाळेत एक नवी मुलगी आली होती. मला ती छान वाटली. मी तिला माझ्या प्रेमाबद्दल सांगितलं. तर ती जेवणाच्या सुट्टीत सरळ त्याच्याकडे गेली आणि त्याला थेट विचारलं. त्यानं नकार दिला, तरी ती परत परत त्याला तेच सांगत होती, तो भयंकर अनुभव होता! तेव्हा मी ठरवलं, की पुन्हा असा विश्वास कुणावरच ठेवायचा नाही. मी तिचे आभार मानते, कारण मी तिच्यामुळे माझी ही गुपितं स्वत:पुरतीच ठेवायला आणि जी व्यक्ती माझ्या दृष्टीनं विश्वासार्ह आहे अशाच व्यक्तीला फक्त आपलं गुपित सांगायचं ही गोष्ट शिकले आहे.

– केली हॅरीस, वय १२ वर्षे
मिल्टन कीन्स, यूके

बरेचदा टीनएजर्स एखाद्या व्यक्तीच्या प्रेमात वेडे झाल्याचं सांगतात, तेव्हा ते खरं नसतं. ते असं सांगतात, कारण कुणीतरी आवडणं मोठं छान असतं. मला कुणीही आवडत नाही असं म्हणणाऱ्यांना 'विचित्र' असण्याचा शिक्का बसतो. खरंतर, कुणाच्यातरी प्रेमात पडणं ही गोष्ट ठीक आहे, पण तुम्ही तुमचं सगळं आयुष्य त्याच्या किंवा तिच्या पायी वाहायचं काही कारण नाही, वयाच्या या टप्प्यावर तर नक्कीच नाही!

– मही जोशी, वय १२ वर्षे
मिल्टन कीन्स, यूके

- असा माणूस जो त्याच्या सहकाऱ्यांसमवेत आणि प्रवासात अधिक वेळ घालवतो आणि तुम्ही शाळेत निवडलेल्या विषयांबाबत जो नेहमी साशंक असतो.
- असा माणूस ज्याला इच्छित असणाऱ्या सर्व गोष्टी तुम्हाला मिळाव्यात असं वाटतं, असे म्हणतो.
- असा माणूस जो त्याच्या कुटुंबाच्या आर्थिक गरजा भागवण्याच्या विचारानं इतका पछाडलेला असतो की, त्यानं तुम्हाला वाढवणं, तुमचं संगोपन या गोष्टी दुसऱ्यावर सोडलेल्या असतात.
- असा दुर्मीळ माणूस जो तुमच्यासाठी डबा तयार करायचा, तुमच्या गृहपाठात मदत करायचा, तुम्हाला जवळ घेऊन तुमचे अश्रू टिपायचा, गृहपाठात मदत करायचा, आणि एक फोन केला की जो ताबडतोब तुमच्यासाठी हजर असतो.

बा

- असा माणूस जो तुम्हाला आठवड्यातून एकदा किंवा महिन्यातून एकदा भेटतो किंवा काहींच्या बाबतीत नियोजित वेळी व ठिकाणी भेटतो... बरेचदा न्यायालयानं ठरवून दिल्यानुसार.
- असा माणूस जो असे क्षण वेचत असताना तुमचा प्रत्येक शब्द झेलतो. अशा ठरवलेल्या भेटीनंतर तुम्हाला निरोप देताना, ज्याच्या मनाचा एक छोटासा कोपरा नेहमी दुःखानं पिळवटून निघतो.
- असा माणूस ज्याला तुम्ही क्वचितच भेटता आणि तो आणखीनच दूर निघाला आहे असं तुम्हाला वाटतं. तुमच्या क्वचितच घडणाऱ्या, धावत्या भेटीदरम्यानसुद्धा त्याच्या अलिप्त नजरेतून तुम्हाला जाणवतं की, त्याचं विश्व तुमच्यापेक्षा खूपच निराळं आहे... अगदी परग्रहावर असल्यासारखं.
- तुमच्या आईला ज्या माणसाच्या पायी इतकं सहन करावं लागलं, ज्यानं तुम्हाला जन्म दिला; पण तुमचा सांभाळ करण्याची जबाबदारी टाळली.

त्यामुळे तुम्ही ज्याचा तिरस्कार करतच लहानाचे मोठे झालात असा माणूस.

- किंवा परिस्थितीच हातात नसल्यामुळे ज्या माणसाची तुमच्याशी कधी ओळख झाली नाही किंवा भेटही झाली नाही असा माणूस...

इथं साचेबद्ध उदाहरणांना जागा नाही... असे कितीतरी प्रकार आहेत! तुमच्या केसांचा पोत, तुमच्या डोळ्यांचा रंग, तुमचा शीघ्रकोपीपणा... त्याच्या जीन्समधून तुमच्यामध्ये उतरलेल्या बऱ्याच गोष्टी असतील. तुम्हाला ते आवडो अथवा न आवडो आणि तुमचे त्याच्याशी कसेही संबंध असोत, तुम्ही जे आहात त्यातल्या किमान निम्म्या भागाला हा माणूस कारणीभूत आहे, ही वस्तुस्थिती तुम्ही नाकारू शकत नाही. जो माणूस तुम्ही करता त्या प्रत्येक गोष्टीत चुका शोधतो, तुमच्या मार्कांबद्दल कायम असमाधानी असतो, ज्याला तुमच्या आयुष्याचा ताबा हवा असतो, अशा माणसाशी चांगलं वागणं खरंच खूप अवघड असतं. त्यावर त्याचं समर्थन म्हणजे त्याला तुमच्यासाठी सर्वोत्तम तेच हवं असतं. त्याची सर्वोत्तमची व्याख्या तुमच्या मनातल्या कल्पनेशी कदाचित जुळत नसेलही. जर तुमचं प्रत्येक गोष्टीत त्याच्याशी एकमत झालं तर तुम्हा दोघांमध्ये पिढीचं अंतरच नसेल!

मनोगत – किशोर, किशोरी / नवयुवक-युवती यांचे

माझी माझ्या आईवडिलांशी खूप जवळीक आहे हे माझं भाग्य आहे. माझे वडील नेहमी माझ्यासोबत असायचे... माझ्या प्रेमात पडण्याच्या विषयावर बोलायला, विनोद सांगायला, ऐकायला आणि एकूणच माझ्या वाढत्या काळात मला मदत करायला. माझ्या बालपणी आणि किशोरवयीन काळात ते नसते तर माझं काय झालं असतं, याची मला कल्पनासुद्धा करवत नाही.

– अभिषेक साठे, वय २५ वर्षे
म्युनिच, जर्मनी

संपूर्ण जगात अनेक प्रकारचे वडील नक्कीच असणार. त्यातले काही जण परिपूर्ण असतील आणि काही जण परिपूर्ण नसतील. समजा तुम्ही आणि तुमचे वडील परस्परांना अजिबात आवडत नसाल तरी तुम्हा दोघांमधला एक हिस्सा एकमेकांची काळजी करत असतो. पण जर तुम्हाला तुमच्या बाबाने टच स्क्रीन फोन किंवा एखादा व्हिडिओ गेमचा सेट घेऊन दिला नाही म्हणून ते आवडत नसतील तर मात्र तुम्ही त्याबद्दल विचार करायला पाहिजे!

– मही जोशी, वय १२ वर्षे
मिल्टन कीन्स, यूके

माझे बाबा अगदी कडक शिस्तीचे आहेत. ते सतत कामात गर्क असतात. हे त्यांच्या नोकरीमुळे होतं हे मला समजतंय; पण माझ्या आवडत्या गोष्टी मला देणंही

त्यांच्या लक्षात असतं. ते नेहमीच परदेशी जातात, ते माझ्यासाठी उत्तमोत्तम चॉकलेट्स आणतात... मी इतक्या कॅलरीज भरणार आहे हे माहीत असूनसुद्धा! ते मला खेळणी खूप आणतात. त्यांनी मला मस्तपैकी एचडी लॅपटॉपसुद्धा घेऊन दिला आहे... माझ्या फार थोड्या मित्रांकडे असा लॅपटॉप आहे. त्यांना सुट्टीच्या दिवशी रुचकर खाद्यपदार्थांचा आस्वाद आणि लांब प्रवास दोन्ही आवडतं. ते खूप दिवस प्रवासात असतात तेव्हा मला त्यांची खूप आठवण येते.

– दानेश कासद, वय ११ वर्षे
रिडींग, यूके

तुम्ही मृत्यू जवळून पाहिला नसेल आणि तुम्हाला तुमच्या अत्यंत जवळच्या माणसाचा मृत्यू पाहावा लागू नये अशी आमची इच्छा आहे. पण जर तुम्ही तुमच्या बालपणात किंवा किशोरवयात तुमच्या जवळच्या कुणाचे मरण अनुभवले असेल तर न भरून येणारं नुकसान म्हणजे काय ते तुम्हाला माहीत झाले असेल. ज्यांनी आपल्या प्रियजनांचा वियोग सोसलेला नाही त्यांच्यासाठी... त्यांना अजून खूप काळ तो सोसावा लागू नये असं आम्हाला मनापासून वाटतं.

दुर्दैवानं मृत्यू हा विषय जे लोक नैसर्गिक परिस्थितीमुळे किंवा आजारामुळे निवर्तले आहेत अशा लोकांपुरताच मर्यादित ठेवता येत नाही. आज कधी नव्हे इतक्या आत्महत्या, खून, बॉम्बस्फोट, दहशतवादी हल्ले, अपहरण, सशस्त्र दरोडे आणि हिंसात्मक मार्गानं मृत्यू घडण्याचे अनेक प्रकार घडत आहेत. अशा घटना अगदी तुमच्या उंबरठ्याला शिवून गेल्या नसल्या तरी त्या तुमच्या आजूबाजूला

घडलेल्या असू शकतात. मग तर त्या अधिकच गुंतागुंतीच्या असू शकतात. आपण इतके जवळ असूनही मृत्यू रोखू शकलो नाही याबद्दल तुम्ही स्वत:ला दोषही देत असाल. कदाचित मृत्यूचा आवाज अथवा वास तुमची पाठ सोडत नसेल. कदाचित आपण मृत्यूचे साक्षीदार बनून जिवंत असल्याबद्दल तुम्हाला अपराधी भावनाही घेरून येत असेल. जर तुमच्या जवळपास... आजूबाजूला कुठं असं घडलं असेल तर... पुढे या आणि त्याबद्दल बोला.

मनोगत – किशोर, किशोरी / नवयुवक-युवती यांचे

जेव्हा आपली प्रिय व्यक्ती आपल्याला कायमची सोडून जाते तेव्हा आपल्या भोवतीचं सगळं अचानक बदलून जातं. हे झेलणं अर्थातच कुणाच्याच दृष्टीनं सोपं नसतं. कधीकधी आपल्याला काय करावं तेच समजत नाही. मृत्यू हा मानवी अस्तित्वाचा अविभाज्य भाग आहे हे आपल्याला समजत असतं, पण ही वस्तुस्थिती स्वीकारणंही आपल्यासाठी फार अवघड असतं, की एक दिवस आपल्या आयुष्यातली ही सगळी माणसं कायमची जाणार आहेत आणि एक दिवस आपल्यालासुद्धा या

जगाचा कायमचा निरोप घ्यावा लागणार आहे!

– रेवती कुलकर्णी, वय १७ वर्षे,
मुंबई, भारत

आपल्या जवळच्या माणसाच्या मृत्यूला तोंड देणं फार अवघड असतं हे मला माहीत आहे. पण काळाच्या ओघात गोष्टी अधिक सुसह्य होतात. आपल्या जवळच्या प्रिय व्यक्तिविना आयुष्य जगताना त्या व्यक्तीची उणीव जाणवेलच, पण तरीही तुम्हाला पुढे चालत राहण्याची शक्तीही लाभेल.

– मही जोशी, वय १२ वर्षे
मिल्टन कीन्स, यूके

फक्त आपल्या जवळच्या माणसाच्या मृत्यूनंच आपल्या आयुष्यात दुःखाचा झाकोळ येतो असं नाही. ज्या मृत्यूमुळे मी अतिशय खचले होते तो मृत्यू होता माझ्या पहिल्यावहिल्या पाळीव प्राण्याचा. आम्ही मांजर पाळलं होतं. तिला आम्ही 'माऊ' म्हणायचो. ती आम्हाला आमच्या इमारतीच्या आवारात सापडली होती. आम्हाला तिला आमच्या घरी आणायचं होतं. अखेर आम्ही कशीबशी आमच्या आईवडिलांची परवानगी मिळवली आणि माऊ आमच्या घरी आली. एक भटकं मांजर इतक्या शिस्तीत वागताना पाहणं मोठं आश्चर्यकारक होते. माऊनं दोन पिल्लांना जन्म दिला. त्यातलं एक पिल्लू जन्मानंतर काही दिवसांतच गेलं. ते जन्मतःच खूप अशक्त होतं. तिचं दुसरं पिल्लू सिम्बा आता दोन वर्षांचं झालं आहे. माऊनं विषप्रयोग झालेला उंदीर खाल्ला होता, त्यामुळे ती आठवड्याभरातच वारली. माझ्या बहिणीला आणि मला ही दुःखद बातमी सांगितली नव्हती. कारण माझी त्यादरम्यान बोर्डाची परीक्षा होती. हे ऐकल्यावर त्याचा काय परिणाम होईल, याची आमच्या आईवडिलांना कल्पना होती. मला आजही माऊची खूप आठवण होते. तिला उलट्या होत होत्या, अशक्तपणा आला होता. या गोष्टीचं गांभीर्य आम्हाला कळलं असतं तर आम्ही तिला वाचवू शकलो असतो, असं मला आजही वाटतं. तिच्या मृत्यूला आमचं अज्ञान कारणीभूत ठरलं. तिनं आमच्या आयुष्यात आनंदाचा बहर फुलवला होता. ती आमची खूप खूप लाडकी होती. ती आमच्या हृदयांत सदैव राहील.

– सई गिरधारी, वय १७ वर्षे
नवी मुंबई, भारत

तुम्ही सकाळच्या नाष्ट्याला काहीही खाल्लेलं नसतं, दुपारी तुम्ही मित्र / मैत्रिणींबरोबर बाहेर गेलेल्या असता, त्या वेळी तुम्ही जेवणात हॅन्ड मेड पोटॅटो क्रिस्प्स, बर्गर आणि डाएट कोला घेता आणि तुम्हाला रात्रीच्या जेवणातही पिझ्झा हवा असतो ना? आणि अचानक 'झीरो साइज'वाले फॅशनेबल लहान कपडे तुम्हाला बसेनासे होतात. मग तुमच्या बारीक देहाला ते 'लहान' कपडे बसावेत यासाठी तुम्ही पोषणमूल्यं नसलेला आहार सुरू करता.

या खेपेला आहार पथ्याच्या नव्या खूळामध्ये शंकास्पद दिसणाऱ्या आहार पुरवण्या, फळांचे रस, उकडलेले मांस आहे. तुम्ही कौतुकास्पद नेटानं हा आहार सुरू ठेवलेला असतो; पण एखाद्या दुपारी तुम्ही मित्रमैत्रिणींबरोबर सिनेमाला जाता तेव्हा कॅरॅमल पॉपकॉर्न आणि चीजयुक्त नाचोज तुमच्या पथ्याला पुन्हा एकदा मोडून काढतात.

यात भर म्हणून कुणीतरी नवीन पथ्य सुचवतं. तारुण्यपिटिकांपासून मुक्ती

मिळवण्यासाठी फक्त फळांचा रस, फळे आणि भाज्या. अंडी, मेदयुक्त, शर्करायुक्त पदार्थ वर्ज...

दुसऱ्या बाजूला तुमचा बांधा फारच बारीक असल्यामुळे कुणीतरी तुम्ही फक्त 'रेड मीट' खावं असं सुचवतं. तसंच भात अजिबात खायचा नाही, गहू आठवड्यातून दोनदा चालतील आणि नत्रयुक्त पुरवणी (पुन्हा एकदा पिवळ्या बाटलीतला विचित्र दिसणारा पदार्थ!) दिवसातून एकदा!

हो, आई काही आहारतज्ज्ञ नाही किंवा तिची 'फिगर' ही जगत सुंदरींना मान खाली घालायला लावण्याजोगी नाही. तुम्हाला आहारविषयक सल्ला देणारे सगळेच्या सगळे काही तज्ज्ञ असतील असं नाही; पण ते सांगतात त्यातल्या काही गोष्टी खऱ्या असतील यात शंकाच नाही. तुमच्या शरीराची अजून वाढ होत असते, तुमचं शरीर त्याची प्रतिकार यंत्रणा मजबूत करत असतं. भविष्यात तुमच्या शिक्षणासाठी, कामासाठी तुम्हाला मानसिक व शारीरिकदृष्ट्या कणखर असणं गरजेचं आहे. या गोष्टी भक्कम असतील तर तुम्ही तुमच्या आयुष्यातल्या सर्वात कार्यक्षम कालावधीतून

तरून जाऊ शकाल. जर तुम्ही तुमचा देह रसायनांनी विशेषत: नव्या फालतू आणि पूरक बदली अन्नप्रकारांनी भरत राहिलात, तर पुढे दीर्घकाळ त्याचा तुमच्या शरीरावर काय परिणाम घडेल ते सांगता येणार नाही. कारण असे अन्नप्रकार बाजारात फार काळ नसल्यामुळे त्यांचे दुष्परिणाम शोधले गेलेले नाहीत.

बऱ्याच लोकांना अरबट चरबट खाद्यापासून दूर राहणं अवघड वाटतं, तसं ते तुम्हालाही वाटतं... ठीक आहे. कधीतरी जिभेचे चोचले पुरवायला आणि 'एन्जॉय' करायला हरकत नाही... पण आयुष्यातल्या बाकी सगळ्या गोष्टींसारखंच... तेही मर्यादित खाणं महत्त्वाचं!

मनोगत – किशोर, किशोरी / नवयुवक-युवती यांचे

आम्हाला अरबट चरबट खाद्य खूप आवडतं आणि कधीतरी आमची 'फिगर' तशी 'परफेक्ट' व्हावी असं आमचं स्वप्न असतं. अशा वेळी, जेव्हा आम्ही अधिक आरोग्यदायी अन्नाकडे कसं वळलं पाहिजे याबद्दलचे वादग्रस्त सिद्धान्त ऐकतो, त्या वेळी आम्ही अडचणीत सापडतो. कारण कोण अनुभवी आहे, कोणाचा सल्ला खरा आहे, कोणाचं खरंच ऐकावं याबद्दल शंका असतात. मग आम्ही सोईस्कर गोंधळात पडतो आणि आमच्या अत्यंत प्रिय अरबट चरबट खाद्याकडे पुन्हा वळतो!

– रेवती कुलकर्णी, वय १७ वर्षे
मुंबई, भारत

तुम्ही चालण्यासाठी कुबड्या वापरता.
तुमच्या पायांना ब्रेसिझ आहेत.
तुमच्यासाठी चाकाची खुर्ची अपरिहार्य आहे.
तुम्हाला कानाचं यंत्र लागतं.
तुम्ही तोतरं बोलता.
तुम्ही तिरळे आहात.
तुम्हाला फक्त ठळक मजकूरच वाचता येतो.
तुमची त्वचा निस्तेज किंवा डागाळलेली आहे.
तुमची त्वचा सुरकुतलेली आहे.
तुमचा पाय सुजलेला आहे.
तुमचा ओठ जन्मतःच दुभंगलेला आहे.
तुम्हाला बेरजा करताना, शर्टाची बटणं लावताना, बुटाचे बंद बांधताना त्रास होतो.
तुम्ही 'वेगळे' आहात.

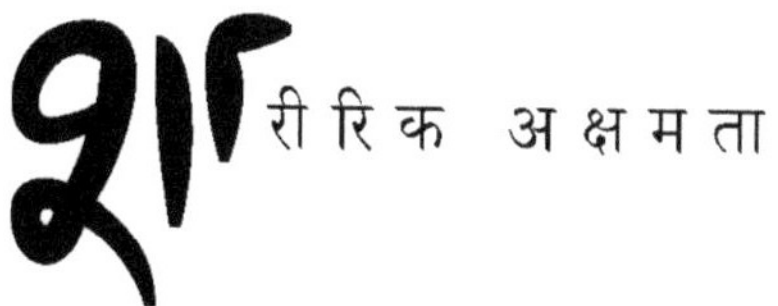

शारीरिक अक्षमता

शाळेत असताना चित्रविचित्र छळणुकीशी दोन हात करत आणि सार्वजनिक ठिकाणी हटकून वळणाऱ्या आणि खिळणाऱ्या नजरा झेलत तुम्ही तुमच्या बालपणीच्या शत्रूंचा धैर्यानं मुकाबला केला आहे. तुमची आई किंवा शिक्षक तुम्हाला समजवायचे, की तुम्ही 'विशेष' आहात. त्या वेळी तुम्ही त्यांच्यावर विश्वास ठेवलात. तुमच्या आजूबाजूची काही मुलं हलकट असू शकतील, पण त्यांच्यातल्या बहुतेकांचा तुम्हाला दुखावण्याचा हेतू कधीच नव्हता. आपल्यापेक्षा वेगळं कुणीतरी दिसतंय म्हटल्यावर त्याच्याकडे पाहणं; एवढंच साधं-सरळ औत्सुक्य त्यांना असायचं. तुम्हाला अमुक एक करता येत नाही असं तुम्ही त्यांना सांगताच, ते मान डोलवायचे आणि पुढच्या क्षणी तुम्ही डबा वाटून घेत असत. अनोळखी व्यक्तीसुद्धा तुमच्याकडे रोखून पाहत. पण तुमचं तोंड भरून हसू आणि गालावरच्या गोड खळ्या पाहताच त्यांचे डोळे चमकून उठत असत.

तुमचं लहानाचं मोठं होणं सोपं नव्हतं; पण तुम्ही सगळं छान सांभाळून नेलंत. तुमच्या बालपणीच्या कुठल्याही गोष्टीनं तुम्हाला महाविद्यालयाच्या पहिल्या दिवसासाठी

'तयार' केलं नाही – निषेधाचे कर्कश स्वर व शिट्ट्यांपासून ते महाविद्यालयाच्या व्हरांड्यात दबा धरून बसलेल्या, च्युइंग-गम चघळणाऱ्या पोरांच्या कंपूची काटेरी शेरेबाजी झेलण्यासाठी. त्यानंतरच्या दिवसांत त्या थंडगार व्हरांड्यातून जाताना भीतीनं शहारलेल्या प्रत्येक पावलागणिक तुम्हाला जे शेरे ऐकावे लागले, ते आधीपेक्षाही अधिक वाईट होते.

तुमच्यावर विचित्र असण्याचा शिक्का बसल्यामुळे किंवा तुमचे उपहारगृहातील अस्तित्वच नाकारल्यामुळे तुमच्या आजूबाजूचे मजबूत धिप्पाड तरुण आणि चुणचुणीत तरुणी आपापल्या नादात असतात. सहलीचे, सिनेमाला जाण्याचे, संध्याकाळी बाहेर जाण्याचे, स्लीपोव्हरचे, एकत्र अभ्यास करण्याचे बेत ठरतात आणि ते सगळे उठून चालू लागतात. हे तुम्हाला कळलं आहे का किंवा तुम्हीही त्या बेतात सहभागी होणार आहात का, हे पाहण्याची कुणी तसदीही घेत नाही. हा अपमान आणि दुःख बराच काळ तुमची सोबत करत राहते.

तुम्ही आयुष्याचा जो अनुभव घेतलेला आहे त्याने तुम्हाला तुमच्या वयापेक्षा कितीतरी जास्त संवेदनक्षमता बहाल केली आहे. त्यांना तुमचे मन नाही कळले तरी तुम्हाला त्यांचे मन कळत असते. आपल्याला काय हवे आहे ते स्वतःचे स्वतःला कळण्याआधीच ते करण्याच्या वृत्तीमुळे माणसात संयम, सहनशीलता राहत नाही आणि तो क्षणिक भावनेच्या भरात कृती करून मोकळा होतो. बरोबरच्या मुला-मुलींचे दडपण असणारे तुम्ही एकटेच नसता ही गोष्ट लक्षात ठेवा. ती मुलेमुली धडधाकट तब्येतीची व आरोग्यसंपन्न असूनही त्यांना आपल्यावर 'वेगळे' असण्याचा शिक्का बसण्याची मनोमन भीती वाटत असते. तुमच्यासाठी थांबणे किंवा तुमच्याशी मैत्री यामुळे ते वेगळे पडू शकतात आणि नव्या मैत्रीबंधांच्या नाजूक होडीत त्यांचे स्वतःचे बरोबरीचे स्थान धोक्यात येऊ शकते. पण एक दिवस त्यांच्यापैकी कुणीतरी लक्ष्मणरेषा ओलांडून तुमच्याजवळ येण्याचे धाडस करेल आणि तुमचा हात धरेल... त्या वेळी तुम्हाला तुमचा खराखुरा मित्र गवसेल.

तुमच्या आईचे आणि शिक्षकांचे म्हणणं आजही बरोबरच आहे. तुम्ही विशेष आहातच आणि आता तर लहानाची छानपैकी मोठी झालेली विशेष व्यक्ती आहात. बाकीच्यांना अजून खूप मोठा पल्ला पार करायचा आहे. एक दिवस तेही तिथे पोहोचतील, पण तुम्ही थांबायची गरज नाही. तुमच्या मनाला जी भरारी घ्यायची आहे ती तुमची तुम्ही ठरवू शकता. चला, पाऊल पुढे टाका!

मनोगत – किशोर, किशोरी / नवयुवक-युवती यांचे

मी जेव्हा शारीरिकदृष्ट्या अक्षम माणसं पाहते तेव्हा मला अर्थातच खूप दुःख होतं. मला रागही येतो... काही वेळा लोक त्यांच्याशी ज्या पद्धतीनं वागतात त्याचा. बरीच लहान मुलं आणि अगदी किशोरवयीनसुद्धा 'वेगळ्या' दिसणाऱ्या लोकांच्या संपर्कात येण्यास घाबरतात. लहान असताना मीसुद्धा अशीच घाबरायचे,

पण माझ्या आईवडिलांनी मला समजावून सांगितलं की, हे लोक काही फार वेगळे वगैरे नसतात. शारीरिकदृष्ट्या अक्षम लोक कदाचित विचित्र दिसतीलही, पण तुम्ही जर त्यांच्या दिशेनं हात पुढं केलात, नुसतं त्यांच्याशी बोललात तरी ते खूपच चांगले वागतात!

– मही जोशी, वय १२ वर्षे
मिल्टन कीन्स, यूके

तुमच्यापैकी बहुतेक जणांना या गोष्टीला तोंड द्यावं लागलं नसेल अशी आम्हाला आशा आहे. ज्यांनी या गोष्टीचा सामना केला आहे ते यामुळे खूप दुखावले गेले असतील. त्यांच्या मनावर व्रण उरलेला असेल, यात शंकाच नाही. पण तुम्ही यातून वर येऊन आत्मविश्वासपूर्ण व संवेदनक्षम माणूस बनला आहात याबद्दल आम्ही ईश्वराचे आभारी आहोत. तुमच्या पिढीच्या ज्या अनेक गोष्टींचं आम्हाला कौतुक वाटते, त्यातली एक मोठी गोष्ट म्हणजे तुम्ही ज्या पद्धतीनं घटस्फोट या गोष्टीला तोंड दिले आहे. खरं सांगायचं तर, आम्हाला जर अशा परिस्थितीला तोंड द्यावं लागलं असतं तर, आम्ही कसं काय निभावलं असतं कोण जाणे... आणि अजूनही कधीकधी आम्हाला अशा परिस्थितीत आपण हात-पाय गाळू असं वाटतं. म्हणूनच याबाबतीत खरंच तुमचं खूप कौतुक वाटतं... हॅट्स ऑफ टू यू!

परिस्थिती वेगवेगळी असते, पण आपण घटस्फोटाबद्दलच्या काही सर्वसाधारण

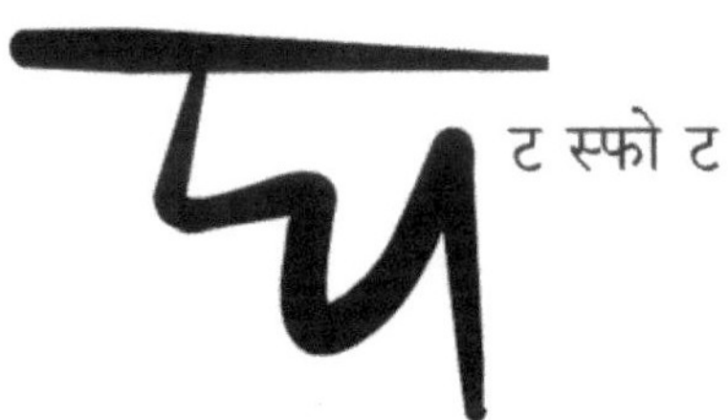

वास्तव बाबी पाहू या :

१. लोक लग्न करतात तेव्हा त्यांना आपला सुखाचा संसार होईल असंच वाटत असतं.

२. पण जेव्हा तसं घडत नाही तेव्हा तो धक्का असतो आणि जेव्हा ते आपले रस्ते बदलतात तेव्हा... त्यांच्या मनात संताप, खेद, अतिशय तीव्र दु:ख आणि वेदनेचा सल असतो.

३. काही दृष्टीनं घटस्फोट आपल्या जोडीदाराच्या कायमच्या वियोगापेक्षाही वाईट असतो. कारण जोडीदाराचा कायमचा वियोग म्हणजे जीवनच हरवणे असते, पण त्यात बहुधा प्रेम अबाधित राहते.

४. कुठलेही नाते तुटणं काळीज तोडणारेच असतं, पण घटस्फोटामुळे होणारी वेदना काळीज पिळवटून टाकणारी असते. दोघांच्या कित्येक एकत्र गोष्टींची विभागणी होणार असते. एकत्र घालवलेल्या क्षणांच्या आठवणी, कुटुंब, घर, मालकीच्या गोष्टी आणि सगळ्यात वाईट म्हणजे

मुलांपासून दूर होणं किंवा त्यांची 'वाटणी' करणं.

५. तुमच्या कानावर काहीही पडलेले असो किंवा तुमची काहीही समजूत असो, पण घटस्फोट घेणाऱ्या आईबाबांमधले कुणीच 'खरोखर वाईट' असू शकत नाही. जर 'वाईट आईबाबा'मध्ये काहीच चांगले नसते तर त्यांनी लग्न करून एकत्र संसार कशाला केला असता... तुम्हाला जन्म देऊन तुम्हाला वाढवण्याची वेळ येईपर्यंत ते एकत्र कशाला राहिले असते?

६. लग्नबंधनातून मुक्त झालेल्या आणि घटस्फोटानंतर सुखी झालेल्या आईवडिलांनासुद्धा त्यांना ज्या प्रकारे घटस्फोट भोगावा लागला तसा तुम्हाला भोगायला लागावा, असे कधीही वाटणार नाही.

मनोगत – किशोर, किशोरी / नवयुवक-युवती यांचे

मी पाच महिन्यांची असताना माझे आईवडील विभक्त झाले. त्यामुळे त्या वेळी या गोष्टीचा माझ्यावर काय परिणाम झाला होता ते मला आठवत नाही; पण जीवन खडतर होतं हे मला आठवतंय. मी आठवडाभर माझ्या आईकडे असायचे आणि शनिवार-रविवार बाबांना भेटायचे. मी लहान होते तेव्हा माझी आई दोन ठिकाणी काम करत असे आणि विद्यापीठात शिक्षणही घेत असे. माझ्या बाबांकडून पैशाच्या रूपात फार थोडं साहाय्य मिळत असल्यामुळे, आईला माझ्या आजीआजोबांकडून पैसे उसने घ्यावे लागत असत. मी दोन वर्षांची झाले तेव्हा तिची माझ्या सावत्र वडिलांशी भेट झाली. सुरुवातीला त्यांची मैत्री झाली आणि मी आठ वर्षांची झाले तेव्हा ते एकत्र आले. त्यानंतर वर्षभरानं त्यांनी लग्न केलं. माझे बाबा मला भेटण्यासाठी किंवा माझ्याशी बोलता यावं यासाठी फारसे कष्ट करत नाहीत; पण मला त्याची मुळीच पर्वा नाही, कारण मी सुखात आहे आणि माझी आईही.

– केली हॅरीस, वय १२ वर्षे
मिल्टन कीन्स, यूके

'कडवट घटस्फोट' हा शब्दप्रयोग त्याचं वर्णन करण्यास कमीच आहे. नातेसंबंधामध्ये तुम्ही कोणत्याही स्थानावर असा, म्हणजे मूल, आई किंवा बाबा, तरी घटस्फोट हा माणसाच्या आयुष्यातला अतिशय यातनादायी काळ असतो. असं कुणाच्याही बाबतीत घडू नये, मात्र पेला अर्धा रिकामा आहे असा विचार करण्यापेक्षा पेला अर्धा भरलेला आहे असा विचार करून तुम्ही असं म्हणू शकता की, बऱ्याच जणांच्या बाबतीत घटस्फोटामुळे संबंधित लोकांचं आयुष्य अधिक सुखी आणि शांतीपूर्ण होतं; पण बरेचदा घटस्फोटामुळे आयुष्य जास्त दुःखी, एकाकी होतं. त्यातला आनंदाचा बहर कमी होतो. घटस्फोटामुळे आता अनेक स्त्री-पुरुषांची लग्नाच्या सापळ्यातून सुटका होऊ शकते. याबद्दल आधुनिक संस्कृतीला धन्यवाद द्यायला हवेत. दोन पिढ्यांपूर्वी हे शक्य नव्हतं. 'घटस्फोट' या गोष्टीशी बऱ्या-वाईट

गोष्टी जोडलेल्या आहेत... हे सगळं तुमच्या परिस्थितीवर अवलंबून असतं. तथापि, घटस्फोट चांगल्यासाठी असो वा वाईटासाठी कुणीही कुणाच्याबाबतीत घटस्फोटाची इच्छा करू नये.

– तन्वी जोशी, वय १७ वर्षे,
मिल्टन कीन्स, यूके

ही अशी एक गोष्ट आहे जी कुणी तुमच्यापासून कधीच हिरावून घेऊ शकत नाही. त्यामुळे ही गोष्ट जपून ठेवा... ती तुमची आहे... तुमची स्वप्न पाहण्याची क्षमता! तुमची स्वप्नं मोठी असू शकतील... तुम्हाला चंद्रावर जायचं असेल, जगातली सर्वांत मोठी संस्था चालवायची असेल, जगातलं सर्वोत्तम पुस्तक लिहायचं असेल, जगात सर्वाधिक लोक पाहतील असा चित्रपट बनवायचा असेल, जगातला सर्वांत श्रीमंत माणूस बनायचं असेल, सामाजिक अन्यायाविरोधात जगातली सगळ्यात प्रभावी चळवळ गतिमान करायची असेल, तुमच्या आवडत्या खेळात तुमच्या देशाचा रंग उजळवायचा असेल...

किंवा तुमच्या स्वप्नांचे विषय असेही असू शकतील – तुमच्या आवडत्या स्थानिक हिरोशी हस्तांदोलन करणं, तुमच्या शाळेतल्या सगळ्यात देखण्या मुलीनं तुमच्या वाढदिवशी तुम्हाला शुभेच्छा देणं, तुमच्या बालपणीच्या जिवलग मैत्रिणीशी

लग्न करणं आणि दोन गोजिरवाण्या मुलांचे मातापिता होणं...

पण प्रत्येक स्वप्नाच्या वाटेवर तुम्हाला तुमचे स्वप्न उद्‌ध्वस्त करून टाकणारे भेटतील – म्हणजेच तुम्ही तुमच्या स्वप्नविश्वात किती हास्यास्पद दिसता आणि तुम्ही आयुष्यात गांभीर्यानं प्रगती करण्याची कशी आवश्यकता आहे, हे तुम्हाला सांगणारे लोक भेटतील. या लोकांच्या आयुष्यात बऱ्याच वेळेला निराशाच वाट्याला आलेली असते. त्यामुळे ते दुखावलेले असतात; पण त्यांना तुमची स्वप्नं पाहण्याची क्षमता हिरावून घेऊ देऊ नका; उलट स्वप्नांचे तुकडे वाऱ्यावर का उधळून जाऊ शकतात हे समजून घ्या.

- आपली स्वप्नं साकार होऊ शकतात असा तुम्हाला विश्वास आहे?
- तुम्ही तुमच्या स्वप्नपूर्तीच्या दृष्टीनं कामाला लागला आहात का?
- तुम्ही जे समोर आहे त्यापलीकडे पाहण्याचा आणि तुमच्या स्वप्नपूर्तीच्या दिशेनं जाणाऱ्या निरनिराळ्या वाटा शोधण्याचा प्रयत्न केला आहे का?
- तुम्ही तुमच्या स्वप्नपूर्तीच्या दिशेने वाटचाल करत असताना किती वेळा

आपटला आहात?

- त्या प्रत्येक आपटण्याबरोबर तुम्ही काय शिकला आहात?

अखेर तुमच्या असं लक्षात आलं असेल की, आपलं हे स्वप्न साकार करणं खरंच अशक्य असल्यास तुम्ही ते सोडून दिलं पाहिजे. तुमच्या त्या स्वप्नाचे निर्माता, चालक, मालक आणि मुख्य कार्यकारी अधिकारी... सगळं काही तुम्हीच तर आहात. त्यामुळे तुम्ही जर हा उपक्रम गुंडाळलात तर दुसऱ्या गोष्टीचं स्वप्न पाहण्यापासून तुम्हाला कुणीही रोखू शकत नाही!

मनोगत – किशोर, किशोरी / नवयुवक-युवती यांचे

मी नाकारत नाही... मी स्वप्नं पाहणारी आहे. मी छोटी व्यक्ती आहे, पण मला भव्य स्वप्नं पाहायला आवडतं. मला खूप मोठ्या अपेक्षा व ध्येयं ठेवायला आवडतं. मला त्यात काहीच चुकीचं वाटत नाही. आजच्या समाजात 'लहान ध्येय ठेवा आणि निराशा टाळा' या विचारानं अनेकांच्या मनात व नीतिमत्तेत शिरकाव केला आहे, ही दुर्दैवी गोष्ट आहे. आपण अशा प्रकारची नीतितत्त्वं अनुसरता कामा नयेत. आपली स्वप्नं पाहण्याची क्षमता हा आपला जन्मसिद्ध अधिकार आहे, जो कुणीही आपल्यापासून हिरावून घेऊ शकत नाही. वर्तमान, भूत व भविष्यकाळातल्या सगळ्या हिटलर, स्टॅलिन व गद्दाफींना असं करण्यात अपयश आलेलं आहे आणि ते येतच राहील. तुमची स्वप्नं तुमची असतात. त्यामुळे ती तुमच्या मनाला हवी तितकी पाहा. तेजस्वी रंग आणि भावनांनी तुमची स्वप्नं सजवा. तुमच्या हृदयातलं स्वप्न पाहा. तुम्ही कुणाही व्यक्तीला अथवा कोणत्याही गोष्टीला स्वत:ला रोखू देऊ नका, तुमची स्वप्नं तुमची आहेत.

– मिथिला गुप्ते, वय १९ वर्षे
ऑक्सफर्ड, यूके

तुम्ही अगदी कशाचंही स्वप्न पाहू शकता; पण ते स्वप्न मनात घट्ट रुजू देण्याआधी – इतकं घट्ट की, कुणीही ते हलवू शकणार नाही – ते साध्य होण्यासारखं आहे का याची खात्री करा, नाहीतर तुम्ही उद्ध्वस्त व्हाल!

– मही जोशी, वय १२ वर्षे
मिल्टन कीन्स, यूके

सगळ्या छान गोष्टी अधिकच चांगल्या वाटू लागतात आणि सुखावह नसणारं सगळं काही मागं पडतं... इतकं मागं की, त्याची नोंद घेणंही बंद होतं. तुमची आरशातली प्रतिमा आजवर कधीही वाटली नव्हती इतकी प्रभावी दिसू लागते. अतिशय सुरेख आयुष्यात बोचरी टीका अगदी किरकोळ वाटू लागते! 'विमान उंच उडण्याचा' अनुभव अशा पद्धतीनं मांडला, की भयानकता आणि मौज यांमधली अतिशय पातळ रेषा अधिकच पातळ भासू लागते... कधी नव्हे इतकी!

या जगात अनेक माणसं पितात... ती अधूनमधून नैमित्तिक मद्यपान करतात, त्या अनुभवाचा आनंद लुटतात आणि त्यांच्या अत्यंत कार्यक्षम आयुष्यात पुन्हा परत जातात. तुम्ही एकच प्याला घेतला असलात आणि तुम्हाला छान सैलावल्यासारखं झालं असलं. ते तुम्हाला आवडलं असलं तर बहुतेक तुम्हाला पुन्हा प्यावंसं वाटेल. मित्रांच्या गटात किंवा तुमच्या कुटुंबाबरोबर – जर तुमचे आईवडील पीत

असतील आणि त्यांची तुम्हाला परवानगी असेल तर.

तुम्ही जर जबाबदारी ओळखून पीत असाल तर तुम्ही स्वत:ला हवं तेव्हा प्यायचं ठरवाल, पिण्याची तळमळ तुम्हाला आयुष्यातल्या सगळ्या गोष्टी बाजूला सारायला आणि पुढचा प्याला मिळवण्याच्या मागं लागायला भाग पाडणार नाही. अर्थात जर तुम्ही तुमच्या आयुष्याचं वाटोळं करून घ्यायचं ठरवलंत आणि अगदी आडवं होईपर्यंत प्यायला सुरुवात केलीत तर कुणीच तुम्हाला त्यातून वर काढू शकत नाही... तुम्ही स्वत:च त्यातून वर यायचं ठरवेपर्यंत.

अशी उदाहरणं अगदी थोडी असतील की, ज्यांनी कधीतरी धूम्रपानाची चव चाखली आहे... फक्त 'काय असतं' हे पाहण्यापुरती आणि ते न आवडल्यामुळे किंवा ते आरोग्यास अपायकारक असल्याची त्यांची खात्री झाल्यामुळे (ते बरोबरच आहे) ते सोडलं आहे. जर तुम्हाला धूम्रपानाचं व्यसन लागलं आणि त्याचे तुमच्या तब्येतीवर झालेले दुष्परिणाम लक्षात आल्यानंतर तुम्ही ते सोडायचं ठरवलंत, तर ते सोडणं अतिशय मुश्कील होईल. 'विड्रॉअल सिम्प्टम्स', वेदना आणि अस्वस्थता

यांचा जो त्रास होईल, तो सोसणं फार कठीण असेल.

आणि आयुष्यात तुम्हाला अल्कोहोल आणि सिगारेटपासून दूर राहावं लागेल असे प्रसंग येतील... तुम्ही आई होणार असाल त्या काळात (तुम्हाला या जगात सुदृढ आणि निरोगी मनुष्यप्राणी जन्माला घालायचा आहे, होय ना?) रेल्वे किंवा बसनं दूरवर प्रवास करताना, विमान प्रवासादरम्यान, शैक्षणिक शर्यत पार करताना किंवा कामाच्या ठिकाणी किंवा कधी जिथं ड्रिंक किंवा सिगारेट उपलब्ध होऊ शकणार नाही अशा ठिकाणी. अशा प्रकारे तुम्हाला या गोष्टी उपलब्ध झाल्या नाहीत तर तुमची फारच गैरसोय होईल; पण तरीही तुम्हाला जगता येईलच.

तुमच्या माहितीमध्ये इतरांसोबत अथवा अगदी सहजपणे अमली पदार्थांचं सेवन करणारं कुणी आहे? अशी एखादी व्यक्ती जी अधूनमधून सायंकाळी अमली पदार्थांचं सेवन करते, शिवाय रात्री आरामात शांत झोपते. पुन्हा अभ्यास, कॉलेज, काम याकडे वळते आणि त्यानंतर काही आठवड्यांनी किंवा महिन्यांनी पुन्हा अमली पदार्थांचं सेवन करण्याची संधी मिळेपर्यंत अगदी छान असते? तुम्ही अमली पदार्थाचा नमुना कोणत्याही स्वरूपात चाखायची तयारी दाखवलीत, तर तुम्हाला त्या पदार्थांची पहिल्यांदा चव देणारा माणूस तुम्हाला आणखी एकदा त्या पदार्थाची चव अगदी सहजपणे आणि फुकट देईल – उपकार म्हणून.

असे उपकार सुरूच राहतील. तुम्ही निराळ्या जगाच्या सफरीची मौज लुटत राहाल, जगाच्या निष्ठुर वास्तवापलीकडल्या जगात विहार कराल. काही दिवसांतच तुम्ही त्यात पूर्ण अडकाल. तुम्हाला त्या पदार्थाचा पुरवठा होत राहिला आणि तुम्ही त्याचं नियमित काळानं सेवन करत राहिलात तर, तुम्ही ड्रग्जच्या विळख्यात सापडलेले आहात, हे बहुधा कुणाच्या लक्षातच येणार नाही. तुम्ही तुमचा अभ्यास, बाकी सर्वांशी मिळून-मिसळून राहणं या गोष्टी अगदी नेहमीसारख्याच करताना दिसाल. आता तुम्ही आणि वास्तव यादरम्यान किंचितसंच अंतर असल्यामुळे तुमचा सहवास अधिक सुखद वाटू शकतो; पण जेव्हा पुढचा डोस घेण्याची वेळ येते तेव्हा तुम्ही त्याचं सेवन करता आणि काल्पनिक आनंददायी विश्वात रममाण होता. पण जर तो तुम्हाला मिळाला नाही तर, तुमची अस्वस्थता, शारीरिक वेदना, घशाची कोरड, मानसिक यातना तुम्हाला ते मिळवण्यासाठी काहीही करायला उद्युक्त करतील. तुमचं विमान उंच नेणाऱ्या त्या पदार्थाच्या एका छोट्याशा चिमटीसाठी तुम्ही भरपूर पैसे मोजायला तयार असता. जर तुमच्याकडे पैसे नसतील तर तुम्ही जिथून मिळू शकतील तिथून उसनवारी करायला सुरुवात करता. जर तुम्हाला कुणीही पैसे द्यायला तयार नसेल तर तुम्ही चक्क चोरी करू लागता. तो पदार्थ मिळवण्याची इच्छा इतकी तीव्र होते, की त्यासाठी तुम्ही कुणाला ठार करायलाही मागेपुढे पाहत नाही – अगदी तुमच्या आवडत्या प्रिय लोकांनासुद्धा. हे असं कीव करण्याजोगं, करुणाजनक, पशुतुल्य जगणं असतं.

जर तुम्ही आपण काहीही करू शकतो आणि जग जिंकू शकतो अशा

समजुतीनं अमली पदार्थ घ्यायला सुरुवात केली असलीत, तर हे अतिशय दुःखद अपयश आहे. तुम्ही तुमच्या स्वतःच्या आयुष्यावरचा सगळा ताबाच गमावला आहे; पण अजूनही वेळ गेलेली नाही. तुमच्या घरच्यांना तुम्ही ड्रग्ज घेता हे एव्हाना कळलं असेलच; पण ते तुम्हाला कायमचं गमावण्याऐवजी तुम्हाला या विळख्यातून बाहेर यायला मदत करतील. त्यांना या गोष्टीचं अतिशय दुःख होईल, पण तरीही ते तुम्हाला मदत करतील. जर तुम्हाला ते आधार देणार नाहीत असं खात्रीनं वाटत असेल, तर तुमच्या मदतीला हेल्पलाइन्स आणि व्यसनमुक्ती केंद्रं आहेत. जवळपास प्रत्येक देशात असणाऱ्या या सुविधा तुम्हाला मदत करू इच्छितात. तिथं तुमचा तुम्ही संपर्क साधू शकता.

या व्यक्ती वगळता बाकीच्यांसाठी : तुमचा आयुष्यात कधीही अमली पदार्थांशी संपर्क येऊ नये अशी आपण आशा करू या आणि तुम्ही आयुष्यात जर तुमचे सहकारी व संबंधित लोक काळजीपूर्वक निवडून वाटचाल करत राहिलात तर तुमचा त्याच्याशी संपर्क येणार नाही; पण हे जग खूप मोठं आणि वाईट आहे. त्यामुळे भविष्यात तुमच्यापुढे काय वाढून ठेवलं असू शकेल ते आधी कुणालाच सांगता येणार नाही.

जर कधी अशी परिस्थिती उद्‌भवली की, तुमचा एखादा 'मित्र' तुम्हाला जरासं घेऊन बघ... एखादा झुरका किंवा कसलीतरी चिमूटभर पूड... म्हणून मागं लागला, तर ती गोष्ट काय आहे आणि ती तुम्हाला कुठे घेऊन जाईल हे ओळखण्याइतकी हुशारी दाखवा. तुमचे मित्र त्यासाठी तुमच्या मागं लागले तरीसुद्धा अशा तीव्र दबावामुळे तुम्ही मोहाला बळी पडू नका.

ती फक्त चिमूटभर पूड नाहीये, ती तुमच्या आयुष्याचा ताबाच घेणार आहे. मी आयुष्यात कधीच या गोष्टींच्या वाटेला गेले नाही आणि मला त्याचा आनंद आहे. त्यापासून दूरच राहा!

मनोगत – किशोर, किशोरी / नवयुवक-युवती यांचे

भारतात असताना, अमली पदार्थ आपल्यासाठी धोकादायक असतात आणि आपण कधीही त्यांच्या वाटेला जाऊ नये एवढं माहीत होतं, पण आता मी यूकेमध्ये आहे, या पदार्थांच्या अतिशय निकट संपर्कात! रस्त्यावरून निरुद्देश भटकणारी, विचित्र दिसणारी, घाणेरडा वास येणारी मुलं हा या अमली पदार्थांचा भयानक परिपाक आहे. त्या सगळ्यांना पाहिल्यावर मला एकच गोष्ट करावीशी वाटते ती म्हणजे तुम्ही म्हटल्याप्रमाणे – त्यापासून दूरच राहा!

– मही जोशी, वय १२ वर्षे
मिल्टन कीन्स, यूके

एक काळ असा होता जेव्हा तुमचं चार लोकात वागणं आमच्या दृष्टीने अतिशय लाजिरवाणं असायचं. गजबजलेल्या मॉलमध्ये तुमचे रागाने हातपाय आपटणं, चित्रपटगृहामध्ये खुर्च्यांच्या रांगातून पळापळी करणं, एखाद्या दिमाखदार उपहारगृहामध्ये वाइनचा पेला फोडणं... आम्ही कदाचित वेड्या मायेने हे किस्से सांगतो तेव्हा आमचं दुडदुडणारं ते बाळ आम्हाला तसंच लाभावं असं आम्हाला वाटतंय असासुद्धा समज होण्याची शक्यता आहे! पण आम्ही तुमच्या रंगीबेरंगी बालपणातल्या नीट जपून ठेवलेल्या आठवणीतील काही सोनेरी क्षणांना कौतुकाने उजाळा देत असतो.

आता आपल्या भूमिका बदलल्या आहेत आणि आता तुमच्या आई अथवा बाबांची जवळपास प्रत्येक कृती तुमच्या दृष्टीनं लाजिरवाणी असते!

आपण असेच काही तुमची कोंडी करणारे प्रसंग पाहू :

- तुम्ही तुमच्या मित्रमैत्रिणींसमवेत एखाद्या पबमध्ये असता तेव्हा तुमच्या आईवडिलांनी त्या पबमध्ये येणं.
- आईवडिलांनी तुमची बाहेर कारमध्ये बसून वाट न पाहता सरळ पार्टीत येणं.
- आईवडिलांनी कुठंही अनपेक्षितपणे येऊन धडकणं – विशेषत: अयोग्य (तुमच्यामते) पोशाखात!
- आईवडिलांनी चार लोकांत तुमच्याबद्दलची ममता दाखवणं.
- आईवडिलांनी चारचौघात तुम्हाला तुमच्या टोपणनावाने हाक मारणं.
- तुम्ही मित्रांसमवेत असता त्या वेळी आईवडिलांनी तुम्हाला काहीतरी मूर्खासारखे प्रश्न विचारायला फोन करणं आणि त्या प्रश्नांची उत्तरं मिळावीत हा आग्रह धरणं.
- आईवडिलांनी तुमच्या सुरक्षिततेबद्दल उघडपणे सूचना देणं.
- आईवडिलांनी तुमच्यासमोर गाणं म्हणणं, शिटी वाजवणं, खिदळणं, बागडणं, नाचणं, उड्या मारणं किंवा कुठल्याही प्रकारचं 'बालिश' वर्तन करणं.

- तुमचे मित्र जेवायला आलेले असताना आईवडिलांनी त्यांना बेचव भोजन वाढणं.
- तुमच्या शाळेतल्या एखाद्या किरकोळ यशाबद्दल आईवडिलांनी जरा जास्तच हुरळून जाणं.
- तुमच्या पदवीदान समारंभाच्या वेळी आईवडिलांच्या डोळ्यात अश्रू उभे राहणं... कुठंही त्यांनी अश्रूंना वाट मोकळी करून देणं!
- तुम्हाला एखाद्या ठिकाणी जायला परवानगी न देणारे 'जुनाट मताचे' आईवडील... विशेषत: तिथं जाण्यात तुमच्या इतर मित्रमैत्रिणींच्या आईवडिलांची अजिबात हरकत नसते, अशा वेळी.

अशी अजून बरीच यादी सांगता येईल. आपले आईवडील असे अडाणी, थोडे वेड्यासारखे कसे काय आणि कधीपासून वागू लागले आहेत असा आश्चर्ययुक्त प्रश्न तुम्हाला पडला असेल.

खरंतर आम्ही अजिबात बदललेलो नाही. बदलले आहात ते तुम्ही. तुम्ही आम्हाला वाटले होते त्यापेक्षा जास्त वेगाने मोठे झाला आहात आणि दुसरी गोष्ट म्हणजे तुमच्या आयुष्यात प्रत्येक गोष्टीत तुमच्या मित्रांच्या मतांचे महत्त्व जास्तच वाढले आहे... त्यामध्ये तुमच्या आईवडिलांच्या वागण्याबद्दलचं मतही आलंच!

आम्हाला अर्थातच तुम्हाला लाजिरवाणे असे अजिबात करायचे नाही, पण याला पिढीतील अपरिहार्य अंतर म्हणा किंवा आम्ही निवळ वेडपट आहोत म्हणा, आमच्या वागण्यामुळे कुचंबणा होण्यासारखं काय आहे, हे आम्हाला बहुतेक वेळा कळतच नाही. त्यामुळे तुम्हाला आणखी कशाकशाची लाज वाटते ते आम्हाला कळू द्या. आम्ही त्या गोष्टी टाळण्याचा प्रयत्न करू.

मनोगत – किशोर, किशोरी / नवयुवक-युवती यांचे

माझ्या बाबतीत अजूनपर्यंत तरी असा प्रश्न आलेला नसला तरी मी मित्रमंडळीसमवेत असताना माझ्या आईवडिलांनी तिथे येण्याबद्दल मला कधीही लाज वाटणार नाही. माझे आईवडील जेव्हा मला त्याच त्याच प्रकारच्या सूचना देतात – म्हणजे मी एखाद्या ठिकाणी एकटी जाते तेव्हा –"अनोळखी माणसांपासून जरा दूरच राहा" अशासारख्या सूचना – तेव्हा मला भयंकर राग येतो. मी स्वत:चे निर्णय स्वत:च घ्यायला सुरुवात केली पाहिजे, असं मला सतत सांगितलं जात असतं. तरीही मी काय करावं हेही मला जाता-येता ऐकवलं जात असतं! मला बरं-वाईट समजतं त्यामुळे कृपया मला स्वातंत्र्य द्या!

– आवृत्ती शर्मा, वय १६ वर्षे
मुंबई, भारत

तुम्ही माझ्यासाठी खूप केले आहे. तरीही आज माझ्या मनात तुमच्यापेक्षा

मित्रमैत्रिणींचाच विचार जास्त येतो. लोक म्हणतात की, मी बदलले आहे; पण माझा त्यांच्यावर विश्वास नाही.

– क्षितीजा वैद्य, वय १३ वर्षे
मेलबोर्न, ऑस्ट्रेलिया

जर तुमचं म्हणणं असेल की आम्हीच अपेक्षेपेक्षा जास्त वेगाने मोठे झालो आहोत, तर आई आणि बाबाच थोडे जास्त परिपक्वपणे का वागत नाहीत? माझी आई माझ्याबद्दलचा एखादा किस्सा सांगू लागते तेव्हा कुठं पाहावं हेच मला कळत नाही! माझ्या छोट्या यशाचा इतका अभिमान कशाला वाटायला हवा? मला काही नोबेल पुरस्कार वगैरे मिळालेला नसतो!

– संघमित्रा शास्त्री, वय १४ वर्षे
पुणे, भारत

मला विचाराल तर मी याला लाजिरवाणं होणं असं म्हटणार नाही तर मला यामध्ये असुरक्षितता जास्त वाटते. आईवडील खरंतर फक्त संवाद साधण्याचा आणि मैत्रीपूर्ण संबंध निर्माण करण्याचा प्रयत्न करत असतात; परंतु आईवडील व मुलं यांच्यातील पिढीतील प्रचंड अंतरामुळे जुळवून घेणं कठीण असतं. ज्या गोष्टींची मला खरोखर लाज वाटते किंवा माझ्या मित्रांसमोर ज्यामुळे मला असुरक्षित वाटतं अशा काही गोष्टी :

आईनं माझे मेसेजेस वाचणं आणि त्यात 'लव यू!', 'म्मूआ', 'गुड नाइट', 'स्वीट ड्रीम्स' असं वाचलं की त्याबद्दल आततायी प्रतिक्रिया देणं.

आईनं मुलींसोबत काढलेल्या फोटोंवर शेरेबाजी करणं आणि अमक्या-तमक्या मुलीबरोबर माझी जोडी छान शोभेल अशी प्रतिक्रिया देणं!

अशा खरंच खूप गोष्टी आहेत; पण आईवडील हे सगळं सदिच्छेपोटीच करत असतात याची मला खात्री आहे. या सगळ्याला पिढीतील अंतर कारणीभूत आहे असं मी मानतो!

– अदनान शेख, वय १६ वर्षे
पुणे, भारत

झोपेविना तारवटलेल्या, कॅफिन ढोसलेल्या बधिर मुलांचे जथ्थेच्या जथ्थे शाळेच्या परिसरात येरझाऱ्या घालत असतात, शेवटच्या क्षणापर्यंत समीकरणं घोकत असतात, या आणीबाणीच्या क्षणी त्या अज्ञात शक्तीचा धावा करत असतात... आता परमेश्वरी साहाय्याचीच गरज असते!

भाषा विषयात उजेड असल्यामुळे शेक्सपिअर जन्मालाच आला नसता तर बरं, असं वाटत असतं. विज्ञानानं वैताग आणल्यामुळे मानवी शरीरात इतकी हाडं कशाला असतात आणि त्याहूनही वाईट म्हणजे काही मनुष्यप्राण्यांनी या सगळ्या हाडांचे नामकरण कशाला केलंय, या गोष्टींची चीड येत असते! परीक्षा कुणालाही आवडत नाहीत. जर तुम्हाला त्या आवडत असतील तर तुम्ही आत्मक्लेष करून घेणारे मनोरुग्ण असला पाहिजे!

ही काही बधिर परीक्षार्थींची झलक आहे. यातलं कुणी तुमच्या ओळखीचं आहे?

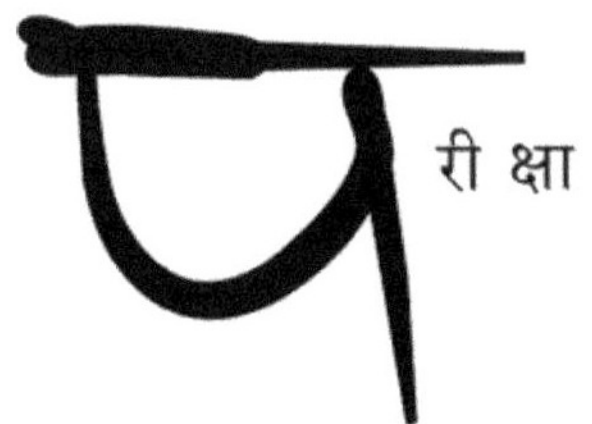

अभ्यासू, खिन्न चेहऱ्याची, चश्मिस्ट प्राणी... सदैव 'परीक्षा वलय' वागवत असते. परीक्षेच्या तारखा अजून जाहीर व्हायच्या आहेत, तर ही बया गंभीरपणे घोकंपट्टी करत आहे. घरच्यांबरोबर बाहेर जाणं नाही, वाढदिवसाच्या पार्ट्या नाहीत, सिनेमे नाहीत... कारण परीक्षा नेहमी तोंडावर आलेली असते! बरं, इतकी आगाऊ तयारी केल्यानंतर एखाद्याला वाटेल की, ही परीक्षेला अगदी आत्मविश्वासानं जाईल आणि परीक्षा देऊन त्याच आत्मविश्वासानं बाहेर पडेल, तिच्या चेहऱ्यावर निवांत स्मित असेल. पण नाही... पेपरवर पेन टेकवेपर्यंत ती नखं खात असते आणि छातीत धडधडत असतंच. परीक्षेचा भयावह काळ एकदाचा संपल्यानंतर तरी आनंदोत्सव साजरा करावा की नाही? पण नाही, कारण त्या वेळी तिला चिंतेचा भुंगा पोखरू लागलेला असतो. आपल्याला येत होतं ते सगळं आपण पेपरमध्ये लिहिलं आहे ना, स्पेलिंगचा गोंधळ तर झालेला नाही ना, किंवा एखाद-दुसरा प्रश्न वाचलाच नाही असे तर झालेलं नाही ना?... चिंतेला अंतच नाही!

अति-आत्मविश्वाससंपन्न, चिंतामुक्त प्रकारातला, प्रत्येक सामाजिक उपक्रमात पुढाकार घेणारा व उत्साहानं सहभागी होणारा जीव. तो देशातल्या परीक्षा पद्धतीबद्दल अगदी तावातावानं बोलत असतो. त्याला सदैव सगळीकडचं राजकारण उत्तम प्रकारे ज्ञात असतं... शाळेच्या व्हरांड्यापासून ते देशाच्या सत्तास्थानापर्यंत हा सद्गृहस्थ काहीही बढाया मारत असला तरी, त्याच्या खऱ्या परिश्रमांच्या जोरावर त्याच्या त्या विषयाच्या स्वाभाविक आकलनानुसार आणि कधीकधी फक्त नशिबाच्या जोरावर हा प्राणी भरपूर गुणांनी तरून जातो.

आणि जर तसं घडलं नाही तर – परीक्षेचा निकाल हा नेहमीच धक्कादायक असतो! पण ते तात्पुरतंच असतं – स्वत:बद्दलची खात्री पुन्हा उफाळून येतेच!

अभ्यास भरपूर केला आहे, प्रश्नपत्रिकेतल्या सगळ्या प्रश्नांची उत्तरं येत आहेत असं वाटत होतं, सगळी उत्तरं काळजीपूर्वक लिहिली आहेत, पेपर देण्याआधी पुन्हा नीट तपासून पाहिला आहे, पण निकाल मात्र चांगला नाही?

अशा वेळी सगळं चूक असणार नाही... मात्र एखादी गोष्ट नक्कीच चुकलेली असेल, कदाचित तुमची मूलभूत संकल्पनाच कुठंतरी चुकली असेल. ती गोष्ट अशा पद्धतीनं सादर करायची आहे असं तुम्हाला वाटलं असेल, पण प्रत्यक्षात काहीतरी वेगळंच अपेक्षित असेल. ते काय त्याचा शोध घ्या... तुमच्या शिक्षकांची, आईवडिलांची किंवा मित्राची मदत घ्या आणि तुमचं काय चुकलं असू शकेल हे समजून घ्या.

वर्षभर केलेल्या अभ्यासाची उत्तरपत्रिकांच्या फक्त काही पानांवरून परीक्षा होणं आणि तेसुद्धा एक किंवा दोन तासांत... हे किती अन्याय्य वाटतं! पण आयुष्य तर असंच असतं.

यशस्वी होण्याचं रहस्य म्हणजे परीक्षेसाठी आखणी व तयारी इतकी आधीपासून करायची की, तुमच्या मनाची पूर्ण तयारी तर असेलच; शिवाय परीक्षेत विचारल्या जाणाऱ्या प्रश्नांना तोंड देण्याइतका तुम्हाला पूर्ण आत्मविश्वास असेल. तुम्ही कोणत्याही विषयाचा अभ्यास करत असा, तो सगळा अभ्यास फक्त शेवटच्या पंधरवड्यात डोक्यात कोंबणं आणि शिवाय तणावमुक्त राहणं अगदी अशक्य आहे! जर तुम्ही अख्खं पुस्तक फक्त पंधरा दिवस अभ्यास करून डोक्यात कोंबणं अपेक्षित असतं, तर तुमचा अभ्यासक्रम एका वर्षाचा बनवलाच नसता! शिवाय तुमच्या परीक्षा पार पाडण्यासाठी अनेकांचे सहकार्य असते. आईबाबा कामातून रजा घेऊन तुमच्या दिमतीला हजर असतात. तुमच्या अवघड परीक्षांसाठी तुम्हाला नेऊन सोडत असतात, पुन्हा परत घेऊन येत असतात, तुम्ही घोकंपट्टीतून जरासा विराम घेता त्या वेळी तुमचं आवडतं खाणं टेबलवर सज्ज ठेवत असतात. बाहेर कुठल्या कार्यक्रमात सहभागी होणं टाळतात, तसंच टीव्हीवरच्या कार्यक्रमांवर पाणी सोडतात, एवढचं नव्हे तर इंटरनेटसुद्धा सुरू करत नाहीत... फक्त तुमचं लक्ष विचलित होऊ

नये म्हणून! हे आईबाबा 'अति' करत नसतात, ते फक्त आपण कुठं कमी पडू नये याची दक्षता घेत असतात.

पण तुम्ही जर वर्गात काय शिकवतात त्याकडे खरंच लक्ष दिलंत, अभ्यासाचं वेळापत्रक अगदी सहजपणे, स्थिर गतीनं अभ्यास होईल अशा प्रकारे बसवलंत तर परीक्षा फक्त तुमच्यापुरत्या राहतील. तो सगळ्या घरादाराला दडपण आणणारा कार्यक्रम होणार नाही!

आता थोडं गंभीरपणे! घरात वीज नाही म्हणून रस्त्यावरच्या दिव्याखाली अभ्यास करून परीक्षेची तयारी करणारी मुलं आहेत. अनवाणी पायांनी किंवा तुटक्या चप्पल घालून मैलोन्मैल अंतर तुडवून परीक्षेला पोहोचणारी मुले आहेत. काहींना सामाजिक व सांस्कृतिक अडथळ्यांशी दोन हात करावे लागतात, घरच्या जबाबदाऱ्या, रडणारी मुलं, आजारी प्रिय व्यक्तीची शुश्रूषा या साऱ्याचा मेळ घालून अवघड परीक्षा द्यावी लागते.

तुम्ही फक्त इतकंच करायला हवं... चित्त विचलित करणाऱ्या सगळ्या गोष्टी बाजूला सारा, कठोर परिश्रम करा आणि सर्वशक्तिनिशी तुमच्यातील सर्वोत्तम ते द्या... त्यासाठी मन:पूर्वक शुभेच्छा!

मनोगत – किशोर, किशोरी / नवयुवक-युवती यांचे

हे इतकं खरं आहे की, परीक्षेच्या वेळी अशा गोष्टी करणारे आपण काही एकटेच नाही हे पाहून मला हायसं वाटलं.

– प्राजक्ता देशपांडे, वय १४ वर्षं
मिल्टन कीन्स, यूके.

मी परीक्षेच्या आधी काही महिने अभ्यास करण्याचा कितीही प्रयत्न करत असले तरी ते हातून न घडण्याचं काही ना काही कारण मला नेहमीच अगदी सहज सापडतं. अखेर पेपरच्या आदल्या दिवशी मी शक्य ते सगळं डोक्यात कोंबण्याचा प्रयत्न तासन्तास बसून करते – दुसऱ्या दिवशी पेपरच्या दोन तासांच्या वेळेत काहीतरी पांढऱ्यावर काळं करता यावं, यासाठी.

– नयनतारा थॉमस, वय १९ वर्षं
मुंबई, भारत.

परीक्षा असली की, नुसतं वेड्यासारखं वागायला होतं... शेवटच्या क्षणापर्यंत घोकंपट्टी करायची, कधी नोट्स सापडत नाहीत. मित्रमैत्रिणींना फोन करायचा आणि त्यांचं कुठवर आलंय ते पाहायचं, दुःखाचे कढ, काळजीची वाळवी, टेन्शन... वेडं करणारा हा परीक्षेचा काळ, खरोखर आवडणारा माणूस आजवर जन्माला आलेला नसेल! खरंतर आयुष्यातला हा टप्पा असा असतो, की त्या वेळी माणसाला वेळ भुर्रकन उडून जावा आणि तो परत फिरून पुन्हा कधीही येऊ नये असं वाटत असतं.

आम्हाला या परीक्षा अजिबात आवडत नाहीत; पण आमचं भविष्य ठरवणाऱ्या आणि आमचं करिअर व जीवनमार्ग ठरवणाऱ्या परीक्षाच आहेत हे आम्हाला माहीत आहे.

– रेवती कुलकर्णी, वय १७ वर्ष
मुंबई, भारत.

“बेटा, तुला सर्वोत्तम विद्यापीठात प्रवेश मिळावा हे माझं नेहमीच स्वप्न राहिलं आहे. तू दररोज फक्त एक तास आणखी दे. मग तुला तिथं प्रवेश मिळालाच म्हणून समज!”

“तुझ्या शिक्षणासाठी आम्ही इतके वर्षं पैसे साठवत आलो आहोत. तू फक्त मेहनत कर आणि मग तुझ्या स्वप्नातलं करिअर मार्गी लागेल बाळा!”

हे वैतागवाणे शब्द ओळखीचे वाटतायत ना? तुम्हाला ‘भविष्य’ देण्यासाठी आणि आमच्या आईवडिलांनी आम्हाला जे जे दिलं ते सर्व तुम्हाला देण्यासाठी आमचं सर्वस्व पणाला लावायची आमची तयारी आहे. काही वेळा आमच्यापैकी काही जण हे त्यांच्या शब्दांतून व कृतीतून त्यांची स्वप्नं तुमच्यात पाहून तुमच्यावर ओझे टाकत असतात. हे नक्कीच दु:खदायक असते. तुमच्यासाठी तुम्ही ‘तुम्ही’ असता, आम्हाला जे बनायचं होतं त्याचा तुम्ही घटक किंवा विस्तारित रूप नसता. म्हणून तुम्ही दु:खी आणि आम्ही इतका त्याग करून व तुमच्यासाठी आमच्या

पे क्षा

दृष्टीनं जे योग्य आहे ते करण्यासाठी सर्वतोपरी प्रयत्न करूनही आम्ही दु:खी; मग आम्ही फक्त आमचं कुठं चुकलं याचा विचार करत राहतो.

हे फक्त शैक्षणिक कामगिरी आणि करिअरची निवड याबद्दलच नाहीये. तुम्हाला पापण्या झाकणाऱ्या नव्या हेअरस्टाइलमध्ये पाहून तुमच्या आईचं मान झटकणं, बाबांनी तुम्हाला विज्ञानविषयक साहित्यासाठी दिलेल्या पैशातून तुम्ही गीतसंग्रह खरेदी केल्यामुळे बाबांचं संतापून खांदे उडवणं... आज तुम्ही आमच्यापेक्षा इतके हुशार झाला आहात की, आमच्या चेहऱ्यावर उमटलेला एखादाही ‘चुकीचा’ भाव आम्हाला संकटात टाकू शकतो.

आमचं भुवया उंचावणं, किंचितसं स्मित, आमच्या शब्दांतून जरासा धक्का बसल्याचे भाव व्यक्त होणं किंवा ओठ घट्ट मिटणं... अशा आमच्या कुठल्याही बेफिकीर हावभावामुळे आमचं वागणं ‘तुमच्यावर अपेक्षांचं ओझं लादणारं’ ठरतं!

तुम्ही वयाची साठी ओलांडलीत आणि आम्ही सहस्रचंद्रदर्शनाचा टप्पा ओलांडून अजूनही लडखडत तुमच्यासोबत असलो तरी आईबाबा म्हणून आम्ही तुमच्यासाठी

चांगलंच चिंतणार. (कुणी फुरफुरलं का?... आत्ता तुम्हाला कदाचित हास्यास्पद वाटेल, पण एक दिवस तुम्ही साठीचे होणारच आहात!) आम्ही कदाचित तुम्हाला आमच्या अपेक्षांमुळे वैतागवाणे वाटत असू, पण तुम्ही आम्हाला तेवढी मोकळीक द्या... कारण आम्ही तुम्हाला असंच वाऱ्यावर सोडून पुढे तुम्हाला दु:खी करेल असं करिअर निवडू देण्याचा धोका पत्करू शकत नाही. दरम्यान तुम्हीही अर्थातच पुढे जाण्यासाठी आतुर आहात... जोवर तुमची निवड तुम्हाला सुखी व सुरक्षित ठेवेल तोवर हरकत नाही... शुभेच्छा!

मनोगत – किशोर, किशोरी / नवयुवक-युवती यांचे

मी विद्यापीठात जायला अजून खूप अवकाश आहे, पण मला आत्तापासूनच उपदेशाचे डोस मिळत असतात... चांगली नोकरी मिळण्यासाठी मी आत्ता कसे कष्ट घ्यायला पाहिजेत याबद्दल. मला तर कधीकधी याची भीतीच वाटते; पण मला वाटतं हेच वास्तव आहे आणि मला ते स्वीकारावंच लागेल.

– जान्हवी लिमये, वय १३ वर्षे,
स्लाऊ, यूके

आयुष्य भरभरून जगलं नाही आणि माझ्या स्वत:च्याच अपेक्षा पूर्ण केल्या नाहीत तर जगण्याला काय अर्थ आहे? तरीही मी तुमची स्वप्नं जगण्याचा प्रयत्न करते, पण यादरम्यान तुम्ही अपेक्षा करणं कधी थांबवणार आहात की नाही, हा विचार मात्र येतच राहतो.

– क्षितिजा वैद्य, वय १३ वर्षे
मेलबोर्न, ऑस्ट्रेलिया

ऑ... दॅट्स सो स्वीट मम ॲन्ड डॅड, आय लव्ह यू गाईज! आजी-आजोबांनी तुमच्याकडून अपेक्षा केल्या असतील तेव्हा तुम्हाला कसं वाटलं असेल ते मी समजू शकते! पण एक सांगू, मी तुम्हाला निराश करणार नाही. मी आपली सगळी स्वप्नं पूर्ण करण्यासाठी खूप परिश्रम करीन. कारण टाकीचे घाव सोसल्याशिवाय देवपण येत नाही. मी थोडेसे कष्ट घेतले तर मला काही भोकं पडणार नाहीत आणि तुम्ही सदैव माझ्या पाठीशी भक्कम आहातच!

– ऐश्वर्या राज, वय १६ वर्षे,
पुणे, भारत

माझ्या आईवडिलांनी मला '११+' परीक्षेसाठी जादा क्लासेसला घातलं तेव्हा मला स्वत:साठी, खेळायला किंवा घरच्यांसमवेत जराही वेळ उरणार नाही याची चिंता वाटत होती. मला ते सगळं कठीणच वाटत होतं. मला पास होण्याची खात्री वाटत नव्हती आणि परीक्षांची काही गरज आहे का, असंसुद्धा वाटत होतं. माझे बरेचसे मित्र ही परीक्षा देणार नव्हते. मग मीच का हा जास्त अभ्यास करायचा, असा

मी विचार करत होतो. माझं काही मित्रांशी जवळपास नातं तुटायच्याच बेतात होतं. कारण मी त्यांच्याबरोबर खेळण्याऐवजी अभ्यास करत असायचो. मात्र अखेर या साऱ्याचं बक्षीस मिळालं – आत्ता मी जर हा जास्त अभ्यास केला तर तो मला भविष्यात उपयोगी पडेल ही गोष्ट मला कळली आहे. सुरुवातीला मला वाटायचं की, ही माझ्या आईवडिलांची अपेक्षा आहे; पण आता मला कळून चुकलं आहे की, हे मी स्वत:साठीच केलं आहे आणि मला माझ्या या कामगिरीचा अभिमान आहे.

– पीटर मिल्स, वय ११ वर्षे
मिल्टन कीन्स, यूके

तुम्ही प्रवेश परीक्षांत उत्तीर्ण झाला नाहीत, त्यामुळे तुम्हाला तुमच्या इच्छित शाळा / महाविद्यालयांत प्रवेश मिळालेला नाही. तुम्ही ज्या विषयांची परीक्षा दिली होती त्यापैकी तीन विषयांत तुम्ही उत्तीर्ण आहात. दोन विषयांत काठावर पास आहात आणि एका विषयात तुमची दांडी उडाली आहे.

तुम्ही अतिशय खिन्न आहात, तुमचे परिश्रम वाया गेल्यामुळे तुम्ही निराश झाला आहात, तुमच्या ओळखीचे बाकीचे पास झाल्यामुळे तुम्हाला त्यांचा हेवा वाटतोय. तुम्ही जेवढा अभ्यास केला होता त्यापेक्षा बराच कमी अभ्यास करूनही ते सगळे सुटले होते. जीवनात हा केवढा अन्याय!

अशा वेळी तुम्ही स्वत:लाच आणि मग इतरांनाही या गोष्टी पटवून देण्याचा ठरावीक मार्ग निवडणार आहात का?...

"ओह! पण पेपरच इतका अवघड होता... आमच्या वर्गातला तो पुस्तकातील

कीडासुद्धा डबडबल्या डोळ्यांनी वर्गाबाहेर पडला होता."

"हे माझे गुण असूच शकत नाही. आपण फेरतपासणीसाठी अर्ज देऊ!"

किंवा तुम्हीच तुमची बाजू बदलता "ती शाळा / महाविद्यालय काही इतकं उच्च दर्जाचे वगैरे नाही की त्यांनी प्रवेशासाठी इतक्या गुणांची अट ठेवावी."

"सगळ्यांनी मेडिकललाच कशाला जायला पाहिजे? मीच माझे विषय बदलीन."

काहीही असो, अपयशाच्या ठेचा तुमच्यासाठी चांगल्या असतात. त्या तुम्हाला प्रोत्साहन देत असतात! तुम्ही एखादी गोष्ट करू शकता हे मला माहीत असते, पण जेव्हा ती गोष्ट करण्याची तुमची इच्छा असते तेव्हा ती तुम्ही करत आहात हे मला दिसते. आम्ही आयुष्यात जे केलं ते कदाचित तुम्हाला करायचं नसेलही किंवा त्यासाठी इतकी किंमत मोजणं अगदी मूर्खपणाचं आहे, असंही तुम्हाला वाटत असू शकेल. पण तुम्हाला आयुष्यात जे काही साध्य करायची इच्छा आहे त्यासाठी सर्वशक्तिनिशी सर्वतोपरी प्रयत्न करा... तुमची इच्छा पूर्ण होईल.

मनोगत – किशोर, किशोरी / नवयुवक-युवती यांचे

अगदी साधं-सोपं आहे... जेव्हा एखाद्या गोष्टीत अपयश येतं, तेव्हा पुन्हा एकदा प्रयत्न करा. या खेपेला दडपण जरा जास्त आहे. समजा तुम्ही पुन्हा अपयशी झालात तर, 'मी हे मुद्दामच केलं होतं, मला त्यात अजिबात रस नव्हता' असं म्हणून सारवासारव करावी असं तुम्हाला वाटत असेल, पण हे जीवन आहे, इथं तुम्हाला पुढं जावंच लागतं. समजा तुम्ही अपयशी झालात तरी काही हरकत नाही... प्रयत्न करा आणि पुढं जात राहा.

– गार्गी कुलकर्णी, वय १४ वर्षे
औरंगाबाद, भारत

प्रत्येकालाच आदर्श परिपूर्ण कौटुंबिक पार्श्वभूमी लाभलेली नसते... निरोगी आईवडील आणि भावंडे, ज्यांचे एकमेकांशी छान पटते, घरात आर्थिक स्थैर्य आणि सर्वसाधारण चिंतामुक्त टीनएजरचं आयुष्य... या गोष्टींचे वरदान सगळ्यांनाच लाभते असे नाही. प्रत्येकाच्या वाट्याला आपापले प्रश्न असले तरी घरात कुणी विकलांग असणं किंवा मानसिकदृष्ट्या अस्थिर असणं अशासारख्या खडतर परिस्थितीत किंवा प्रचंड आर्थिक अडचण आहे अशा परिस्थितीत जीवन फार दुष्कर वाटतं.

तुमच्या घरी अशा अडचणी असतील तर तुम्ही खरोखर धैर्यवान असणार. तुमचे मित्रमैत्रिणी त्यांच्या आईबद्दल सांगत असतात... नीट खा, टीव्ही जास्त पाहू नकोस, खोली नीट आवर... ते ऐकताना तुम्हाला कसनुसं होत असेल. कारण तुमच्या घरी तुम्हाला तुमच्या आईची काळजी घ्यावी लागत असते किंवा शाळेत गुणांमध्ये सुधारणा झाल्याशिवाय एखादा खेळ घेऊन देण्यास बाबांनी नकार दिलाय

असं तुमचा मित्र सांगत असतो, पण तुमच्या घरी तुमच्या बाबांची इच्छा असली, (तुमच्या घरी तुम्हाला साऱ्या गोष्टींना तोंड द्यावं लागत असूनही शिवाय तुमचे गुण उत्तम असूनही) तरी त्यांना तुम्हाला तो खेळ विकत घेऊन देणं कधीही परवडणारं नसतं.

कुणाच्यातरी घरी 'स्लीपोव्हर'ला जाण्याबद्दल उत्साही चर्चा सुरू झाल्या की, तुम्ही आकसून मागे होता आणि यायला जमणार नसल्याबद्दल काहीतरी सबब पुढं करता? कदाचित घरात कुणीतरी तुमच्यावर अवलंबून असेल – संध्याकाळी तुम्ही घरी असाल तेव्हा सगळं काही सांभाळाल. शिवाय अशा कार्यक्रमात सहभागी व्हायचं म्हणजे आपल्यालाही कधीतरी त्या सगळ्यांना आपल्या घरी येण्याचं आमंत्रण द्यावं लागणार त्यापेक्षा हे टाळावं हे उत्तम. स्लीपोव्हर्स नंतरचे दिवस तर आणखीनच त्रासदायक... कारण सगळ्यांनी किती मज्जा केली याबद्दलच्या चर्चा थांबता थांबत नाहीत!

वाढदिवसाच्या पार्ट्यांचे असेच. पार्टीला जायचं म्हणजे महागडी भेटवस्तू,

चांगले कपडे... त्यापेक्षा टाळावं हे उत्तम. तुम्ही काही एकाकी... एकटा जीव नसता, तुम्हाला इतरांसमवेत भटकायला आवडतं, पण तुम्ही चारचौघांत मिसळण्याच्या बहुतेक प्रसंगी का दिसत नाही याची कारणं सांगायची म्हटलं तरी ती आता सांगून संपली आहेत. तुमचा स्वत:चा वाढदिवस येतो तेव्हा तर हा ताण अधिकच वाढतो. कारण मित्रांना तुमच्या घरी बोलावणं तुम्हाला शक्यच नसतं. तुम्ही त्यांना बाहेर ज्या उपाहारगृहात न्याल ते इतर मुलांनी नुकत्याच दिलेल्या पार्ट्यांच्या तुलनेत अगदीच सामान्य असतं. तुम्हाला खरंतर आपण वाढदिवस साजराच करू नये असं वाटत असतं...

तुमच्या घरी दारूच्या आहारी गेलेले आईबाबा आहेत किंवा गेल्या दोन वर्षांत तुमच्या बाबांच्या तीन नोकऱ्या गेल्या आहेत किंवा तुमची बहीण रात्री जेवायच्या वेळी एकदम बेभान होऊन चाकाच्या खुर्चीतून उडी मारायचा प्रयत्न करण्याची शक्यता आहे... अशा गोष्टी तुम्ही कधी सांगितल्या नाहीत, याबद्दल तुम्हाला दोष देता येणार नाही. ही काही सांगण्याजोगी चांगली परिस्थिती नसते आणि तुम्हाला कुणाच्या चेष्टेला तोंड द्यायचं नसतं.

पण तुम्ही मनावरचं हे दडपण झुगारून द्या. तुम्ही तुमच्या मित्र-मैत्रिणींच्या कंपूमधली तुम्हाला समजून घेऊ शकेल अशी विश्वासार्ह व्यक्ती शोधा. तुम्हाला आश्चर्य वाटेल की, तुम्ही विश्वासाने जिला हे सांगू शकाल अशी व्यक्ती असतेच आणि समजा तुम्हाला असं कुणी भेटले नाही तर सगळ्यात आधी समजून घ्या की, ते तुमचे खरे मित्र नव्हतेच.

सगळ्यात महत्त्वाची गोष्ट म्हणजे यापैकी कशातही तुमची चूक नाही. तुम्ही शाळेचा अभ्यास व इतर गोष्टी सांभाळून परिस्थितीला सामोरे जाता. अशा वेळी तुम्ही खरोखर खूप जबाबदारीने वागत असता आणि अधिक कणखर माणूस म्हणून तुमची जडणघडण होणार असते.

मनोगत – किशोर, किशोरी / नवयुवक-युवती यांचे

मला अशापैकी कुठल्याच गोष्टीला कधी तोंड द्यावे लागलेले नाही, पण मी माझ्या आजूबाजूला अशा बऱ्याच व्यक्ती पाहते.

"तू गृहपाठ का केला नाहीस?"

"कारण माझी आई आजारी होती, मला तिची शुश्रूषा करावी लागली."

"तू सहलीला येणार आहेस?"

"सॉरी, मी नाही येऊ शकत. माझे बाबा म्हणाले आपल्याला या वेळी नाही परवडणार."

हे सगळं अतिशय दु:खद आहे. तुमच्यापैकी कुणाला या साऱ्यातून जावं लागत असेल तर मी इतकंच म्हणेन, की एक दिवस हे सगळं संपेल... नक्की संपेल आणि आज नाही तर उद्या तरी संपेल. आशेचा दिवा कधीही

विझू देऊ नका!

– मही जोशी, वय १२ वर्षे
मिल्टन कीन्स, यूके

माझ्या घरातला मुख्य प्रश्न म्हणजे बहिणीशी स्पर्धा आणि माझ्या आईच्या माझ्याबद्दलच्या प्रेमाबद्दल माझ्या मनातली असुरक्षित भावना. पण कधीकधी मला वाटतं आईचं माझ्यावर, माझ्या बहिणीवर आणि बाबांवर सारखंच प्रेम आहे.

– कांचन जोग, वय १२ वर्षे
सोलापूर, भारत

तुम्हाला आवडत असो वा नसो; कधीकधी तुम्हाला दुसऱ्याचे उपकार घ्यावेच लागतात. पण ते घेण्याआधी तुम्हाला त्या गोष्टीची खरोखरच गरज आहे का, हा प्रश्न स्वत:लाच विचारा. जर त्या गोष्टीवाचून तुमचं चालू शकत असेल तर स्वत्वावर ठाम राहा आणि ती मेहेरबानी नाकारा. हा निर्णय घेतल्याबद्दल तुमचा तुम्हालाच अभिमान वाटेल.

कधीकधी तुमच्यासाठी एखादी गोष्ट करायला तयार होणारे लोक त्यात काही उपकार वगैरे नाहीत असे भासवतील. कदाचित त्यांचा अंत:स्थ हेतू निराळाच असू शकेल आणि ते असं भासवत असतील की, त्यांना ती गोष्ट खरोखर मनापासून करायची आहे. हे लोक आपल्यासाठी खरंच इतकं करत आहेत. कारण त्यांना आपण आवडतो आणि त्या गोष्टीच्या बदल्यात त्यांची काहीही अपेक्षा नाही, अशी तुमचीही खात्री होते.

जर तुम्हाला एखाद्याचे उपकार घेण्यावाचून खरोखर दुसरा पर्यायच नसेल तर लक्षात घ्या की, जीवनात प्रत्येक उपकाराची कुठल्या ना कुठल्या रूपात परतफेड करावीच लागते. काय करायचं ते तुम्ही ठरवायचं आहे.

मनोगत – किशोर, किशोरी / नवयुवक-युवती यांचे

मी जेव्हा लोकांचे उपकार घेतो त्या वेळी कधीकधी मी ही गोष्ट विसरतो की, मला त्या उपकाराची कुठल्या ना कुठल्या मार्गानं परतफेड करावीच लागणार आहे. काही लोक परतफेडीची कसलीही अपेक्षा करत नाहीत, काही जण मात्र करतात. आपण घेतलेल्या उपकारांची परतफेड करणं अतिशय आवश्यक असतं, नाहीतर भविष्यात त्यामुळे समस्या उद्‌भवू शकतात. जर आपण त्यांची परतफेड करू शकू असं आपल्याला वाटत नसेल तर ते घेतानाच आपण विचार करायला हवा.

– राजस बर्वे, वय १३ वर्षे,
मिल्टन कीन्स, यूके

इथं उपकार घेण्याबद्दल सल्ला दिला आहे तो जितका बरोबर आहे तितकंच आपण सर्वप्रथम कुणावरही उपकार करतानासुद्धा सावध असणं गरजेचं आहे. तुम्ही विद्यापीठात जाता तेव्हा या गोष्टीला मोठं महत्त्व येतं, असं माझ्या लक्षात आलं आहे. तिथं अचानक तुम्हाला नवे मित्रमैत्रिणी जोडावे लागतात. त्याआधी जवळपास दहा-बारा वर्षं तुम्ही ठरावीक मित्रमैत्रिणींसोबत घालवलेली असतात. नव्या मित्रांना खूश करून त्यांच्याशी मैत्री जोडण्याच्या अधीरतेत बरेचदा तुम्ही त्यांच्याशी जुळवून घेण्यासाठी काहीतरी वेगळं करायला जाता आणि तुमच्या नव्या मित्राला / मैत्रिणीला कबूल केलेली गोष्ट काहीही करून करता. त्या वेळी हे छान वाटतं. आणि हो... यामुळे तुम्हाला नवा मित्र / मैत्रीण मिळालेली असते. मात्र, लवकरच तुमच्या लक्षात येईल की, तुम्हाला तुमच्या नेहमीच्या मार्गापेक्षा काहीतरी वेगळं करायला लावणाऱ्या व्यक्ती मित्रच नसतात. ते मित्र असले तर ते न सांगता त्या उपकाराची परतफेड करतात. पण तुम्ही जे केलेलं असतं त्यासाठी तुम्ही घेतलेल्या परिश्रमांची सगळ्यांनाच कदर असते असं नाही.

– ऋजुता खानोलकर, वय २० वर्षे
केंब्रिज, यूके

तुम्ही सगळे जण पोहायला निघालेले आहात आणि तुम्ही पोहण्याचा कोणता पोशाख घालणार आहात व त्या तपकिरी करड्या रंगाच्या स्कर्टवर पिवळट तपकिरी सँडल्स चांगले दिसतील का, हे ठरवण्यासाठी तुम्हाला तीन तीन फोन कॉल्स आणि हळू आवाजात केलेल्या मसलतींची गरज भासते! तुम्ही तुमच्या वेळेचा अधिक सदुपयोग करावा असे आम्हाला वाटते. फोन कॉल्ससुद्धा काही फुकट होत नाहीत... पण या विषयावर आम्ही गप्प राहायचा प्रयत्न करू!

तुमची परीक्षा सुरू होण्याआधीचा हा अनंतावा 'स्लीपोव्हर' आहे. तुम्ही आता खरंच अभ्यासाला सुरुवात केली आहे. अशा वेळी तुम्ही दोघे अखंड दोन तास गप्पा मारत आहात. तुमच्या मित्राची / मैत्रिणीची आता घरी जायची वेळ झालीय, पण तुमच्या गप्पा आवरण्याची काही चिन्हं नाहीत.

तुमच्या मित्रमैत्रिणींचं महत्त्व तुमच्या लेखी खूप असेल... आयुष्यात आत्ता इतर कुणाहीपेक्षा जास्त असू शकेल.

तुमचे मित्र तुमच्या आयुष्यातल्या वादळी काळात तुम्हाला तरून जाण्यासाठी मदत करणारे लंगर असतील. अखेरच्या श्वासापर्यंत तुमच्यासाठी सदैव तत्पर असणाऱ्या आम्हा आईबाबांनंतर तुमचे मित्र तुमच्यासाठी हजर असतील.

फक्त आपण योग्य मित्र जोडतोय याची खात्री करून घ्या.

चला... 'खऱ्या मैत्री'ची परीक्षा घेऊ या.

१. तुमची मैत्रीण तुम्ही घातलेला पोशाख अगदी 'अयोग्य' आहे आणि पार्टीला जाण्याआधी तुम्ही तो बदलला पाहिजे असं तुम्हाला सांगते का? ती तुम्हाला 'पार्टीला जायला काही तितका उशीर झालेला नाही' असं सांगत तिच्या कपाटात तुमच्यासाठी अधिक सुयोग्य पोशाख धुंडाळते का?
२. ती तुमच्या समवेत पार्टीला येते आणि तुमच्या 'अयोग्य' पोशाखाबद्दल तुमची चेष्टा करणाऱ्या इतरांबरोबर सहभागी होते?
३. तुम्ही तुमच्या मित्र / मैत्रिणीच्या समोर एखादं मूर्खासारखं वाक्य बोलला

असाल किंवा एखादी वेडपट कृती केली असेल तर ती शाळेत बातमी म्हणून सगळीकडे पसरली आहे का? त्यापेक्षा वाईट म्हणजे तुम्ही एखाद्या गोष्टीची कबुली दिली असेल तर ती सगळ्यांना माहीत झाली आहे का?

४. तुमचा मित्र / मैत्रीण तुमची मूर्ख कबुली त्यावर काहीही मतप्रदर्शन न करता शांतपणे ऐकून घेते... इतर कुणाहीपुढे त्याबद्दल अवाक्षर बोलत नाही आणि जर वेळ आलीच तर तुमच्या बाजूनं उभी राहते.

५. तुमच्या व तुमच्या मित्राच्या अखंड गप्पा सुरू असतात. तुमची मैत्री महाविद्यालयात प्रसिद्ध झाली आहे, पण तुम्ही त्याच्या वाढदिवशी पार्टीला जाता तेव्हा तुम्हाला कळून चुकतं की, तो त्याच्या जुन्या मित्रांच्या गराड्यात असताना तुमची फारशी दखल घेत नाही.

६. मित्रमैत्रिणी जुने असोत वा नवे; तुमचा नवा मित्र नेहमीच तुम्हाला बरं वाटेल असा प्रयत्न करतो...

वर दिलेल्या क्रमाकांपैकी २, ३ किंवा ५ क्रमांकापुढचा मजकूर जर तुमच्या मित्र / मैत्रिणीला लागू होत असेल... तर ते चांगलं नाही. ही व्यक्ती तुमचा इतका सगळा वेळ आणि तुमची ऊर्जा खर्च करण्यायोग्य नसावी. तुमच्या आयुष्यात पुढं जी बदलांची वळणं येतील – तुम्ही विद्यापीठात जाणं, घर बदलणं, शहरं बदलणं किंवा अशाच प्रकारचे बदल – तेव्हा हा 'मित्र' अदृश्य झालेला असणार हे नक्की!

तयारीत राहा. शाळेत, महाविद्यालयामध्ये, कामाच्या ठिकाणी, बाहेर चारचौघांत जोवर लोक भेटत राहणार आणि नवे मैत्रिबंध जुळत राहणार, यातले बहुतेकसे मैत्रिबंध काही कारणानं तयार झालेले असतील – शाळेला एकत्र मिळून चालत जाणं, एकत्र अभ्यास करणं, कामाच्या ठिकाणी समोरासमोर बसणं, व्यायामशाळेत एकत्र जाणं, आयुष्यात पुढच्या काळात तुमची मुले बागेत खेळत असतात तेव्हा बाकावर बसणं, व्यावसायिक कामांसाठी भेटणं – या अशा भेटीगाठी हा आपल्या सामाजिक परिघाचा भाग असतात. तुम्ही आयुष्यात नेहमीच अशा गरजेवर आधारलेल्या नात्यांच्या चांगल्या-वाईट अनुभवांतून जाल. विशिष्ट गरज भागल्यानंतर अशी नाती क्वचितच टिकून राहतात. तुमचे शेजारी दुसरीकडे राहायला जातात, मग तुमचं त्या मित्राबरोबर एकत्र मिळून शाळेला जाणं बंद होतं. तुमच्या त्या 'शाळेला सोबत जाण्याच्या मित्राचा' पत्ता बदलला की, त्याचे शाळकरी मित्रही बदलतात. तुम्ही किंवा तुमच्या 'जिम मित्राने' जिमला जाणं बंद केलं, की ती मैत्री अचानक संपुष्टात येते.

असं घडणार हे गृहीतच धरा. भविष्यात तुमची जी 'व्यावसायिक नाती' जोडली जाणार आहेत, त्यासाठी ही सरावसत्रं आहेत असं समजा. त्यांचा मैत्री या नात्याशी गोंधळ करू नका किंवा अशा प्रकारे जी माणसं भेटतील ती तुमचे

कायमचे सच्चे मित्र बनतील अशी अपेक्षा करू नका. कारण 'व्यावसायिक नाती' अतिशय सकारात्मक असू शकतात, ती आयुष्यभर टिकू शकतात, पण ती अस्तित्वात असतात ती तुम्ही जिथं काम करता, जे काम करता, जिथं राहता, ज्यांच्यामध्ये मिसळता, तुमची मुलं ज्या शाळेत जातात... अशा अनेक कारणांमुळे... मात्र तुम्ही व्यक्ती म्हणून जसे आहात त्यामुळे ही नाती जोडली, जपली गेली आहेत असं क्वचितच घडतं.

खरे मित्र सदैव तुमच्या सोबतच असतील. तुमचं शाळा-कॉलेजचं शिक्षण पूर्ण झाल्यानंतरसुद्धा ते तुमच्याशी संपर्क ठेवतील... कदाचित त्यांना सारखासारखा संपर्क राखणं जमणारही नाही, पण ते सदैव तुमचं चांगलंच चिंततील आणि तुम्हाला जेव्हा गरज असेल तेव्हा तुमच्यासाठी धावून येतील. तुम्ही जर तुमच्या खऱ्या मित्रांच्या सहवासात असण्याइतके भाग्यवान असाल, म्हणजे तुम्ही त्याच देशात, शहरात किंवा जवळपास राहत असाल तर, ते तुमच्यासोबत आनंदाचे क्षण वेचतीलच, शिवाय आयुष्यात कधी तोल ढळतोय असं वाटेल तेव्हा, तुमचे मार्गदर्शक आधारही बनतील. मात्र असं खरंखुरं मैत्रीचं नातं जोडण्यासाठी सर्वप्रथम तुम्ही स्वत:ला प्रश्न करा, की तुम्ही किती सच्चे मित्र आहात? 'खऱ्याखुऱ्या मित्रा'ची चाचणी घ्यायची झाल्यास तुमचं स्थान त्यात कुठं असेल?

मनोगत – किशोर, किशोरी / नवयुवक-युवती यांचे

खरे मित्र आयुष्यभर कायम आपल्यासोबत राहतात. ते जणू काठ्यांच्या गठ्ठ्यासारखे असतात. इतर लोक काहीही म्हणत असोत, हा गठ्ठा मोडत नाही. फसवे मित्र दोरीच्या तुकड्यासारखे असतात. ते सोयीच्या वाऱ्यानुसार हेलकावे घेत असतात.

– निलिता ढोबळ, वय १२ वर्षे
पुणे, भारत

मुलगे रडत नाहीत. ते रस्त्यावरच्या प्रत्येक गोजिरवाण्या बाळाचे प्रेमळ शब्दांत कौतुक करत नाहीत. मुलगे बाहुल्या आणि भातुकलीचा खेळ खेळत नाहीत. त्यांना अंधाराची, भयपटांची किंवा इतर कशाचीही भीती वाटत नाही. मुलग्यांनी आक्रमक खेळांची मजा लुटली पाहिजे. मुलगे उंच आणि दणकट असले पाहिजेत. गाढवांच्या शर्यती हा त्यांचा खेळ असला पाहिजे आणि त्यांना 'मारामारीचे' चित्रपट आवडायला हवेत.

मुली 'स्त्री'सारख्या दिसायला हव्यात आणि वागल्या पण पाहिजेत. त्यांचं बोलणं मृदु आणि विनम्र असले पाहिजे. त्या घरकामात निपुण असायला हव्यात, त्यांची चित्रकला चांगली हवी. बाहुल्यांशी खेळताना त्यांच्यातली स्वाभाविक मातृत्ववृत्ती प्रकटली पाहिजे. त्यांनी 'पुरुषी खेळ' खेळता कामा नये.

हे सर्व खूप जुन्या काळापासून लादले गेलेले नियम आहेत. सुदैवाची गोष्ट

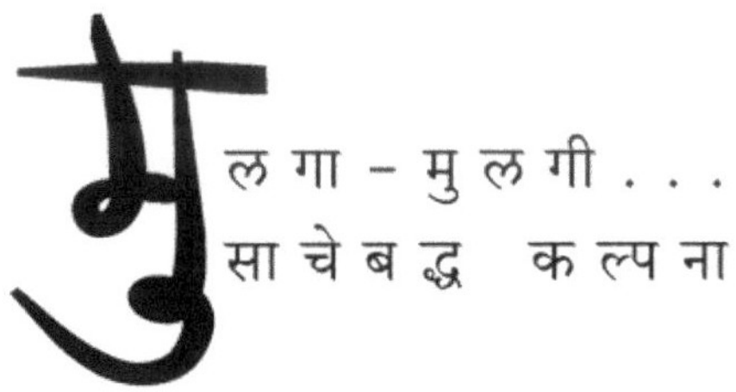

म्हणजे हळूहळू बऱ्याच संस्कृती लिंगभेदाची दरी दूर करण्यासाठी प्रयत्न करताना दिसत आहेत. मुलगा-मुलगी अशा लिंगभेदाच्या साचेबद्ध कल्पना माणसाच्या मनात इतक्या खोलवर रुजलेल्या आहेत की, बरेचदा त्या मनाच्या अर्धजागृत अवस्थेतसुद्धा कार्यरत असतात. जी मुलं संवेदनशीलता दर्शवतात अथवा भय व्यक्त करतात त्यांची शाळेत 'बायल्या' म्हणून क्रूर थट्टा केली जाते. ज्या मुली गाड्या, फुटबॉल किंवा युद्धसामग्री अशा पुरुषी बाबींत रस दाखवतात त्यांच्यावर 'टॉमबॉय'चा शिक्का मारला जातो.

जर 'मुलींसारख्या' मुली एकत्र आल्या आणि त्यांनी ग्रुपमधल्या 'टॉमबॉय'विरुद्ध आघाडी केली तर ती एकतर गप्प बसते किंवा आपल्याला हवं ते थेट व्यक्त करते. जर एखादा मुलगा कवितांमध्ये हरवून गेला असेल आणि त्याला 'वर्ल्डकप फायनल्स'मध्ये विशेष रस नसेल तर त्याला 'जगावेगळा' असं म्हटलं जातं.

कंपूच्या दबावामुळे वाईट प्रतिमा उभ्या राहू शकतात. जर एखादा मुलगा किंवा मुलगी लिंगभेदाच्या साचेबद्ध कल्पनांनुसार न वागता, आपापल्या पद्धतीनं

वागत राहिले व आपल्याला आवडणाऱ्या गोष्टी करत राहिले तर त्यांच्यावर मारले जाणारे शिक्के मर्यादा पार करू शकतात. अशा मुलामुलींबद्दल कॅम्पसमध्ये लगेच कुजबुज सुरू होते की, तो बायकी मुलगा बहुधा 'गे' असणार किंवा ती केस कापलेली व शरीर कमावलेली मुलगी 'लेस्बियन' असणार!

तुम्ही 'मुली'सारखी मुलगी किंवा 'मुला'सारखा मुलगा असा वा नसा, अशा प्रकारचं वागणं नक्कीच निरोगी नाही! तुम्ही आता तारुण्याच्या उंबरठ्यावर आहात, उसळत्या रक्ताचे आहात अशा वेळी तुम्ही लिंगभेद नष्ट करून समानता आणण्याच्या बाजूनं उभे राहणार नाही तर मग कधी राहणार?

एके काळी लिंगभेदाच्या साचेबद्ध कल्पनांमध्ये करिअरची निवड हा विषयसुद्धा होता. मुलगे विज्ञान आणि गणित यांत जास्त हुशार मानली जात असत आणि डॉक्टर व इंजिनिअर होत असत. मुली सर्जनशील, बोलक्या आणि आस्थेवाईक असतात असं मानलं जायचं. त्यामुळे समाजाला चित्रकार, लेखिका आणि परिचारिका मिळाल्या. यामधला काही भाग खरा असला तरी, लिंगभेदाची दरी पार करण्यासाठी तुम्हाला कोणतीही गोष्ट रोखू शकत नाही. आता अनेक स्त्रिया अवकाशात पोहोचल्या आहेत, युद्धात कामगिरी बजावत आहेत... अनेक पुरुषांनी स्वयंपाकघरात प्रवेश केला आहे, अतिशय हळुवार साहित्यनिर्मिती केली आहे, बरेच जण मुलांना सांभाळत आहेत... अशा युगात जन्माला येणं हे तुमचं केवढं भाग्य आहे!

तुम्ही फक्त इतकंच करायला हवं – समानता श्रेष्ठ आहे असं मानणाऱ्या किलबिलत्या टीनएजर्सच्या बाजूनं उभं राहा, लिंगभेदाचा अडसर दूर सारा आणि तुम्हाला खरोखर जे करावंसं वाटतं ते कवेत घ्या...

मनोगत – किशोर, किशोरी / नवयुवक-युवती यांचे

आई गं! मला साचेबद्ध कल्पनांची तिडीक आहे! मी माझ्या वस्तू कधीही जागच्या जागी नीट ठेवू शकत नाही. मला इतर कुठले पोशाख किंवा सलवार कमीजसारख्या पारंपरिक भारतीय पोशाखांपेक्षा, माझ्या आवडत्या टी-शर्ट आणि जीन्समध्ये अधिक आरामदायी वाटतं. मला फुटबॉल पाहायला आवडतो. मला आक्रमक व्हिडिओ गेम्स खेळायलासुद्धा आवडतात. म्हणून काय झालं? 'मी' अशीच आहे!

– संघमित्रा शास्त्री, वय १४ वर्षे
पुणे, भारत

आहा! तुमचं इतकं समजून घेणं मला अपेक्षित नव्हतं. तुम्हाला सांगते माझ्या 'वेड्या प्रेमा'मुळे मी कधीकधी टॉमबॉयसारखं वागते. (हे तुम्हाला सांगायला हरकत नाही, तुम्ही मला वेडं ठरवणार नाही याची आता मला खात्री आहे!) माझ्या जिवलग मित्राला दणकट मुली आवडतात आणि टॉमबॉयसारखं वागण्यानं मला त्याच्यासोबत हॉकी खेळता येतं. शिवाय, आम्ही 'फक्त मित्र'

असण्यानं अवघडल्यासारखंही होत नाही. आपण 'कबुली' दिल्यानंतर गोष्टी गुंतागुंतीच्या होतात तेव्हा मला वैताग येतो, त्यामुळे मी माझं हे वेडं प्रेम गुपित ठेवते (श्श्यऽऽ! कृपया कुणाला सांगू नका हं!) पण तो जेव्हा वाटेत मिस ब्यूटीफुल जेसिकाकडे पाहतो तेव्हा मला फार त्रास होतो. त्यामुळे मी मुलींसारखं राहायला सुरुवात केली... त्यानं माझं सौंदर्यही असंच आ वासून पाहावं यासाठी! तुम्हाला मी छानस तयार होऊन अगदी मुलीसारखं असावं असं वाटत असेल तर त्यासाठी मला एखादं खरंखुरं कारण द्या! जर ते मला योग्य वाटलं तर मी स्वत:मध्ये कसा बदल घडवते बघाच!

– ऐश्वर्या राज, वय १६ वर्षे,
पुणे, भारत

मी तुमच्या मतांशी पूर्णत: सहमत आहे. समाजानं आपली विचारसरणी बदलून मुलगा-मुलगी अशा साचेबद्ध कल्पना बाजूला सारणं अतिशय आवश्यक आहे. मला वाटतं, हा काळ खूप चांगला आहे... मुलांना त्यांच्या भावनांना कवितांतून, साहित्यातून किंवा चक्क अश्रुंद्वारे वाट देता येते आहे. मुलींनी आक्रमक खेळांत, युद्धसामग्री, इ. गोष्टींत रस दाखवला तर त्यांचा आदर केला पाहिजे. कारण त्या 'कोषा'तून बाहेर पडून विचार करत आहेत आणि त्यांच्याच वयाच्या इतर टीनएजर मुली ज्या गोष्टींकडे दुर्लक्ष करतात त्या गोष्टींमध्ये या मुली रस दाखवत आहेत.

– मयंक देव, वय १६ वर्षे
पुणे, भारत

होय, लिंगभेदाच्या साचेबद्ध कल्पना खूप प्रमाणात आहेत याच्याशी मी सहमत आहे. तुम्ही संवेदनशीलता दाखवली म्हणून तुम्ही बायल्या होत नाही. फक्त मुलगे बालकांना निळे कपडे घालायचे... आणि मी किशोरवयीन आहे म्हणून आता मी गुलाबी रंगाचं काहीही घालायचं नाही, असं असण्याचीही काही गरज नाही. आपण बायल्या नाही हे सिद्ध करण्यासाठी मुलांनी आक्रमक खेळ खेळावेत असंही मला अजिबात वाटत नाही. माझे काही मित्र बॅडमिंटनसारखे आक्रमक नसलेले खेळ खेळतात, पण त्यामुळे त्यांना कुणीही चिडवत नाही.

– राहुल देशपांडे, वय १३ वर्षे
मुंबई, भारत

"तुला गुलाबी रंग आवडत नाही, असं कसं?" माझ्या जुन्या शाळेतल्या एका मुलीनं मला विचारलं.

"कारण मी तुझ्यासारखी फक्त गुलाबी कपडे घालणारी नखरेल नटवी नाही." मी उत्तरले.

असे वागणाऱ्या लोकांचा मला अतिशय राग येतो... अगदी माझ्या पायाच्या

नखाच्या अखेरच्या अणुपासून. मला वाटतं लोक वेगवेगळ्या प्रवृत्तीचे असतात आणि जगाला हे स्वीकारावंच लागतं.

– मही जोशी, वय १२ वर्षे
मिल्टन कीन्स, यूके

लोकांना साचेबद्ध विचार करण्यापासून आपण रोखू शकत नाही... हे शाळेपासून सुरू होतं. त्या वेळी कुणीतरी तुम्हाला सांगतं मुलीसारखं रडू नकोस, संपूर्ण वर्ग दंगा करत असताना शिक्षक फक्त मुलांना बाकावर उभं करतात. खरी महत्त्वाची गोष्ट म्हणजे तुम्ही स्वत:शीच किती मजेत आरामात आहात. मला जर चार लोकांसमोर रडणं बरं वाटत नसेल तर मी रडू नये. शेवटी प्रत्येकानं लक्षात घ्यायला हवं की, दुसऱ्यानं कसं वागायचं हे ठरवण्याचा अधिकार आपल्याला नाही... आणि हा आपला अधिकार आपल्याकडेच राहील हे आपण पाहायला हवं!

– विराजस कुलकर्णी, वय १८ वर्षे
मुंबई, भारत

ती तुम्हाला पंचेचाळीस मिनिटं वाट पाहायला लावते... कारण ती 'तयार' होत असते. त्यानंतर ती चेहऱ्यावर चमकतं हास्य घेऊन उगवते, तिच्या डोळ्यांत तुमच्या प्रशंसेच्या पावतीची अपेक्षा असते. तिला थोडा उशीर लागल्याबद्दल ती खेळकरपणे 'सॉरी' म्हणते आणि चालू लागते... तुम्ही तिच्यामागून जाणार हे गृहीत धरून.

तुम्ही चित्रपटगृहात पोहोचता आणि अंधारात एकदाचे तुमच्या जागेवर पोहोचता तेव्हा 'यापेक्षा चांगल्या सीट्स मिळायल्या हव्या होत्या' अशी तिची तक्रार असते. त्यानंतर मध्यंतरापर्यंत शांतता असते. मध्यंतरात तुम्ही पॉपकॉर्न आणि शीतपेय घेऊन येता आणि... पुन्हा एकदा तुम्हाला तिची प्रतीक्षा करावी लागते. या खेपेला फक्त तुम्ही वाट पाहत असता ती लेडीज रूम बाहेर. ती तिथून प्रकटते ती लिपस्टिकचा ताजा लेप लावून आणि चमकदार केस स्टाइलमध्ये पुन्हा छान बसवून. ती पुन्हा एकदा अगदी सहजपणे उद्‌गारते, "सॉरी, सिनेमा सुरू झाला

असणार." ती जवळून जाताना तुम्ही तिच्या मादक परफ्यूमचा गंध नाकात भरून घेता आणि पुन्हा एकदा तिच्या प्रेमात पडता!

थिएटरमधल्या चकाकत्या फरशांवर तिच्या उंच टाचांच्या चपला टकटक करत जाणारी देखणी छबी पाहून अनेक कौतुकाच्या नजरा तिच्यावर खिळलेल्या आहेत, याची तुम्हाला जाणीव आहे. तुम्ही दुडक्या चालीनं, हातातला खाण्याचा मोठा ट्रे सांभाळत तिच्यामागून जाता. खाण्याच्या ट्रेमध्ये तिच्या आवडीच्या स्वादाचे पॉपकॉर्न आणि तिच्या आवडीच्या ब्रँडचं शीत पेय असतं. थिएटरमध्ये आत आल्यानंतर तुमचं पुन्हा उशिरा येणं तुमच्या रांगेतल्या लोकांना मुळीच आवडत नाही. तुमच्या 'ती'चे अनावृत पाय रांगेतल्या अनोळखी गुडघ्यांना स्पर्श करत आहेत हा विचारही तुम्हाला अस्वस्थ करत असतो. पुढच्या वेळी सगळ्यात पुढच्या रांगेतली तिकिटं काढायची असं तुम्ही मनाशी ठरवता. नाहीतरी तुम्ही दोघं कायम उशिराच जाणार असता!

चित्रपट संपतो. तिला कॉफी प्यायची असते. हे ऐकून तुमचा आनंद गगनात

मावत नाही. अखेर तुम्हाला तिच्याशी बोलण्याची संधी येते. अंधाऱ्या थिएटरमध्ये डोळ्यांच्या कोपऱ्यातून तिच्याकडे पाहण्याऐवजी आता ढळढळीत उजेडात तिच्याकडे पाहता येणार असतं. तुम्ही साठवलेले पॉकेटमनीतले पैसे आणि तुमच्या अर्धवेळ कामातली मौल्यवान मिळकत एव्हाना उडायच्या बेतात असते.

कॉफी प्यायची कल्पना छानच असते. तुम्ही दोन कप कॉफी आणण्यासाठी काउन्टरच्या दिशेनं जायला निघता... त्यानंतर तुम्ही खिडकीजवळचं टेबल धरणार असता. पण तुमच्या 'ती'चा काही वेगळाच बेत असतो.

ती रस्त्यापलीकडल्या नव्यानंच सुरू झालेल्या कॉफीबारच्या दिशेनं निघालेली असते... नेहमीप्रमाणेच मागं वळूनही न पाहता! तुम्ही तिच्या मागून जाता, पण त्या मंद प्रकाशात उजळणाऱ्या त्या नव्या कॉफीबारमध्ये कॉफी केवढ्याला मिळत असेल या विचारानं तुमच्या पोटात गोळा आलेला असतो! कॉफी बारच्या प्रवेशद्वारापाशी असलेल्या, स्वतःला शहाणा समजणाऱ्या, शिष्ट रखवालदारावर तुमच्या 'ती'च्या आत्मविश्वासाची व स्टाइलची चांगलीच छाप पडलेली असते. काही मिनिटांतच तुम्ही त्या कॉफीबारमध्ये स्थानापन्न होता.

"मस्त आहे हे ठिकाण. मागच्या आठवड्यात माझी मैत्रीण तिच्या जिवलग मित्राबरोबर इथं आली होती. ती सांगत होती, की इथले कॉफी ब्लेन्ड्स फारच छान असतात... अप्रतिम. म्हणून म्हटलं आपणही येऊन पाहायला हवं!" तुम्ही तिला न्यायला गेल्यापासून आत्तापर्यंतच्या चार तासांतले हे तिचे खऱ्या उत्साहानं ओथंबलेले पहिले शब्द असतात, तेसुद्धा थेट तुमच्या डोळ्यांत पाहून बोललेले... तिची चमकदार दंतपंक्ती, गोड स्मित... तुम्ही तिच्या पुन्हा प्रेमात पडता!

ती मेन्यूकार्डावरील यादीतल्या सगळ्यात महागड्या कॉफीची ऑर्डर देते, त्यावर बोबडी वळण्याजोगे उच्चार असणाऱ्या नावांची विदेशी 'टॉपिंग्ज' निवडते. तिची ती भपकेबाज, फारच छान... अप्रतिम कॉफी आणि तुमची साधी कॉफी मिळून तुमच्या खिशात उरलेली अखेरची पैसुद्धा संपणार असते, पण तुमच्याकडच्या पैशात हे बसणारं असल्यामुळे तुम्हाला हायसं वाटतं. वेटर ऑर्डर तुमच्या टेबलावर ठेवून निघून जातो आणि तुम्ही चित्रपटाबद्दल बोलू लागता. त्यानंतर ही संभाषणाची गाडी 'तुम्ही व ती' या स्टेशनावर येईल अशी तुम्हाला आशा असते.

तितक्यात अकस्मात एक कर्कश किंचाळी घुमते. या टीनएजर्सच्या नव्या अड्ड्यावर श्रीमंत पोरींचा एक घोळका नुकताच प्रवेशलेला असतो. त्यातल्या एकीची तुमच्या 'ती'शी बहुधा चांगली ओळख असावी असं वाटतं, कारण ती तुमच्या 'ती'ला पाहताच पोटतिडकीनं किंचाळते, हवेत 'किस' देते आणि जराही न कचरता तुम्हाला जोखत असल्यासारखं पाहते. तुमची 'ती' हवेत 'किस' उडवते. तुमच्या हातात हात गुंफते (अखेर थोडं तरी प्रेम!) लाजरंबुजरं स्मित देते (आहा, कॉफी या योग्यतेची मात्र असतेच असते!) आणि तुमची तिचा जिवलग मित्र अशी ओळख करून देते.

मग ती 'किंचाळी-तज्ज्ञ' आणखी वरच्या पट्टीत किंचाळते. तिचे डोळे नुसते लुकलुकत असतात आणि ही खमंग बातमी इतरांना कधी सांगते असं तिला झालेलं असतं... तिच्या ओठांत ही बातमी मावत नसते... कॉलेज, एरोबिक्स, गाण्याचा क्लास, पोहण्याचा गट, शेजार अशा ठिकाणी ती किंचाळी-तज्ज्ञ व तुमची 'ती' यांच्या समान ओळखीच्या ठिकाणी ही बातमी सांगण्यासाठी अधीर झालेली असते.

कानाचे पडदे फाटण्याचा अनुभव सोडला तर कॉफीपानाच्या निमित्तानं सगळं छान प्रगतिपथावर आहे असं वाटत असतं... तितक्यात तुमची प्रिय सखी काही हतबुद्ध करणारे तपशील सांगते. तिनं तुमच्यासाठी नुकतंच एक कल्पनारम्य 'पद' शोधलेलं असतं (तुमच्या साध्याशा अर्धवेळ नोकरीला काय बरं झालं?) तुम्ही विद्यापीठात खेळाचे प्रमुख असल्याची बढाई मारलेली असते आणि तुम्ही दोघं अशा 'फारच छान... अप्रतिम कॉफी' हँगआउट्सना जात असता, अशी सणसणीत थाप मारलेली असते. खमंग बातम्यांच्या देवाणघेवाण होणाऱ्या सत्रासाठी भरपूर खाद्य मिळालेली ती तज्ज्ञ अखेरची एक किंचाळी फोडून अंतर्धान पावते.

तुमच्या जिवलग मैत्रिणीला तुम्ही आवडता का, आपल्याला जिवलग मित्र आहे ही कल्पना तिला आवडते? तिला आपण कसा छान मुलगा पटवला आहे... असं म्हणून तुमचं प्रदर्शन मांडण्यात रस आहे का? तिला तुमच्या सोबत दिसणं अभिमानाचं वाटतं? आणि सर्वांत महत्त्वाचं म्हणजे, तिच्या व तुमच्याबद्दल जग काय म्हणतं ही गोष्ट तिला तुमच्यापेक्षा जास्त महत्त्वाची वाटते का?

जर तुमची जिवलग मैत्रीण अशा प्रकारची अजिबात नसेल आणि तुम्ही दोघं मिळून हे वाचत असाल आणि तुमची छान करमणूक होत असेल... तर मस्त चाललंय तुमचं!

जर तुम्हाला अजून जिवलग मैत्रीण नसेल तर, तुम्ही ती आयुष्यात येईल तेव्हा हे लक्षात ठेवा! जोडीदार असणं म्हणजे दोघंही समान स्तरावर असणं, दैनंदिन नित्य कृतींमधून परस्परांबद्दल प्रेम आणि आस्था दर्शवणं. आयुष्यात असं बरेचदा घडेल की, एक व्यक्ती हे अधिक सिद्ध करत आहे, जास्त काळजी घेत आहे. म्हणजे त्या क्षणी दुसऱ्या व्यक्तीपेक्षा 'अधिक प्रेमात' आहे; पण जर तुमच्या मनातली भावना सच्च्या प्रेमाची असेल आणि तुम्हा दोघांनाही तुमचं प्रेम अखेरपर्यंत टिकवायचं असेल तर तुमच्या लक्षात येईल, की आपल्या जोडीदारापेक्षा 'अधिक प्रेमात' असणं किंवा 'कमी प्रेमात' असणं हे फक्त तात्पुरते टप्पे असतात. तुमचं नातं जसं दृढ होत जातं तसं तुम्ही फक्त दुसऱ्या व्यक्तीवर छाप पाडायचा प्रयत्न करणं, हा टप्पा ओलांडून पुढे जाता आणि तुम्ही जसे आहात तसे असण्याच्या दिशेनं पाऊल टाकता. आणि तरीही एकमेकांची सोबत तुम्हाला आवडते. तुमचं नातं कोणत्याही टप्प्यावर असो, तुम्ही भावनाप्रधान असा वा व्यवहारी असा, दोघांनीही (आणि हे चांगल्या नात्याच्या बाबतीतही लागू होतं) आपल्या जोडीदाराचा

नेहमीच आदर केला पाहिजे, विशेषतः चार लोकांत वावरताना.

तुमच्यापैकी काही जणांना तुमच्या स्वप्नातली जिवलग मैत्रीण भेटण्यासाठी अजून काही वर्षं प्रतीक्षा करावी लागेल. शक्य तितकी प्रतीक्षा करा. तुमची 'ती' खास व्यक्ती वाढीच्या टप्प्यावरच्या दुःखांतून, मैत्रिणींचा दबाव, सौंदर्यपिटिका, परीक्षेचा ताण आणि अशा प्रकारच्या किशोरावस्थेतील सगळ्या चिंता-विवंचनांतून जात असेल... ती कुठंतरी असेलच!

मनोगत – किशोर, किशोरी / नवयुवक-युवती यांचे

या मुद्द्यावर मी तुझ्याशी पूर्ण सहमत आहे! तुम्ही जर कुणाशी नातं जोडलं असेल तर खरंच तुम्ही खात्री करून घ्यायला पाहिजे की, तुमच्या जोडीदाराला तुम्ही आवडता – तुमचा पैसा, तुमचं दिसणं किंवा इतर गोष्टी नव्हे. कुणाची जिवलग मैत्रीण होणार असेन तर मी स्वतःला माझ्या जिवलग मित्रासारखंच समजेन, त्याच्यापेक्षा कमीही नाही आणि जास्तही नाही.

– मही जोशी, वय १२ वर्षे
मिल्टन कीन्स, यूके

कधीकधी जिवलग मैत्रिणी आमच्यासमोर अडचणी निर्माण करतात, पण आम्ही काहीही करू शकत नाही. तुम्ही त्यांच्यावर प्रेम करणं बंद करू शकत नाही... त्या कशाही असल्या आणि त्यांनी काहीही केलं तरी. खरंच त्या आयुष्याचा असा भाग असतात ज्याकडे आपण दुर्लक्ष करू शकत नाही.

– रुचित रस्तोगी, वय १६ वर्षे
नवी दिल्ली, भारत

एखाद्याच्या अनुपस्थितीत त्याच्याबद्दल बोलणं म्हणजे गॉसिप – गप्पा अगदी सरळ-साधं आहे. अशा गप्पा आयुष्यात कधी मारल्या नाहीत, असं कुणाचं प्रतिपादन खरंही असू शकेल. 'गॉसिप' म्हणून राजकीय चर्चा, नवीन घटनांबद्दल अद्ययावत माहिती अशा साध्या वाटणाऱ्या गोष्टी असू शकतात. तुमच्या आयुष्यातील हा महत्त्वाचा काल असू शकतो जेव्हा तुम्ही उच्च प्रतीच्या जाहीर निवेदनाचा एक भाग असता; परंतु 'गॉसिप' इतके निकोप असेलच असे नाही.

मागच्या आठवड्यात अतिशय विद्रुप पोशाखात मॉलमध्ये कोण आलं होतं, कोण कुणाबरोबर दिसलं याबद्दल तुम्हाला ऐकायला मिळेल. अवघ्या तासाभरात जागचं न उठता, तुम्ही सामाजिक विश्वाच्या परिघात भ्रमण करून याल. प्रत्येक व्यक्तीच्या विशेषकरून जे तिथं हजर नसतील, अशा लोकांच्या आयुष्यात नवीन काय घडतंय याच्या ताज्या बातम्या तुम्हाला मिळालेल्या असतात आणि कर्णोपकर्णी होणाऱ्या सगळ्या बातम्यांप्रमाणेच तुम्हाला कळणाऱ्या बातमीचे तपशील वेगवेगळे

असतील... ते कथनकर्त्यांच्या श्रवणकौशल्यावर आधारित असतात, त्याला तपशिलांबाबत किती आस्था आहे यावर अवलंबून असतात आणि त्याहूनही महत्त्वाचं म्हणजे ज्या व्यक्तीबद्दल चर्चा सुरू असते त्या व्यक्तीशी त्याचे संबंध कसे आहेत ती व्यक्ती त्याला आवडते (किंवा नाही) यावर अवलंबून असतात. गॉसिप हे त्या वेळी तिथं हजर नसलेल्या माणसाबद्दलचं संभाषण असल्यामुळे ते चुकीचं असू शकतं – कुचाळकी!

अखंड गॉसिप करतं राहणं हा बरेचदा रिकाम्या अथवा कंटाळलेल्या मनांचा परिपाक असतो. अशा लोकांच्या आयुष्यात गॉसिपच्या तोडीच्या घटना घडत नसतात!

तुम्ही इतर लोकांप्रमाणे 'गॉसिप' ऐकत असाल, त्यात तुमचा सहभागही असेल तर तुमच्यासाठी काही सूचना आहेत :

- जर एखाद्यानं तुम्हाला विश्वासानं काही गुपित सांगितलं असेल तर ती गोष्ट तुम्ही कधीही फोडता कामा नये. गॉसिप सत्रामध्ये तुम्ही श्रोत्यांचं भरपूर

मनोरंजन करालही, पण तुमच्याशी इतक्या विश्वासानं गुपित सांगणारी व्यक्ती तुमच्यावर पुन्हा कधीही विश्वास ठेवणार नाही.

- ज्या व्यक्तीबद्दल चर्चा सुरू आहे त्या व्यक्तीला तुम्ही चांगलं ओळखत असाल तर त्या व्यक्तीबद्दलच्या शेरेबाजीशी असहमती दर्शवा, तसं सांगण्याचं धैर्य दाखवा. त्यासाठी तुम्ही वाद घालण्याची गरज नाही. पण एखाद्या गोष्टीला दुसरी बाजू असू शकते या मुद्द्याकडे तुम्ही का लक्ष वेधू नये?

गॉसिपच्या फंदात न पडणं सगळ्यात चांगलं. ज्या माणसाबद्दल गॉसिप होतं त्याला जेव्हा आपल्याबद्दल काय बोललं गेलं हे कळतं तेव्हा तो दुखावतो. एखाद्या दिवशी तुम्हीही गॉसिपचं 'लक्ष्य' असू शकता. त्यामुळे याबाबतीत वेगळे राहण्याचा प्रयत्न करा.

मनोगत – किशोर, किशोरी / नवयुवक-युवती यांचे

मी गॉसिपिंग अड्ड्यांचा भाग झालेली आहे आणि मी गॉसिपचं लक्ष्यही ठरलेली आहे. जोवर हा प्रकार अपायकारक नसतो तोवर ठीक असतं. तो पण बहुतेक वेळा अपायकारक असतो. शाळा-कॉलेजमध्ये गॉसिप मुख्यत्वे 'कुणाला कोण आवडतं' याभोवती फिरतं. यातून बरेचदा अफवा पसरतात आणि मुलामुलींच्या जोड्या लावल्या जातात! अशा वेळी आपल्याबद्दलच्या अशा गोष्टी मजेशीर का अस्वस्थ करणाऱ्या; हे तुम्ही त्याकडे कसं पाहता यावर अवलंबून आहे! त्या कशा हाताळायच्या ते आपण ठरवायचं असतं. मी तर अशा निराधार गॉसिपच्या पायी काही मैत्रिणीसुद्धा गमावल्या आहेत. आता मागं वळून पाहताना असं वाटतं, की त्या मैत्रिणींचा माझ्यापेक्षा गॉसिप करणाऱ्या मुलींवर जास्त विश्वास असेल तर आम्ही खऱ्या अर्थानं कधी मैत्रिणी नव्हतोच!

– नमिता दळवी, वय १९ वर्षे
पुणे, भारत

मन जेव्हा खिन्न असतं तेव्हा गॉसिप खरोखर तुम्हाला प्रफुल्लित करू शकतं. मात्र जर कधी गॉसिपचा अतिरेक झाला तर दिवसाअखेरीला मला आपण भयंकर आहोत असं वाटू लागतं. म्हणून मी स्वत:ला सांगते : ''थोर माणसं विचारांची चर्चा करतात, मध्यम दर्जाची माणसं घटनांची चर्चा करतात आणि क्षुद्र माणसं लोकांबद्दल चर्चा करतात.'' गॉसिपच्या मूडमध्ये असताना, केवळ तोंडओळखीच्या जोरावर अनेक मतं व्यक्त करणारी माणसं भेटतात, पण अशी माणसं गॉसिप वर्तुळाबद्दलची एक गोष्ट विसरत असतात, ती म्हणजे प्रत्येक 'खास मित्रा'ला दुसरा 'खास मित्र' असतो!'

– अर्निका परांजपे, वय २१ वर्षे,
लंडन, यूके

तुम्हाला 'चिंगू / ठेंगू' म्हणतात तर! वर्गातल्या तरुण मुलांमध्ये दाढी न करणारे तुम्ही एकमात्र तरुण आहात. तुमचा आवाज चिरका आहे (तुमचा घसा कायमचा बसला असावा असा तुमचा आवाज फुटतोय) आणि तुम्ही वर्गातल्या सर्वांत उंच मुलीपेक्षा (शेवग्याची शेंग) तीस सेंटीमीटर बुटके आहात! काही वर्षांमागे इतरही काही मुलं अशीच होती... वाढीसाठी हार्मोन इंजेक्शन्स घेईपर्यंत (असा तुम्हाला दाट संशय आहे) आणि आता ती वर्गातल्या बहुतेकशा मुलींच्या बरोबरीच्या उंचीची झालेली आहेत, अर्थातच शेवग्याची शेंग वगळता!

शेवग्याची शेंग तुमच्या वर्गात आहे हे जर तुम्हाला माहीत नसतं आणि ती रस्त्यात भेटली असती तर ती तुम्हाला कुणाचीतरी ताई आहे असंच वाटलं असतं. ती फक्त उंचच नाही तर ती धिप्पाडही आहे... आणि ती इतकी पोक काढून चालते!

वर्गातल्या सगळ्या थट्टामस्करीत 'लिलिपूट' हे बिरुद फार दुःखद आहे. शेवग्याच्या शेंगेला कशाकशातून पार व्हावं लागलं आहे हे तुम्हाला फारसं माहीत नाही. वर्गातल्या इतर कुणा मुलीच्या आईनं आपल्या मुलीशी अजून या विषयावर बोलायलासुद्धा सुरुवात केली नव्हती, त्या वेळी तिची मासिक पाळी सुरू झाली होती. ती तिच्या घरच्यांबरोबर बाहेर जायची तेव्हा तिला कुठंही शालेय विद्यार्थिनी म्हणून असलेली सवलत नाकारली जात असे. ताडमाड वाढलेल्यांकडे विचित्र प्राणी असल्यासारखं इतर पाहतात. चांगली गोष्ट म्हणजे ही समस्या खूप जणांना असते. नऊ ते सोळा वर्ष या टप्प्यात केव्हाही वयात येणं नैसर्गिक असतं आणि त्या दरम्यान वयात येताना जे बदल घडतात ते घडणंही स्वाभाविक असतं. त्यामुळे तुम्ही 'ठेंगू' असलात किंवा ती 'शेवग्याची शेंग' असली तरी काही बिघडत नाही. ही सगळी शेरेबाजी अगदी सहजपणे घ्या. तुमच्या बरोबरच्या मुलामुलींना मूलभूत जीवशास्त्र समजत नसेल तर त्यांना ते शिकवा... किंवा ते त्यांचं त्यांना शिकू द्या, अखेर एके दिवशी तुम्ही आणि शेवग्याची शेंग इतरांमध्ये मिसळून जाल तेव्हा

त्यांना कळेलच. दरम्यान (माफ करा विचारल्यावाचून राहवेना) शेवग्याच्या शेंगेला 'डेट'बद्दल विचारण्याची कल्पना कशी वाटते?

मनोगत – किशोर, किशोरी / नवयुवक-युवती यांचे

मला माझं शेवग्याच्या शेंगेशी साम्य वाटतं. मी वर्गातल्या सर्वांत उंच मुलींच्या फळीत होते. त्यामुळे फार अवघडल्यासारखं व्हायचं. मला वाटतं आपण प्रत्येक वेळी इतरांमध्ये 'सामावून जायलाच' हवं असं नाही. मनातल्या असल्या गोष्टी काढून टाका. कारण एक दिवस तुम्ही सर्वांमध्ये मिसळून जाणार आहात.

– मही जोशी, वय १२ वर्षे
मिल्टन कीन्स, यूके

हा मुद्दा फक्त दुचाकीस्वार मंडळींपुरता मर्यादित आहे.

हेल्मेट न घालण्याची काही सर्वाधिक आढळणारी कारणं :

◗ ''हेल्मेटमुळे माझी हेअरस्टाइल खराब होते.''

तुम्ही जर दुचाकीवरून फिरत असाल आणि या भ्रमंतीतला एक छानसा भाग वाऱ्यासोबत तुमच्या सुरेख केशसंभाराचा हलकासा स्पर्श घडणं असेल तर जरा विचार करा. तुम्ही जर वारं केसांत शिरू दिलं (आणि त्यासोबत येणारी धूळही) तर तुमचा केशसंभार असा सुरेख किंवा निरोगी राहणार नाही.

◗ ''माझ्या मागं बसलेली व्यक्ती काय बोलते आहे ते मला ऐकू येत नाही.''

जर तुमची सखी तुमच्या मागं बसलेली असेल आणि ती काय सांगते आहे ते ऐकणं तुमच्या दृष्टीनं अतिशय महत्त्वाचं असेल तर गाडी थांबवा, बोला आणि मग पुढे निघा. तिचं तुमच्यावर जर खरंखुरं प्रेम असेल तर ती सगळ्या महत्त्वपूर्ण

गप्पांपेक्षा तुमच्या सुरक्षिततेला जास्त महत्त्व देईल.

◗ ''सगळीकडे हेल्मेटचं लटांबर वागवणं त्रासदायक असतं.''

छानसं चेन-लॉक घ्या म्हणजे तुमचं हेल्मेट तुमच्या दुचाकीवरच कुलूपबंद करून ठेवता येईल आणि तुम्हाला ते लटांबर न वागवावं लागता मुक्तपणे पार्टीचा आनंद घेता येईल.

◗ ''हेल्मेट वागवणं फारच लाजिरवाणं वाटतं. बाकी कुणीही नाही घालत!''

'बाकी कुणीही' म्हणजे तुमचं मित्रमंडळ ही गोष्ट आम्हाला चांगली ठाऊक आहे. तुमचं स्वत:चं असं खास हेल्मेट असणं ही कल्पना कशी वाटतेय?... म्हणजे तुमच्या आवडत्या रंगाचं, त्यावर तुमचं नाव कोरलेलं, तुमच्या आवडत्या गायकाचं चित्रसुद्धा त्यावर लावता येऊ शकेल. तुम्ही स्वत:चं असं हेल्मेट घ्या, बाकी सगळे तुमचं अनुकरण करतील. तुम्हीच नवीन फॅशन सुरू करा.

मनोगत – किशोर, किशोरी / नवयुवक-युवती यांचे

खरं तर हेल्मेट्स छानच असतात...

– मही जोशी, वय १२ वर्षे
मिल्टन कीन्स, यूके

हेल्मेटमुळे मी भलताच घामाघूम होतो. मला हेल्मेट घालायचं नसतं यामागं हे कारण आहे. पण मी कायद्यानुसार वागणारा नागरिक आहे. त्यामुळे मी हेल्मेट घालतो.

– प्रणव केळकर, वय २१ वर्षे
मुंबई, भारत

जांभळे केस, एवढीशी कंबर, तिची खास खूण असलेली सोनेरी आयशॅडो आणि किरमिजी लिपस्टिक... ती आहे संगीतविश्वाची सम्राज्ञी. तुम्ही इंटरनेटवरून तिच्या शून्यातून सुरू होऊन आज कितीच्या या उत्तुंग उंचीपर्यंतच्या प्रवासाबद्दल माहिती मिळवलेली आहे. तिचं नवं गाणं आलं रे आलं, की तुम्ही ते तुमच्या सेल फोनमध्ये घेतलेलं असतं.

घरी तुम्हाला जो थोडासा वेळ असतो त्यामध्ये तुम्ही यापैकी एक गोष्ट करत असता :

- आरशासमोर उभं राहून तुम्ही तिच्यासारखी ओष्ठमुद्रा करण्याचा सराव करत असता.
- तुमचा कंगवा माइक समजून डोळे मिटून तुम्ही तिची खासियत असलेली जोरदार आरोळी ठोकत असता... त्याच वेळी ती जसे उडवते तसे केस

उडवत असता. तुमच्या हातातला कंगवा हा जर खराखुरा माइक असता, तर तुम्ही अगदी तिच्यासारखे गात आहात असं वाटलं असतं – अगदी तिच्यासारखं!
- तिच्या नवीन गाण्यावर ठेका धरत तुम्ही तुमच्या खोलीमध्ये आनंदाने नाचत असता.

कुणाला जरासुद्धा संदेह नाही की... तुम्हाला अगदी तिच्यासारखं व्हायचं आहे.

ही व्यक्ती गानसम्राज्ञी असेल, चित्रपट तारका असेल किंवा तुम्हाला आवडणाऱ्या पुस्तकांच्या मालिकेची सर्वेसर्वा असेल. जर ही व्यक्ती प्रख्यात व्यक्तिमत्त्व नसेल तर ती तुमच्या नेहमीच्या पाहण्यातली असू शकेल – शिक्षक, शाळेतला वरच्या वर्गातला मुलगा / मुलगी, तुमच्यापेक्षा मोठा चुलत / मावस / मामे / आत्ते भाऊ-बहीण, तुमच्या नजीक राहणारी कुणी व्यक्ती? ही व्यक्ती तुमच्या परिचयाची असेल तर सहसा तुम्ही तिच्याबद्दल तुम्हाला वाटणारं कौतुक कधीही व्यक्त करत नाही.

जर तुम्हाला एखादी व्यक्ती इतकी आवडत असेल तर माझी खात्री आहे की,

त्या व्यक्तीमध्ये खरंच तितकं चांगलं काहीतरी असणारच. तर मग तुम्हाला या व्यक्तींमधलं काय आवडतं? – तिचं लोभस रूप, ठेका धरायला लावणारं संगीत, वागण्याची पद्धत, आकर्षक व्यक्तिमत्त्व, आत्मविश्वासाचं वलय, हुशारी, कर्तबगारी, ऊर्जा, इतरांना भुरळ घालणारं स्मित, का त्या व्यक्तीचं सगळंच?

जेव्हा एखादी व्यक्ती इतकी चांगली असते आणि आपल्या क्षेत्रात इतकी यशस्वी असते, त्या वेळी ती व्यक्ती या स्थानापर्यंत ज्या पद्धतीनं पोहोचली तसेच प्रयत्न तुम्हालाही करायचे असतात.

तुम्ही पदवीधर होऊन नोकरी-व्यवसायाला लागल्यानंतरसुद्धा तुम्हाला ज्यांचं कौतुक वाटेल अशी माणसं तुम्हाला भेटतीलच. मग ते ज्येष्ठ सहकारी असतील, बॉस, आघाडीचे कारखानदार, शैक्षणिक क्षेत्रातल्या बुद्धिमान व्यक्ती, अनुभवी मार्गदर्शक, तुमच्या आवडत्या क्षेत्रात व्यावसायिक उंची गाठणारे स्त्री-पुरुष असतील... तुमच्या लक्षातही येण्याआधी तुम्ही त्यांची संवाद साधण्याची शैली, ते वापरतात ते शब्द आणि भाषा, त्यांची पोशाखाची पद्धत (कडक / औपचारिक / उत्साहवर्धक / सुखकर / अतिशय 'प्रासंगिक' – जी कोणती पद्धत असेल ती) आत्मसात करायला सुरुवात केलेली असेल.

तुम्ही एखाद्या व्यक्तीचं जितकं जास्त काळ निरीक्षण कराल किंवा त्या व्यक्तीच्या सहवासात जितका अधिक वेळ राहाल, तितकं त्या व्यक्तीच्या वागण्यातल्या गोष्टी उचलणं ही स्वाभाविक मनुष्यवृत्ती आहे. तुम्ही नक्कीच ऐकलं असेल की, अनेक वर्षं एकत्र संसार करणारी दोन व्यक्ती एकमेकांसारखी दिसू लागतात. मी ऐकलेली एक आणखी मजेशीर गोष्ट म्हणजे पाळीव प्राणी त्यांच्या मालकासारखे दिसू लागतात!

तुम्ही विद्यापीठातून नुकतेच पदवीधर होऊन बाहेर पडलेले असता. कामाच्या ठिकाणी अजून न मुरलेले भोळे तरुण / तरुणी असता. 'व्हॅल्यू प्रपोजिशन' 'विन-विन सिच्यूएशन,' 'ट्रान्सफॉर्मेशनल लीडरशिप' असले शब्दप्रयोग अगदी सहज वापरू लागता, कारण हे शब्द तुम्हाला सध्या आवडणाऱ्या व्यक्तीच्या शब्दसंग्रहातील अविभाज्य शब्द असतात.

नमुना १ : तुम्हाला आवडणाऱ्या या प्रभावी व्यक्तीची कामगिरी दरारा उत्पन्न करणारी असते. तो चिकाटीनं, चिवटपणे प्रयत्न करणारा म्हणून ओळखला जातो, तसेच त्याची कामगिरी नेहमी लक्ष्यापेक्षाही जास्त असते. त्याची कामाची पद्धत प्रचलित चाकोरीबद्ध पद्धतीपेक्षा वेगळी असते, त्याला जबरदस्त विनोदबुद्धी असते, तो नेहमी त्याच्या संघाला प्रेरणा देत असतो, उदारहस्ते शाबासकी आणि बक्षीस देत असतो, त्याच वेळी अळमटळम करत कामात कुचराई करणाऱ्या लोकांच्या बाबतीत तो कठोर असतो. मात्र तो नेहमी उशिरा येत असतो, ई-मेलना क्वचितच उत्तर देतो आणि एका दिवसात सतराशेसाठ गोष्टी करायचा प्रयत्न करत असतो... त्याचा सेल फोन अखंड चालू असतो तरीसुद्धा!

नमुना २ : या आहेत 'तुमच्या कंपनीच्या उपाध्यक्षा'. तुमची अतिशय आवडती. तीसुद्धा नेहमीच लक्ष्य ओलांडून पुढे जाते. तिला तिच्या सहकाऱ्यांकडून व संघाकडून खूप आदर मिळतो. मीटिंग सुरू होण्याआधी ती हजर असते... वही, संबंधित कागद टेबलावर नीट मांडलेले असतात. तिचं सादरीकरण अतिशय उत्साहपूर्ण, माहितीपूर्ण आणि अत्यंत विचारपूर्ण असतं. ती ज्या पद्धतीनं सगळ्या गोष्टी सुरळीत करते; त्याचं फक्त तुम्हालाच नव्हे तर इतरही सगळ्यांना कौतुक वाटतं; पण जर तुमची काही आकडेवारी चुकली, ई-मेलला उत्तर द्यायचं राहिलं किंवा शेवटची मुदत पाळू शकला नाहीत तर मात्र तुमचं काही खरं नसतं! तुम्हाला माहिती देणाऱ्याने चुकीची माहिती दिली, सर्व्हर सिस्टम्स बंद होती... असं काहीही कारण असेल... पण ती काहीही ऐकून घेत नाही!

तुमचे कुणी आदर्श असणं आणि ते काम कसं करतात, कसं वागतात याचं निरीक्षण करणं चांगलंच आहे. कारण शिकण्याची प्रक्रिया फक्त पुस्तकाच्या पानांतून किंवा वर्गाच्या चार भिंतींमध्येच होत नसते. सर्वोत्तम गोष्टी स्वत:मध्ये रुजवा आणि बाकीच्या गोष्टी सजगपणे सोडून द्या. तुम्हाला अगदी एखाद्या व्यक्तीसारखं व्हायचं असेल तर तुम्ही तसं कधीही होऊ शकत नाही आणि तुम्ही तसा प्रयत्नही करू नये. कारण, काहीही झालं तरी, अनुकरण करणाऱ्या व्यक्तीचा दर्जा नेहमी दुय्यम असतो. दुसऱ्या व्यक्तीकडून चांगले तेच घ्या. स्वत:ची आगळीवेगळी ओळख निर्माण करण्याचा प्रयत्न करा.

मनोगत – किशोर, किशोरी / नवयुवक-युवती यांचे

मी आत्मविश्वासानं सांगू शकतो की, माझा आदर्श माझ्या कल्पनेनुसार दर महिन्याला बदलत आला आहे. एक दिवस सोनम कपूर माझा आदर्श असते – तिच्या कपड्यांमुळे, दुसऱ्या दिवशी दीपिका पदुकोण माझा आदर्श असते – तिच्या लांब (नेव्हर एंडिंग) पायांमुळे, एखादे दिवशी शाहरूख खान माझा आदर्श असतो कारण... तो शाहरूख आहे! आणखी काही सांगायची आवश्यकता आहे?

– नयनतारा थॉमस, वय १९ वर्षे,
मुंबई, भारत

आपला कुणी आदर्श असणं ही भावना मोठी सुखद असते. ती तुम्हाला सतत जागरूक ठेवते. माझा एकच असा कुणी आदर्श नाही. मला निरनिराळ्या लोकांच्या बऱ्याच गोष्टी आवडतात. मी या सगळ्या गोष्टी एकत्र आणून ही सगळी गुणवैशिष्ट्यं असलेली एक 'व्यक्ती' तयार केली आहे. आता माझं ध्येय आहे त्या व्यक्तीसारखं बनण्याचं!

– मही जोशी, वय १२ वर्षे,
मिल्टन कीन्स, यूके

तुमचं अवघडून चालणं, तुमचं मान खाली घालून किंवा खांदे पाडून चालणं, तुमचे अस्पष्ट उच्चार, तुमचा दुभंगलेला ओठ, तुमचा तिरळेपणा, तुमचा चिरका आवाज, तुमचे 'कालबाह्य' कपडे, तुमचे निस्तेज केस, शाळेत तुम्हाला मिळालेले कीव करण्याजोगे गुण, तुमच्या घरातला एखादा 'तुम्हाला अडचणीत टाकणारा' सदस्य... अशा कितीतरी गोष्टी अपमानास्पद असू शकतात. असे बाण वर्मी लागतात, खरंतर थेट समोरासमोर थोबाडीत लगावण्यापेक्षाही जास्त वेदना देतात. मग अशा वेळी कसं निभावून न्यायचं?

सर्वप्रथम लक्षात घ्या, जी व्यक्ती चारचौघांत तुमचा अपमान करते ती तुमचा मित्र नसते आणि समजा ती व्यक्ती हे तुमच्या भल्यासाठीच करत असली (आणि एखाद्याचा असा सद्हेतू असू शकतो) तरी ती व्यक्ती चुकीच्या पद्धतीनं वागत आहे. ती व्यक्ती तुमच्या जवळची असेल तर तिला सांगा की, तुम्हाला हे वागणं आवडलेलं नसून ही प्रतिक्रिया जर तुम्हाला खासगीत दिली असती तर तुम्हाला

ती खरोखर आवडली असती. याला 'विधायक टीका' म्हणा किंवा साखरेत घोळलेली कडू गोळी म्हणा. चारचौघांत मोठ्या आवाजात आरोप केल्याच्या आविर्भावात तुमच्याबद्दल बोललेली अप्रिय गोष्ट म्हणजे अपमान.

जर ती व्यक्ती तुमच्या जवळची असेल तर तो किंवा ती तुमच्या प्रतिक्रियेवर काय प्रतिक्रिया देईल, याचा अंदाज बांधून तुम्ही सज्ज असायला हवं. जर तुमचं 'टोल्यास टोला' धोरण परिस्थिती चिघळवण्यास कारणीभूत ठरणार असेल तर तुम्ही प्रत्त्युत्तर देऊ नका. फक्त त्या व्यक्तीला इतकेच सांगा की, आपण याबद्दल नंतर बोललं तर बरं होईल आणि तुम्ही शक्य तर तिथून निघून जा. भडकू नका, पाय आपटू नका, परिणामकारक होण्यासाठी दारं आपटू नका. फक्त उठा, नम्रपणे 'माफ करा' म्हणा, आणि शांतपणे बाहेर पडा. तुम्ही निघून गेल्यानंतर तुमच्याबद्दल बरीच चर्चा होईल, पण जर तुम्ही 'नौटंकी' करत बाहेर पडलात तर जास्तच आणि वाईट चर्चा होईल.

तुमची फारशी ओळख नसलेल्या एखाद्या व्यक्तीकडून जर तुम्हाला अपमानास्पद

वागणूक मिळत असेल तर मात्र अतिशय सावध रहा. सर्वसाधारणत: ही गोष्ट प्रत्त्युत्तर देण्याच्या लायकीची नसतेच. जर रस्त्यावरची टोळकी किंवा तास बुडवून मुली बघत वेळ काढणाऱ्या, फिदिफिदि हसत असलेल्या युवकांच्या टोळक्याकडून अपमानास्पद वागणूक मिळत असेल, तर तुम्ही त्यांच्याकडे दुर्लक्ष करून निघून जावं हे उत्तम. अशा वेळी टोल्यास टोला देणं म्हणजे असल्या निरुद्योगी प्राण्यांना तुमच्याबद्दल आणखी काहीतरी बोलून स्वत:ची करमणूक करून घेण्यास प्रोत्साहन देणं ठरेल.

कधीतरी तुमचीही वेळ येईल.

मनोगत – किशोर, किशोरी / नवयुवक-युवती यांचे

चार लोकांत अपमानास्पद प्रकार सहन करणं फार कठीण असतं. अपमानाला जशास तसं उत्तर न देता गप्प राहाणं फार अवघड असतं. व्यक्तिश: मी तिथल्या तिथं सूड घेईन.

– मयंक देव, वय १६ वर्षे
पुणे, भारत

खरंतर लोक माझ्याबाबतीत असला गोंधळ करतच नाहीत, कारण मी त्यांच्या मूर्खपणावर प्रतिक्रिया देणार नाही हे त्यांना माहीत आहे. मोठा भाऊ असणं – ज्याच्या तुम्ही खूप लाडक्या असता आणि ज्याला तुमचे गालगुच्चे घेऊन तुम्हाला त्रास द्यायला खूप आवडतं – या गोष्टीनं तुम्हाला बाहेरचे हल्ले परतवण्याची प्रतिकारशक्ती लाभते.

– ऐश्वर्या राज, वय १६ वर्षे,
पुणे, भारत

त्याला पिळदार शरीरसौष्ठव, उत्तम बुद्धिमत्ता, भरपूर श्रीमंत बाबा लाभलेले आहेत आणि सर्वांत देखणी मुलगीही... याचं आश्चर्य वाटू नये, आणि तुम्ही मात्र व्यायाम शाळेत घाम गाळताय, सुट्टीच्या दिवशी घोकून अभ्यास करताय, कसाबसा खिसा भरताय आणि तरीही... काहीच पदरात पडत नाही? तुम्हाला संधी मिळाली, तर तुम्ही त्याचं अस्तित्वच नाहीसे करू शकता. तुम्ही काय कराल? दुसऱ्या कुणाशी आयुष्य बदलून मिळण्याची इच्छा – एक्स्चेंज ऑफर?... त्या व्यक्तीची काही भयंकर गुपितं असू शकतील – भूतकाळातली किंवा वर्तमानातली, आणि त्याहूनही वाईट म्हणजे ती व्यक्ती दुर्दैवी असू शकते!

मुलींनो... तुम्हालाही एखाद्या मुलीचा असाच हेवा वाटत असेल आणि तुम्ही समोरासमोर येता त्या वेळी तिला कुर्‍यांत पहिलं की, तुमचा अधिकच चडफडाट होत असेल तर या गोष्टी करा :

पहिली पायरी : आपण मत्सरी आहोत हे कबूल करा – फक्त स्वतःशी. त्याची जाहिरात करण्याची आवश्यकता नाही.

दुसरी पायरी : तुमच्या उद्विग्नतेला वाट करून द्या – पळणं, पोहणं किंवा तुम्हाला ज्यात आनंद वाटेल अशा कोणत्याही कृतीद्वारे.

तिसरी पायरी : स्वतःला हेही सांगा, की 'ती' व्यक्ती अशी पशुतुल्य वगैरे नाही, पण त्याच्या / तिच्याजवळ 'सगळं' काही नसतं तर ते जास्त सोयीचं झालं असतं!

चौथी पायरी : 'श्री / श्रीमती परिपूर्ण' ज्या ज्या गोष्टींत तुमच्यापेक्षा सरस आहेत असं तुम्हाला वाटतं त्या गोष्टींची यादी करा.

पाचवी पायरी : ही यादी बनवल्यानंतर गडद लाल शाईचा मुक्तहस्ते वापर करून त्या यादीतल्या ज्या गोष्टी तुम्हाला किंवा इतर कुणालाही बदलता येणं शक्य नाही त्या खोडून टाका, उदाहरणार्थ : नाकाचा आकार, ओठ, उंची, घराणं...

सहावी पायरी : या यादीत उरलेल्या सगळ्या गोष्टी बारकाईनं अभ्यासा आणि

त्या बाबतीत तुम्ही अधिक चांगले होण्यासाठी काय करू शकता याबाबत धोरण ठरवा. आपण खरोखर किती चांगले बनू शकतो हे कळल्यावर तुमचं तुम्हालाच आश्चर्य वाटेल.

मात्र तुम्ही या मोहिमेला सुरुवात केली नाही तरीसुद्धा तुमच्यावर प्रेम करणारे लोक तुम्ही जसे आहात त्यासह तुमच्यावर प्रेम करतच राहतील!

मनोगत – किशोर, किशोरी / नवयुवक-युवती यांचे

जगातली प्रत्येक गोष्ट आपल्याकडे असावी असं आपल्याला नेहमी वाटत असतं – म्हणजे छान दिसणं, ऐटबाज व्यक्तिमत्त्व, अगदी परिपूर्ण उबदार नाती... पण जसजसं आपण मोठे होतो तसतसं आपल्या लक्षात येत जातं, की परिपूर्णता म्हणजे गृहीत प्रमेय असतं आणि ज्या मुलाला / मुलीला जगातलं सगळं काही लाभलं आहे असं आपण गृहीत धरत असतो, ते वास्तवात तसं असेलच असं नाही!

– रेवती कुलकर्णी, वय १७ वर्षे
मुंबई, भारत

तुम्हाला चित्रपटगृहात येण्याची परवानगी नसते. कारण त्या चित्रपटात 'जहाल भाषा' आहे आणि हा विनोदच असतो. कारण तुमच्या कानावर जे पडत असतं ते कधीकधी पटकथाकारानं पडद्यावरच्या पात्रांसाठी योजलेल्या भाषेपेक्षा कितीतरी जास्त 'उघड' असतं.

त्यापेक्षा मोठा विनोद म्हणजे तुमचे आईवडील किंवा शिक्षक यांनी तुम्हाला "तोंड संभाळून बोल!" म्हणून ताकीद देणं. तुमच्या भोवतीचे सगळे जण शिव्या देत असतात; पण कोणालाही त्यात आक्षेपार्ह असं काहीच वाटत नाही, मग काय प्रश्न असतो?

शिव्या देणं बरं नव्हे, असं तुम्हाला सांगण्याचा काही उपयोग नाही. कारण तुमच्या मित्रमंडळीत शिव्या देणं ही नेहमीची बाब असते. या विषयावर कुणाचं मत काहीही असो, तुम्हाला महाविद्यालयात सार्वजनिक ठिकाणी, एवढं नव्हे तर चक्क तुमच्या नोकरी-व्यवसायाच्या ठिकाणीसुद्धा अतिशय अयोग्य शब्द वापरलेले ऐकायला मिळतील. काही लोक हे न कळून करतात (किंवा न कळण्याचा दावा

करतात) कारण ते त्यांच्या आवतीभवती अशीच भाषा ऐकत लहानाचे मोठे झालेले असतात. ही गोष्ट दुर्दैवी आहे, पण जर आपल्या मुलांनी अपशब्द वापरू नयेत असं आईवडिलांना वाटत असेल, तर सर्वांत आधी त्यांनी प्रयत्नपूर्वक स्वत:ची अपशब्द वापरण्याची सवय सोडायला हवी. प्रत्येक वाक्याला सणसणीत शिवीची फोडणी देणाऱ्या लोकांमध्ये जरी तुम्ही वावरत असलात तरी तुम्हीही त्या टोळक्यात सहभागी झालंच पाहिजे असा आग्रह कुणीही धरू शकत नाही. तुम्ही तुमचे कान बंद करू शकत नाही किंवा तिथून बाहेर पडू शकत नाही, पण ते शब्द तुमच्या तोंडी अजिबात येऊ न देणं तुमच्या हातात आहे!

बहुतेक लोक बोलण्याचा परिणाम साधण्यासाठी शिवी हासडतात. कदाचित त्यांना हे नवे शब्द नुकतेच कळले असावेत आणि त्याचा त्यांना वापर करून पाहायचा असावा. एखादा लैंगिकतासूचक शब्द फेकण्यानं नीरस संभाषणात जीव भरतो असं कदाचित त्यांना वाटत असावं. कदाचित एखाद्या गोष्टीबद्दलचं किंवा व्यक्तीबद्दलचं नैराश्य, राग, वैताग, चीड व्यक्त करण्याचा त्यांना माहीत असलेला

हा एकमात्र मार्ग असेल. त्यांना त्यांच्या पद्धतीनं वागू द्या! आजवर त्यांचे घाणेरडी भाषा वापरणं पचत आलं असेल आणि एखाद दिवशी जोरदार झटका बसून त्यांच्यावर अपमानास्पद वर्तन केल्याचा आरोप होणार नाही, तोवर बहुधा त्यांचं वागणं बदलणार नाही.

अपशब्द वापरणं छानच असतं अशी त्यांची ठाम समजूत कायम टिकून राहिली तर ते कधी बदलणारही नाहीत. त्यांना तसं वागू द्या आणि तुम्हीही हवं तर त्यांच्याच माळेत जाऊन बसू शकता – तुम्हाला तुमचे आईवडील किंवा शिक्षक, कुणीच थांबवू शकत नाही.

शिव्या देणं ही एक सवय आहे. एकदा तुम्हाला ही सवय लागली की, ती सुटत नाही. जेव्हा तुम्हाला राग आलेला असतो आणि तुम्ही फडाफडा बोलत सुटलेले असता, त्या वेळी जर तुमच्या तोंडून निघालेल्या शब्दांत शिव्या पेरलेल्या असतील तर तुमचं बोलण दसपट वाईट बनलेलं असतं.

समजा एखाद्या व्यक्तीनं तुम्हाला खरोखर राग येण्याजोगं काही केलं... तुम्ही तिच्यासाठी इतकं सगळं करूनही तिनं तुमची कस्पटासमान किंमत केली, तुमच्या आईबद्दल एखादी वाईट अफवा पसरवण्यात पुढाकार घेतला, तुम्ही गाढ झोपलेले असताना तुमचा आ वासलेला आहे अशा अवस्थेत तुमचे फोटो काढून ते सगळ्यांना पाठवले... किंवा असंच काहीतरी केलं, तर त्या व्यक्तीनं असं हलकटपणे, संवेदनशून्यपणे किंवा अत्यंत घृणास्पद वागल्याबद्दल चांगली खरडपट्टी काढण्याचीच त्या व्यक्तीची लायकी असते. तुम्ही जशास तसं उत्तर देणारही असता आणि तुम्ही ते द्यावंही.

अपेक्षेनुसार तिथं मौज पाहायला बघे हजर असतील तर मग विचारायलाच नको! तुमचा उद्रेक सगळीकडे मोठ्या प्रमाणात जाहीर होतो आणि त्या व्यक्तीची नीच कृत्ये या नाट्यात काहीशी झाकली जातात. थोडक्यात काय, जशास तसं उत्तर देण्याच्या नादात तुम्हीच अडचणीत येता आणि ती व्यक्ती या सगळ्यातून सफाईनं निसटून जाते... त्यात ती वाकबगार असतेच.

समजा तुम्ही आवाज चढवलात, त्या व्यक्तीला 'असं' करणं किती घृणास्पद आहे वगैरे वगैरे ऐकवलंत तर उलट तुम्हालाच कडक शब्दात ऐकून घ्यावं लागेल; पण तुम्ही त्या व्यक्तीला ओंगळ नावांनी संबोधलंत (जर शिव्या हा तुमच्या नित्य बोलण्याचाच भाग असेल तर अशा वेळी त्या हटकून तोंडात येणारच, त्याबद्दल तुम्हाला दोष देता येणार नाही, ते अगदी स्वाभाविक आहे) तर परिस्थिती अधिकच वाईट होईल.

समजा तुम्ही युवक आहात आणि 'ती' व्यक्ती... त्या घाणेरड्या कृत्यांची कर्तीकरवती जर मुलगी असेल तर... अरे देवा!... मग तुम्हाला लाख लाख शुभेच्छा! कारण तुम्ही ज्या गोष्टीबद्दल व ज्या व्यक्तीपुढे राग व्यक्त करत आहात ती गोष्ट व व्यक्ती चांगली खरडपट्टी काढण्याच्याच लायकीची आहे; पण हा प्रकार

‘लैगिंक छळ’ या सदरात जाऊ शकतो! तेव्हा तुम्हीच ठरवा!

मनोगत – किशोर, किशोरी / नवयुवक-युवती यांचे

ज्या समाजात शिव्या देणं ही ‘कूल’ आणि ‘इन थिंग’ बाब मानली जाते, त्या समाजात शिव्या न देणाऱ्या लोकांसाठी राहणं फार अवघड असतं; पण त्या तथाकथित ‘कूल’ मंडळींबरोबर आमच्यासारखेही काही जण राहतात, जे हे सगळं झेलत असतात आणि तरीही स्वत:ला जराही बदलू देत नाहीत. आपली ज्या गोष्टीवर खरोखर श्रद्धा आहे, त्या गोष्टीच्या बाजूनं ठामपणे उभं राहणं फार अवघड असतं!

– रेवती कुलकर्णी, वय १७ वर्षे
मुंबई, भारत

आमच्या शाळांमध्ये आम्ही सदैव अपशब्द ऐकत असतो. असे शब्द वापरणं अर्थातच चूक आहे, पण आपल्या भोवतीचे सगळे जण तेच करत असतात तेव्हा आपण त्यापासून दूर राहणं खरोखर फार कठीण असतं. शिवाय जेव्हा आपल्याला खरंच खूप राग येतो तेव्हा त्यांचा उपयोग होतो!

– मही जोशी, वय १२ वर्षे
मिल्टन कीन्स, यूके

"दुष्ट चेटकीण... कुठं आहे तिचा झाडू?'' तुम्ही मोठ्यानं म्हणताच आगगाडीच्या डब्यामधील लोकांनी हसू दाबले होते आणि काळा कोट घातलेल्या गडद लाल लिपस्टिक लावलेल्या, तीक्ष्ण टोकदार नाकाच्या बाईनं वळून पाहिलं होतं. तिच्या चेहऱ्यावर शरमलेले भाव होते. तुमची गोष्ट ऐकण्याची अधीरता पाहता तुम्ही अजिबात चेष्टा करत नव्हता किंवा हे तुमचे औद्धत्यही नव्हतं. आम्हा सगळ्या मोठ्या माणसांच्या मनात त्याक्षणी जे आले होते पण बोलता येत नव्हते, ते तुम्ही बोलून दाखवले होते.

ती बाई खरोखर चेटकिणीसारखी दिसत होती!

असंच एकदा एका सदैव धाडसी उद्योग करणाऱ्या मैत्रिणीनं घरी बनवलेलं आइसक्रीम खायला दिलं होतं, त्या वेळी तुम्ही हा पदार्थ आइसक्रीमच्या चवीचा अजिबात नाही असं तोंडावर सांगितलं होतं. तो पदार्थ खरंतर थंडगार दूध पावडरच्या चवीचा होता, पण त्या बाईंची उद्योजकता किंवा तिचे पाककौशल्य

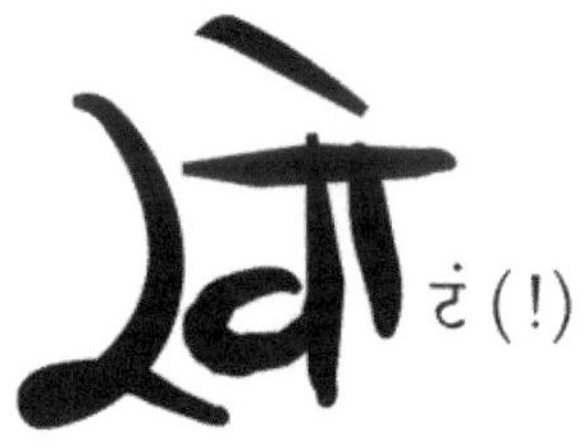

आपल्याला दाखवण्याच्या उत्साहावर आपण का विरजण घालायचं?

तुमची सभ्य समाजाच्या रितीभातींशी पहिल्यांदाच ओळख होत आहे. इतरांसारखेच तुम्हीही हळूहळू शिकत आहात की, जर एखादं खोटं बोलण्यानं कुणाचं मन दुखावणं टाळता येत असेल तर असं खोटं बोलणं केव्हाही चांगलं! तुम्ही आरामात डीव्हीडी पाहत होता आणि गोष्टीच्या पुस्तकांत रमला होता, त्या वेळी आजीला तुझ्याकडून गोष्टी ऐकायचं राहून गेल्याचं दुःख होतंय असं सांगणं, तुमच्या छोट्या मावसभावानं स्वतः तयार केलेल्या वाढदिवसाच्या भेटकार्डाचं कौतुक करणं; जरी त्याच्या चित्रातला मुलगा त्याच्यासारखा अजिबात दिसत नसला तरी... आपण कुणालाही दुखवू नये यासाठी तुम्ही छोट्या खोट्या गोष्टी सांगितल्या असतील किंवा न सांगता गप्प बसला असाल, याचा मला खूप अभिमान वाटतो.

मात्र जर अपायकारक खोट्याचा शिरकाव झाला अणि त्यांनी दुष्ट कथा बनून स्वतःचं स्थान बनवलं तर मात्र थांबण्याची वेळ आहे असं समजावं.

“त्यानं चोरलं ते.”
“मी त्याला ते करताना पाहिलं आहे.”
“त्यानं मला मारलं.”
“मी हे कधीच नाही केलेलं.”
खालील वाक्ये तशी बनवायला किती वेळ लागतो?
“मला आजवर तुझ्यासारखं कुणी भेटलेलं नाही.”
“आपण छान मित्र / मैत्रिणी होऊ या...” त्यापुढे आणखी काही नातं नाही.
“तुला माहिती आहे, मी कुणाला कधीच सांगणार नाही...”
“मला आजवर भेटलेल्या मुलींमधली तू सर्वांत सुंदर मुलगी आहेस.”
“मी तुझ्याशिवाय नाही जगू शकत.”

काळं असो वा गोरं, खोटं हे खोटंच असतं आणि सत्य कधीही कालबाह्य होत नाही.

मनोगत – किशोर, किशोरी / नवयुवक-युवती यांचे

प्रत्येक माणूस खोटं बोलतो, आणि बहुतेक लोकांचं त्यावाचून चालतच नाही. मी त्यांचं बरोबर आहे की चूक याबद्दल बोलत नाही, पण कधीकधी खोटं बोलणं हा एखाद्याचं मन न दुखावण्याचा एकमात्र मार्ग असतो. आपण केलेल्या एखाद्या गोष्टीचं खापर दुसऱ्यावर फोडणं अशा प्रकारचं खोटं कधीच योग्य नसतं. मात्र तुम्हाला एखाद्या मैत्रिणीची हॅट आवडलेली नसताना तुम्ही तिला ती आवडल्याचं सांगितलंत तर तिचा अपमान करण्यापेक्षा हा मार्ग केव्हाही चांगला. खोटं शक्य तेव्हा टाळावेच, पण कुणीही माणूस परिपूर्ण नसतो. आणि जर खोटं सारखंसारखं निसटू लागलं तर ते आवरलं पाहिजे.

– मोनिका वाडेकर, वय १४ वर्षे,
झुरिच, स्वित्झर्लंड

आमच्या घरात खोटं बोलणं अजिबात चालवून घेतलं जात नाही. मी एखादी चुकीची गोष्ट केली तर मला ते कबूल करावंच लागतं. मी कबूल केलं तर मला शिक्षा केली जाईल (आणि माझे आईबाबा काही काळ अस्वस्थ असतील) पण मी खोटं बोलले तर मात्र मी फार अडचणीत येईन. इतर घरांमध्ये असंच असतं का ते मला माहीत नाही. मी शाळेत बऱ्याच जणांना बऱ्याच बाबतीत खोटं बोलताना पाहिलं आहे, तेसुद्धा अजिबात गरज नसताना. शिवाय खोटं बोलण्यानं आयुष्य अधिक सोपं होतं अशातलाही भाग नसतो. एकदा खोटं बोललं की, पुढच्या खोट्याची तयारी करावीच लागते!

– मही जोशी, वय १२ वर्षे,
मिल्टन कीन्स, यूके

फार जुनी गोष्ट नाही... मी तुझ्या खोलीत डोकावले तेव्हा तुला आरशासमोर मुरडताना पकडलं. तुझे गाल लिपस्टिकने माखलेले होते. तू मोठ्या बायकांना लिपस्टिक लावताना पाहिलं होतंस. तोच प्रयोग करून तू स्वत:चा असा अवतार करून घेतला होतास. मला पाहताच तू लाजेनं चूर झालीस. आम्हालाही हे अतिशय लोभसवाणं वाटलं यात शंकाच नाही, पण तुला कुठल्याही सौंदर्यप्रसाधनाचा स्वत:वर प्रयोग करू देण्याची आणि तुझ्या नाजूक त्वचेची वाट लावू देण्याची परवानगी देणं; आम्हाला अजिबात शक्य नव्हतं.

अवघ्या पाच वर्षांची असताना तुला ब्यूटीशिअन व्हायचं होतं. तुझी ही करिअरची निवड बऱ्याच काळापर्यंत टिकून होती. तुझा आवडता खेळ म्हणजे तुझ्या आजीच्या रुपेरी तारा डोकावू लागलेल्या केसांची अत्याधुनिक केशरचना करणं, तिची नखं रंगवणं, प्रत्येक नखाला तीन विरुद्ध छटांच्या रंगांचं मिश्रण आणि नखाच्या टोकाला गुलाबी चांदणी! ते नेलपॉलिश नीट लागलेलं नसायचं

आणि खेळ संपल्यानंतर आजीची ती गुंतागुंतीची केशरचना सोडवायलाही थोडे कष्ट पडायचे; पण तुझी अतिप्रेमळ आजी तुझे लाड करायची आणि आम्हीही सगळे जण तुझे दीर्घ प्रयत्न व चिकाटी यांचे कौतुक करत होतो!

काळाच्या ओघात तुझी करिअरची निवड विकसित होत गेली, पण तुझा चेहऱ्यातला रस कमी नाही झाला. तू सौंदर्यविषयक मासिकं आतुरतेनं वाचतेस. तुझ्या हातखर्चातील भलामोठा भाग सौंदर्यवर्धक उत्पादनांसाठी खर्च होत असतो.

तुझी त्वचा मुलायम, टवटवीत आणि तजेलदार आहे. ती नितळ आहे, त्यावर डाग नाहीत आणि तारुण्यपिटिकांचं चुकार पीकही काही दिवसांत मावळून जाईल. तुला मेकअपच्या थराआड लपवण्याजोगे काहीच नाही. तू वाचनामुळे आणि तुझ्यासारख्या विचारांच्या मैत्रिणींसोबत अविरत चर्चा करण्यामुळे सौंदर्यतज्ज्ञ झालेली आहेस. मी तशी नाही, पण मला इतकं नक्कीच माहीत आहे की, तुम्ही जेव्हा रंगमंचावर किंवा पडद्यावर नृत्य वा अभिनय करताना दिसणार असता त्या वेळी मेकअपचा जाड थर लावणं गरजेचं असतं. त्यामागचा उद्देश असतो रंगमंचावरची

प्रकाशयोजना योग्य प्रकारे परावर्तित व्हावी आणि प्रेक्षागृहातील सर्वांत शेवटच्या खुर्चीतील माणूस तुमच्या भावमुद्रा व्यवस्थित पाहू शकेल. चेहऱ्याच्या क्रीमचे आणि फाउंडेशनचे अनेक थर तुम्ही बाजारात साध्या खरेदीसाठी जाता तेव्हा लावायचे नसतात!

मेकअप हा तुमचं आधीपासूनचं लोभस दिसणं आणखी छान बनवण्यासाठी असतो, तुम्हाला कुणी वेगळीच व्यक्ती बनवण्यासाठी नाही! तुमचा उद्देश जर गर्दीत उठून दिसणं हा असेल, तर तो साध्य झालेलाच आहे. तुमच्या आजूबाजूच्या सगळ्या मुली मेकअपचं रोगण थापून असताना बिना मेकअपचं असणं हा वेगळं उठून दिसण्याचा सर्वांत सोपा मार्ग आहे. पण तेवढं पुरेसं ठरणार नाही... आता तर चांगलं दिसण्यापेक्षा 'कूल' दिसणं जास्त महत्त्वाचं आहे!

सौंदर्याची निगा राखण्यासाठी तुम्ही जे काही करताय ते मजेत करा! तुम्ही जी सौंदर्यप्रसाधने वापरत असाल, त्यांच्या दर्जाबाबत तडजोड करू नका. बाजारात हलक्या दर्जाची सौंदर्यप्रसाधने ढिगाने येत असतात. तुम्हाला निवडायला सांगितलं तर बहुधा तुम्ही तुमच्याकडच्या प्रत्येक पोशाखाच्या रंगसंगतीशी जुळणाऱ्या रंगच्छटेची लिपस्टिक व नेलपॉलिश खरेदी करता. गोष्ट जेव्हा स्कार्फ, कपडे किंवा पादत्राणांची असते तेव्हा तर तुम्ही ढीगच्याढीग घेऊ शकाल.

पण यापैकी कुठलीही वस्तू हलक्या दर्जाची असेल तर ती तुमच्या अपेक्षेपेक्षा लवकर खराब होईल आणि हा पैसे पाण्यात जाण्याचा प्रकार असेल. त्यामुळे त्वचेची कायमची वाट लावणाऱ्या हलक्या दर्जाच्या डझनभर लिपस्टिक आणि आयलायनरच्या बाटल्या विकत घेण्यापेक्षा चांगल्या दर्जाची एकच लिपस्टिक आणि आयलायनर घ्या!

मनोगत – किशोर, किशोरी / नवयुवक-युवती यांचे

मी मुलगी आहे, तीसुद्धा टीनएजर आणि मला मेकअप खूप आवडतो. त्याबाबतीत निवडीला खूप म्हणजे खूपच पर्याय आहेत. कितीतरी ब्रँड्स, कितीतरी रंगच्छटा आणि कितीतरी किमती! मी विद्यार्थिदशेत असल्यामुळे अर्थातच माझा कल स्वस्तात पण मस्त खरेदीकडे असतो! काही वस्तूंच्या किमती जबरदस्त असतात, विशेषत: एखादी आधुनिक ब्रँडेड वस्तू घ्यायचा विचार केला तर!

मला मेकअपचं काय आवडतं सांगू – तुमची मन:स्थिती फारशी छान नसेल तर मेकअप केल्यानंतर तुम्ही दिसता छान आणि तुम्हाला छान वाटायला लागतं. चेहरा व मन दोन्ही प्रसन्न!

सध्या मेकअपचा वापर फक्त टीनएजर्स व युवतींपुरता मर्यादित राहिलेला नाही. मी सात-आठ वर्षांच्या चिमुरड्यासुद्धा मेकअपचे थर चढवलेल्या अवस्थेत पाहिलेल्या आहेत. तुम्हाला इतक्या लवकर मोठं का व्हायचंय? मला म्हणायचंय की, मोठं होणं म्हणजे अधिक धमाल, असं नसतं. त्यांना मेकअपचं साहित्य

विकत घेण्यासाठी पैसे कुठून मिळत असतील? ओह, बालपणातला वेडेपणा म्हणायचं!

काही लोक मेकअपला जितकं वाईट ठरवतात, तितका तो वाईट नसतो. अर्थात तुम्ही सात वर्षांच्या असलात किंवा तुम्ही दररोज चेहऱ्यावर फाउंडेशनचा तीन इंचांचा थर लावत असलात तर मात्र तो नक्कीच चांगला नसतो.

– तन्वी जोशी, वय १७ वर्षे
मिल्टन कीन्स, यूके

उंच, सावळा आणि देखणा 'तो' छानशा फॉर्मल शर्टमध्ये येतो. त्याचं पुरुषी 'लेदर अ‍ॅन्ड कोलन' वलय तुम्हाला भुरळ पाडतं. तो मीटिंग्ज आणि प्रेझेन्टेशन्स, डिझायनर लेबल्स, 'वाइन अ‍ॅन्ड चीज' रिसेप्शन्स याबद्दल बोलत असतो. त्याच्या रुंद तळहाताची तुमच्या कोपरावर घट्ट पकड असते – तो तुम्हाला छानशा रेस्टॉरन्टमध्ये घेऊन जातो. त्याच्या आकर्षक व्यक्तिमत्त्वाची जादू तिथल्या वेट्रेसनाही भुरळ घालते, त्यामुळे तुम्हाला सर्वोत्तम टेबल मिळतं. तो तुम्हाला 'माय गॉजस् लेडी' असं संबोधत असतो.

यामधलं काहीही तुमच्या बाबतीत अजून घडलेलं नसेल, तर ते पुढं घडेल. आत्ता नाही घडलं तर आयुष्यात पुढं कधीतरी घडेल. हे तुम्ही ज्या प्रणयरम्य कादंबऱ्या किंवा चित्रपट आतुरतेनं वाचता-पाहता, त्यातल्यासारखं असतं. या कल्पनारम्य कलाकृतींमधल्या हरणासारख्या डोळ्यांच्या तरुण नायिकेसारखं तुम्हीही या प्रसन्न, सभ्य व्यक्तीच्या प्रेमात हरवून जाणं अगदी स्वाभाविक आहे.

नुकतीच दाढी करू लागलेला शेजारचा मुलगा आणि पुरुष यांच्यामध्ये बराच फरक असतो. प्रौढ व्यक्तीची आत्मनिर्भरता, त्याचा आत्मविश्वास हे त्याच्या अनुभवाचं फळ असतं. ते सगळं वलय तो काही उपजत घेऊन आलेला नसतो! तुमचं तारुण्य, तुमचा निरागसपणा, तुमचं त्याच्याकडे पाहणं या गोष्टींनी तो स्वत:वरच खूश असतो. त्याच्या वयाच्या कुठल्या स्त्रीकडे या गोष्टी नसतात. आजवर तुमच्यासारखी कुणी त्याला भेटलेली नाही असं तो तुम्हाला म्हणत असेल.

"यंग लेडी..." किती छान वाटतं ऐकायला! तुम्ही इतक्या देखण्या दिसता, तुमच्याकडे इतरांचे लक्ष वेधलं जाण्यामुळे तुमचा चेहरा प्रफुल्लित दिसतो. मला तुमचा आनंदाचा बुडबुडा फोडायचा नाही; पण सगळ्यात आधी त्याच्या बोटात लग्नाची अंगठी आहे का याची खात्री करून घ्या. समजा बोटात सोन्याची अंगठी दिसली नाही तर बोटावर अंगठीच्या जागी पांढरी खूण दिसतीय का ते तपासा. कित्येक संस्कृतींमध्ये पुरुष विवाहित आहे किंवा नाही; हे दर्शविणारी काहीही खूण

नसते. त्यामुळे तुम्हाला फक्त त्याच्या निरीक्षणातून खुणा शोधाव्या लागतील – म्हणजे त्याचं तुम्हाला त्याच्या मोबाइल फोनला हात लावू न देणं, फोन आला की बाजूला जाऊन बोलणं, ठरावीक वेळी तुम्हाला भेटण्यास नकार देणं अशासारख्या गोष्टी तो करतो का?

जर तुमचा 'तो' पुरुष 'प्रामाणिक' (!) असेल आणि त्यानं तुम्हाला तो अगोदरच बंधनात अडकल्याचं सांगितलं असेल, तर आता तुम्ही उठून निघून जाण्याची वेळ आहे हे लक्षात घ्या. जर त्याला तुम्ही त्याच्या आयुष्यात यायला हवं असेल तर त्यानं अधिकृतरीत्या, कायदेशीररीत्या त्या बंधनातून मुक्त होण्याची गरज आहे. त्यानुसार तो वागल्यानंतर जर योग्य वेळ असेल तर तुम्ही परतही येऊ शकता.

तुम्ही सुंदर व्यक्ती आहात, तुमच्यापाशी सगळं काही आहे. त्यामुळे तुम्ही खूप चांगल्या जोडीदार बनू शकता. तुम्ही एखाद्या व्यक्तीला तुमच्या आयुष्यातली सर्वोच्च प्राधान्याची जागा देण्यासाठी शक्य ते सर्व काही करू इच्छिता, अशा वेळी तुम्ही फक्त एक 'संभाव्य पर्याय' या स्थानावर का राहावं? तुम्ही यापेक्षा कितीतरी चांगलं लाभण्याच्या योग्यतेच्या आहात! हे जरी कितीही अवघड असलं तरी तुम्ही ते स्वत:साठी म्हणून करण्याची आवश्यकता आहे. प्रौढ पुरुष – नक्कीच 'आकर्षक' असतात, पण जर ते विवाहित असतील तर त्यांच्यापासून दूर राहा!

मनोगत – किशोर, किशोरी / नवयुवक-युवती यांचे

अगदी खरं आहे! प्रणयाबद्दल प्रत्येकाच्याच मनात कल्पनाचित्र असतं आणि समस्या किंवा चाकोरीबाहेरच्या नात्यांबद्दल बोलायची कुणाचीच इच्छा नसते. वास्तव जगात मुली विवाहित पुरुषांसाठी जीव टाकतात आणि यासंदर्भात व्यवहार्य मार्ग ऐकून बरं वाटलं.

– निष्मा शाह, वय २३ वर्षे
मिल्टन कीन्स, यूके

मुलींनो... तुमच्या आयुष्यातल्या सर्वांत तापदायक दिवसांत तुम्हा सगळ्या जणींच्या मनात प्रश्न येत असेल की, दर महिन्याला ही कटकट कशासाठी आणि फक्त मुलींच्याच मागं हे का? तर सॉरी, या प्रश्नाचं उत्तर आम्ही नाही देऊ शकत. आम्ही फक्त इतकंच सांगू शकतो की, आपण जसं मूत्रपिंड किंवा पचनसंस्था हे सगळं गृहीतच धरतो, तसं आपण आपले सगळे अवयव जागच्या जागी आहेत आणि सगळ्या गोष्टी सुव्यवस्थित आहेत, याबद्दल देवाचे कृतज्ञ राहू या. महिनोन्‌महिने नियमित दरमहा रक्तस्राव होणं याचाच अर्थ आहे तुमच्या शरीराची छान वाढ झाली आहे. एक दिवस गुटगुटीत बाळला जन्म देण्यासाठी ते सज्ज आहे. (जेव्हा तुमच्या मनाची तयारी असेल तेव्हा.)

त्यामुळे ही गोष्ट सहजपणे स्वीकारा, स्वत:ला आवश्यकतेनुसार सज्ज करा. मग तुम्हाला पुढे जाण्यावाचून कुणीही रोखू शकत नाही...

मुलग्यांनो... तुमची आई 'काही ठरावीक दिवशी' तुमच्या बहिणीशी वैताग

येण्याइतकं चांगलं का वागते? याचं तुम्हाला आश्चर्य वाटत असेल तर लक्षात घ्या मासिक पाळीचे हे दिवस खरोखर तापदायक असतात आणि काही जणींच्या बाबतीत तर वेदनादायीसुद्धा असतात.

सुदैवानं, तुम्हा पुरुषांच्या मागे हे झंझट नाही. तुम्ही कुठल्या छानशा गोष्टीला मुकताय अशातला जराही भाग नाही! मात्र तुमच्या आयुष्यातल्या स्त्रिया म्हणजे तुमची सखी, आई किंवा बहीण यांचे 'त्या दिवसांत' लाड करण्याची व त्यांचे प्रेम जिंकण्याची जबरदस्त संधी आहे.

या दर महिन्यातल्या प्रकरणाला पिढ्यान्‌पिढ्या तरुण स्त्रियांनी निरनिराळी नावे दिलेली आहेत – सायकल, पिरीयड, सख्खी मैत्रीण, दिवस, एमसी, बिइंग डाउन...

सभ्य पुरुषहो... हे स्वीकारा आणि हा विषय सहजपणे हाताळा.

मनोगत – किशोर, किशोरी / नवयुवक-युवती यांचे

दरमहा भोगावी लागणारी वेदना आणि मानसिक चढउतार ही मुलगी असल्याची

देणगी आहे... त्यावर काहीही उपाय नाही; पण जर हा महिन्याला होणारा सोपस्कार नसता तर आम्ही मुली ज्या गोजिरवाण्या बाळांना पाहून "आहा-उहहू" करत असतो ती गोंडस बाळे आम्हाला कधीच लाभू शकली नसती. त्यामुळे मला वाटतं, सरतेशेवटी हा 'त्रास' सोसण्याच्या योग्यतेचा आहेच.

तरीही निसर्गानं हे काही योग्य केलं आहे, ही गोष्ट मला पूर्णपणे पटत नाही. मात्र आपण भविष्यात डोकावलं पाहिजे – 'अंधाराच्या नंतरचा प्रकाश पाहण्यासाठी'. आजची वेदना हे भविष्यातलं सुख ठरणार आहे. म्हणून... मी तरी या गोष्टीकडे या नजरेतून पाहते.

– तन्वी जोशी, वय १७ वर्षे
मिल्टन कीन्स, यूके

आपण या विषयावर अब्जावधी वेळा बोललो आहोत, तरीसुद्धा तू तुझ्या आवडत्या शर्टवर इस्त्री आडवी ठेवलीस. कारण तुला अतिमहत्त्वाचे टेक्स्ट मेसेज खुणावत होते! परीक्षा तोंडावर आलेली असताना आत्ता कुठं उजळणीला सुरुवात झाली आहे आणि शेवटच्या मिनिटाला जास्तीत जास्त डोक्यात कोंबण्याचा तुझा जो आततायी प्रयत्न सुरू आहे, तो आता तुझ्या मेंदूला झेपण्यापलीकडे गेला आहे. तू तुझ्या नव्या मित्राला 'अगदी शेवटचं' असं म्हणून अजूनही उसने पैसे देतोस आणि त्यातूनही वाईट म्हणजे अजूनही तू किराणा सामानासाठी बाजूला ठेवलेल्या पैशातून काही पैसे उसने घेतोस. जेव्हा पैसे येतील तेव्हा ते पुन्हा जागच्या जागी परत ठेवण्याचा तुझा मनोदय असतो. पण तरीही हे बरोबर नाही.

चित्रपटांच्या जाहिरातफलकावर असतात तशा उंच, सावळ्या, रुबाबदार तरुणानं तुम्हाला 'दोन मिनिटां'साठी शाळेच्या बाहेर भेटायला बोलावलं आहे.

तुमच्या सर्वांत जवळच्या मैत्रिणींसह सगळ्यांनी तुम्हाला 'तो चांगला नाही' हे बजावलेलं आहे. तुम्ही या भेटीसाठी छान तयार होऊन जाता... झाडांच्या मागून तुमचं शरमलेपण, दुःख, वेदना पाहणाऱ्या त्याच्या मित्रांची भरपूर करमणूक होते...

जर तुम्हाला 'आम्ही कधीही चुका केलेल्या नाहीत' असं सांगणारे कुणी भेटले, तर असं सांगणं हीच सरळ सरळ चूक आहे! तुम्ही ठेचकाळता तेव्हा तुम्हाला झालेल्या प्रत्येक जखमेतून आणि मुक्या मारातून तुम्ही अधिकाधिक शहाणे आणि खंबीर झालेले असता. आणि खरेखुरे शिकण्याचे धडे गिरवताना हे अनुभव तुमच्यागाठी असतात.

तुम्ही चुका सुधारू लागता, त्या वेळी लोक कदाचित तुमची हेटाळणी करतील किंवा तुम्हाला हसतील; पण यामुळे ज्या गोष्टी चुकल्या आहेत, त्या दुरुस्त करण्यापासून मात्र परावृत्त होऊ नका. हे तुमचं आयुष्य आहे आणि एक दिवस तुम्हाला अभिमान वाटेल की, आपण ते योग्य मार्गावर आणण्याचं धाडस दाखवलं.

तीच चूक पुन्हा दुसऱ्यांदा करू नका. नव्या चुका अधिकाधिक अनुभव देतात!

आपली चूक झाली आहे ही गोष्ट तुमच्या लक्षात येईल तेव्हा मागे वळायला कधीही कचरू नका आणि सरळ थेट घरी या. आम्ही अर्थातच अस्वस्थ होऊ, आईवडील बेचैन होणारच. कदाचित आम्ही तुम्हाला, "बघ, मी तुला सांगत होतो..." अशासारखं बोलून वैताग देऊ, पण तुम्हाला असं भोगताना पाहून आमचं काळीज तुटत असतं. तुम्हाला हा त्रास सोसावा लागायला नको होता, असं आम्हाला वाटत असतं.

अशा वेळी आम्ही तुमचा हात घट्ट धरू आणि... सगळं काही ठीक होईल.

मनोगत – किशोर, किशोरी / नवयुवक-युवती यांचे

चुका होणं हा मोठं होण्याचा आणि शहाणं होण्याचा भाग आहे हे आम्हाला कळते. पण कधीकधी आम्हाला या चुकांसाठी स्वत:ला माफ करणं आणि स्वत:ला पुन्हा पूर्वीसारखंच स्वीकारणं कठीण जातं. अशा वेळी आम्हाला इतर कुणाहीपेक्षा आमच्या आईवडिलांनी समजून घेण्याची गरज असते, आमच्यासोबत असण्याची गरज असते. 'यामुळे काही आभाळ कोसळलेलं नाही', असा आम्हाला धीर देण्याची आणि ते आमच्या चुका पोटात घेण्यास सदैव तयार आहेत हा विश्वास देण्याची गरज असते!

– रेवती कुलकर्णी, वय १७ वर्षे
मुंबई, भारत

प्रत्येक माणूस चुका करतो; पण टीनएजर्स जरा जास्तच करतात. त्याबाबत काहीही स्पष्टीकरण देता येत नाही; पण आम्ही चुका करतो. आता आम्ही अगदी लहान नाही, आमच्यावर अधिक जबाबदारी आहे. आम्ही आम्हाला सांगितलेलं कुठलंही काम करायला जातो, पण त्याच अव्यवस्थितपणे! बरेचदा आम्हाला असं वाटतं, की एखादी गोष्ट होईल, पण तसं कधीही होत नाही. आमच्या हातून जेव्हा अनेकदा चुका होतात तेव्हाच आम्हाला कुठं चुकलं हे कळतं. त्यामुळे आम्हाला चुका कबूल करायलाही आणखीनच जास्त वेळ लागतो. अखेर आम्ही माफी मागतो आणि त्यामुळेच आमचं वेगळेपण दिसतं!

– सिमरन काब्रा, वय १३ वर्षे, बर्नहॅम, यूके

तुमच्या आईनं जरा मोठं व्हावं, तिच्या वयानुरूप वागावं, तुमच्या सुरक्षिततेच्या बाबतीतली चिंता जरा कमी करावी, स्वतःच्या पोशाखाकडे जास्त लक्ष द्यावं, विशेषतः कुणी पाहुणे येतात तेव्हा आणि एकूणच तुमच्या मनातल्या छान 'आई'च्या प्रतिमेसारखं असावं, असं तुम्हाला अलीकडे वाटू लागलं आहे का?

तुम्हाला तुमच्या आईचं वागणं, आत्ता आणि बहुधा नेहमीच, न आवडण्याची अनेक कारणं असू शकतात.

कदाचित ती तुमच्यावर ताबा ठेवण्याबाबत अतिशय आग्रही असेल... प्रत्येक गोष्ट विशिष्ट पद्धतीनं झालीच पाहिजे असं तिचं म्हणणं असेल आणि ती पद्धत म्हणजे तिनं ठरवलेली पद्धत असेल! तुम्ही आरशात स्वतःलाच निरखून पाहा – हा गुण आनुवांशिकतेने तुमच्यात उतरला आहे का?

ती तुमच्या आवडीनिवडी पूर्ण करण्यासाठी आटापिटा करते का... तुमचे बाबा किंवा इतर कुणाच्या म्हणण्याला ती नेहमी मान तुकवत असते का? तिचा

दुबळेपणा तिच्यासाठी व तुमच्यासाठी अपायकारक ठरेल, इतका पराकोटीचा आहे का? तसं असेल तर तुम्ही तिला ठामपणे उभं राहण्यासाठी मदत केली पाहिजे... ते कितीही कठीण असलं तरी.

ती लहरी आहे का? क्षणार्धात तिला संतापाचा झटका येतो आणि पुढच्याच क्षणी ती तुमचे प्रेमानं लाड करते का? ती बरेचदा उन्मादात बेहोश असते का? ती बेजबाबदारपणे वागते का? ती अशी परिस्थिती निर्माण करते का; ज्यामध्ये तुमच्यावर त्याची जबाबदारी येते?

तुम्ही तुमच्या आजूबाजूला ज्या आया बघता, त्या तुलनेत तुम्हाला तिचं वागणं फारच विचित्र वाटतं आणि म्हणून तुम्हाला तिची खूप काळजी वाटते का? तिचं काय बिनसलं असेल या विचाराची टोचणी लागून राहते का?

कदाचित तो तिचा स्वभावच असेल, ती मानसिकदृष्ट्या फार शिणली असेल, त्यामुळे तिचे मूड बदलत असतील... प्रत्येकाच्याच बाबतीत कधीकधी असं होतं, हो ना? किंवा, कदाचित, तुम्ही याबद्दल कठोरपणे विचार करण्याची गरज

असू शकेल, कदाचित ती खरोखरच आजारी असेल किंवा खिन्न मन:स्थितीत असेल आणि तुम्हीच 'मोठं' होऊन तिच्यासाठी वैद्यकीय सल्ला घेणं आवश्यक असेल.

का, तुमची आई तुम्हाला क्वचितच भेटते... न्यायालयानं ठरवून दिल्यानुसार ठरलेल्या भेटीच्या वेळी? ठीक आहे, जर न्यायालयाच्या आदेशामुळे, एकूण परिस्थितीमुळे, तुमच्या आईनंच ठरवल्यामुळे किंवा तुम्ही तिच्यापासून दूर राहण्याचा पर्याय निवडल्यामुळे तुम्ही एकमेकांपासून दूर राहत असाल तर हे गुंतागुंतीचं आहे, पण ते सुखावह नसण्याचं काही कारण नाही. ती कदाचित स्वत:शीसुद्धा कबूल करणार नाही, पण ती दाखवते त्यापेक्षा तिला तुमची उणीव कितीतरी जास्त जाणवते. तुम्ही एकत्र असता त्या मौल्यवान क्षणांचा आनंद तुम्ही तिलाही नाकारू नका आणि स्वत:लाही.

तुम्ही तिला कायमच खूप थकलेली पाहता का... घरातल्या किंवा नोकरीच्या जबाबदाऱ्यांच्या ओझ्याखाली वाकलेली... तुम्हाला तिला जे सांगायचं असतं त्याकडे लक्ष देणं शक्य होऊ नये इतकी ती दमलेली असते का? तुम्ही शाळेत कुठले विषय घ्यावेत याबद्दल ती संदिग्ध असते, तुम्ही कुठल्या मित्रांकडे जाणार आहात ते तिला नीट कधी माहीत नसतं, तुमच्या शाळेतल्या कार्यक्रमांना हजर राहण्याची तिला आठवण करून द्यावी लागते... कधीकधी तर तुम्हाला वाटतं, की काही वर्षांपूर्वी तुम्ही तिच्या पोटी जन्माला आला आहात याची तिला आठवण करून देण्याची गरज आहे! तिला मदतीची गरज आहे, हे दिसतंय. तुम्ही जर प्रयत्न करून पाहिलात तर खरोखर तुमच्या लक्षात येईल, की आईसोबत काम करण्यात किती मजा असते!

का अशी परिस्थिती आहे – तिला नेहमी भरपूर वेळ असतो... इतका, की ती तुमच्या प्रत्येक कृतीवर बारीक लक्ष ठेवून असते? ती आपलं लक्ष नाही असं दाखवते, पण तुम्ही घरी नसता त्या वेळी ती तुमच्या वस्तू तपासून पाहते, असा तुम्हाला दाट संशय आहे. तुमच्या शाळेतल्या कार्यक्रमांबद्दल तुमच्यापेक्षा तीच जास्त उत्साह दाखवते. तुमच्याकडे 'स्लीपोव्हर' ठरतं त्या वेळी पाठोपाठ तीन खास जेवणं बनवते आणि तुमच्या व तुमच्या मित्रांसाठी टेबलवर मांडून सज्ज ठेवते. तुम्ही परीक्षेचा अभ्यास करत असता त्या वेळी ती तुमच्यासाठी कायम थांबलेली असते, तुम्हाला दूध हवं का हे पाहण्यासाठी तिष्ठत असते.

तुम्हाला आई हवी असते ती तुमचं तुम्हाला स्वत्व जपू देणारी. तुम्हाला अधिक स्वातंत्र्य देणारी, तुम्हाला आणि तुमच्या मित्रांना परिपूर्ण चौरस भोजनाऐवजी काहीतरी अनारोग्यकारक पदार्थ मागवू देणारी, तुम्हाला तुमच्या वॉर्डरोबमध्ये शर्टांचा ढीग नीट लावून न ठेवता एखादा चुरगळलेला शर्ट घालून फिरू देणारी...

या आईलाही खरंतर तितका वेळही नसतो. कारण तो सगळा वेळ ती तुमच्यावरच खर्च करत असते. तिनं बहुधा तुमची आई असण्याचं स्वप्न सोडून दिलं आहे आणि त्याऐवजी आता तिचं स्वप्न आहे – तुम्ही! ती तुमच्यासाठी जे काही करते त्याची कदर करा. अखेर एके दिवशी तुम्ही शिक्षणासाठी घराबाहेर पडाल, तुम्हाला नोकरी मिळेल, जोडीदार मिळेल आणि तुम्ही दूर जाल. आत्ता ती तुमच्याकडे इतकं लक्ष देत आहे, त्यामुळे तुम्ही जवळ नसताना ती हरवल्यासारखी होईल. कदाचित तुम्ही तिच्यासाठी दुसरं एखादं स्वप्न शोधू शकाल आणि तिला त्या दिशेनं जाण्यासाठी मदत कराल.

तिची कर्तबगारी जबरदस्त आहे? ती तिच्या करिअरमधली ध्येयं गाठण्याचा प्रयत्न करताना घरच्या जबाबदाऱ्या कुशलपणे पार पाडताना, तुमच्यासाठी नेहमी वेळ काढते? अशी आई छान वाटते, पण तरी तुमच्या तिच्याबद्दल तक्रारी असू शकतात. अशी आई कदाचित तुम्ही तुमच्या करिअरचं ध्येय गाठण्यासाठी तुमच्यामागे टुमणं लावत असेल, ते तुम्हाला तितकेसे आवडत नसेल! कदाचित ती इतकी ऊर्जासंपन्न असेल की, ती जे काही करू शकते त्या सगळ्याची कल्पनासुद्धा तुम्हाला शिणवणारी वाटत असेल... असं आहे का?

तुमची आई कुणीही असेल, कशीही असेल... कदाचित, तुम्हाला तिच्यासारखं व्हायचं असेल आणि आत्ता ते तुम्हाला स्वत:शीसुद्धा कबूल करायचं नसेल. तुमच्या दुसऱ्या मनाला तिच्यासारखं नसावे असेही वाटत असेल.

तुमची आई कशाही पद्धतीनं व्यक्त करत असेल, पण ती इतर कुठल्याही मनुष्यप्राण्यापेक्षा जास्त प्रमाणात तुमची काळजी घेते. हे तिचं वात्सल्य हृदयात जतन करून ठेवा!

मनोगत – किशोर, किशोरी / नवयुवक-युवती यांचे

माझा माझ्या आईबद्दलचा अनुभव म्हणजे ती सदैव माझ्याजवळ असते, विशेषत: मी दु:खी असतो किंवा उदास असतो त्या वेळी! कधीकधी आमचे मतभेद होतात किंवा वादही होतात, पण ठीक आहे. कारण आमचा एकमेकांवर खूप जीव आहे. मला फक्त इतकंच वाटतं की, ती माझ्यासोबत आणखी जास्त वेळ असायला हवी. कारण ती खूप काम करते. तिला पैसे मिळवण्यासाठी काम करावं लागतं हेही मला कळतंय, पण तरीही मला तिच्यासमवेत आणखी वेळ घालवावा असं वाटतं.

– पीटर मिल्स, वय ११ वर्षे,
मिल्टन कीन्स, यूके

माझं आणि माझ्या आईचं छान जमतं. कधीकधी ती माझ्या अभ्यासाच्या विषयावरून अतिशय निराश होते त्या वेळी ती मला "तुला बोर्डिंग स्कूलमध्ये पाठवण्याखेरीज आमच्यापुढे पर्याय उरणार नाही किंवा तुझे मार्क सुधारले नाहीत

तर तुला शिकवणी ठेवावी लागेल.'' अशी धमकी देत असते! हे फार मजेशीर असतं. कारण, मला माहीत आहे – ती लगेच म्हणते, ''ही फक्त धमकी आहे, आम्ही तुझ्याविना नाही राहू शकत, हे तुला माहीत आहे.''

तिची ही पोकळ धमकी आहे हे मला माहीत आहे ही गोष्ट तीसुद्धा ओळखून आहे. मग आम्ही दोघंही हसतो. मात्र त्यातला मुद्दा माझ्या लक्षात येतो आणि मला तिच्यासोबत अभ्यास करायला आवडतं. माझी आई खूप कष्ट करते, तिला विश्रांती ती काय हे माहीतच नाही. ती दिवसन्‌दिवस टीव्ही न पाहता राहू शकते! हे तिच्यासाठी चांगलं नाही. मला वाटतं तिनं अधिक मौजमजा करायला हवी, नीट खायला-प्यायला हवं आणि आणखी थोडा टीव्ही पाहायला हवा.

– दानेश कासद, वय ११ वर्षे
रिडींग, यूके

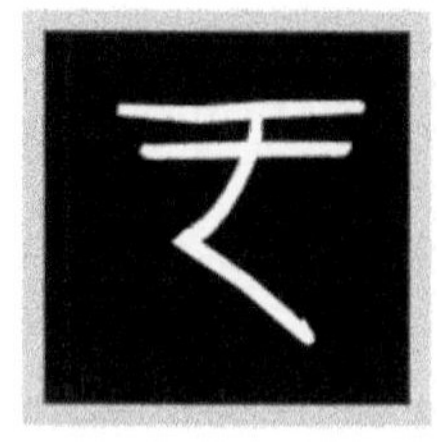

काही लोकांच्या दृष्टीनं पैसा हे सर्वस्व असतं; पण ऐहिक जगापलीकडल्या ज्ञानसंपन्न आयुष्यात त्याचं काही मोल नसतं. पैसा अर्थातच महत्त्वाचा असतो, पण कुटुंब, मैत्री, प्रेम, आरोग्य, समाधान, मन:शांती अशा सुखाच्या इतर प्रकारांइतका महत्त्वाचा नसतो. विलक्षण गोष्ट म्हणजे आयुष्यात सगळ्या गोष्टी सुरळीत चालण्यासाठी माणसाला पैशाची गरज असते – खूप मोठ्या रकमांची नव्हे तर, पुरेसा असण्याची. इतपत पुरेशा पैशाची की, तुमच्या मनात सदैव पैसा मिळवण्याचे विचार राहणार नाहीत.

पैशाच्या बाबतीतली आणखी एक विलक्षण गोष्ट म्हणजे तो कधीही टिकत नाही... विशेषकरून जर 'ती' रक्कम तुमच्यासाठी नसेलच तर. लॉटरीच्या तिकिटामुळे फळफळलेलं नशीब, दुसऱ्या एखाद्या व्यक्तीच्या मालकीची असलेली एखादी छानशी वस्तू तुम्हाला मिळणं, दुसऱ्या कुणाच्यातरी पैशावर जगणं... आत्ता

कदाचित तुमचा यावर अजिबात विश्वास बसणार नाही, पण असा पैसा ज्या वेगानं येतो त्यापेक्षा जास्त वेगानं अदृश्य होतो!

तुमच्याजवळ पैसा असतो त्या वेळी त्याचे मोल ओळखा आणि त्याचा विनियोग सावधपणे करा. तुम्ही पैसे खर्च केले किंवा गमावले तरी आपल्याजवळ किती होते आणि आपण किती गमावले याबाबतीत सजग राहा!

टिकून राहणारा पैसा मिळवण्याचा सर्वांत खात्रीचा मार्ग म्हणजे त्यासाठी खूप परिश्रम घेण्याची तयारी ठेवा. पैसे मिळवण्याचा त्यापेक्षाही खात्रीचा मार्ग म्हणजे आयुष्यभर पुरतील अशा व्यावसायिक कौशल्यांनी स्वत:ला सुसज्ज बनवा, म्हणजे तुमच्याकडे सदैव पैशाचा ओघ येत राहील. तुम्ही जेव्हा तुमच्या पहिल्या पगाराचं पाकीट घेऊन घरी येता तेव्हा तुम्ही अतिशय आनंदात असता.

तुमचा पगाराचा पहिला चेक आणि त्यानंतरचे अनेक चेक येत राहतील. पण तुम्ही ज्या लोकांसाठी काम करता ते तुमच्याबद्दल काय म्हणतात ते महत्त्वाचं! ते काय म्हणतील? तुम्ही अतिशय प्रामाणिक आहात, कष्टाळू आहात, जबाबदारीने

वागणारे आहात असं म्हणतील, का तुम्ही आळशी आहात आणि झटपट पैसा मिळवण्यासाठी आला आहात असं म्हणतील?

आत्ता तुम्हाला हे बुरसटलेलं मत वाटेल, बावळटपणा वाटेल, अगदी जुनाटपणा वाटेल, पण एक दिवस तुम्हाला हे पटेल... पैसा महत्त्वाचा आहेच, पण प्रामाणिकपणे मिळवलेला पैसा सगळ्यात महत्त्वाचा आहे.

मनोगत – किशोर, किशोरी / नवयुवक-युवती यांचे

मुलांचा आईवडिलांशी सतत वाद सुरू असतो तो पैशावरून! मी माझ्या मनात भरलेल्या जीन्सची किंवा नव्या ड्रेसची किंमत सांगताच आई खुर्चीतून उडायचीच बाकी असते, असं किती वेळा झालं आहे तेसुद्धा आता मला आठवत नाही.

– नयनतारा थॉमस, वय १९ वर्षे,
मुंबई, भारत

संगीत आवडणाऱ्या लोकांच्या दृष्टीनं या आनंदमय गोष्टीसाठी दुसरा पर्याय असूच शकत नाही... आणि बहुधा असणारही नाही. महान संगीत चेहऱ्यावर हास्य उमलवू शकतं किंवा डोळ्यांत अश्रू उभे करू शकतं ते पार्टीतलं वातावरण धुंद करू शकतं, गाडीतून जाताना मनं उल्हसित करू शकतं, स्वत: गायक / वादक असल्याचा भास निर्माण करू शकतं, लोकांमध्ये भावबंध निर्माण करू शकतं आणि दुखऱ्या मनांवर फुंकर घालून त्यांना बरंही करू शकतं. प्रत्येक पिढीत व संस्कृतीत आपापलं असं आवडतं संगीत असतं. गमतीची गोष्ट म्हणजे तरुण लोक मध्यमवयीन झाले, बरीच वर्षं उलटली की, प्रत्येक पिढी त्या वेळच्या 'तरुण पिढीच्या घसरत्या अभिरुचीबद्दल' खंत व्यक्त करते! आणि प्रत्येक तरुण पिढी 'म्हाताऱ्यांचं' संगीत इतकं कंटाळवाणं कसं काय असू शकतं, काही कळत नाही, अशी भावना व्यक्त करते!

तुमच्या संगीताचे बोल कदाचित आमच्या आकलनापलीकडचे असतील.

ड्रम्सचा प्रत्येक दणका आणि बास गिटारची दीर्घ, कर्कश किंकाळी आमचं डोकं उठवत असेल. कदाचित तुम्ही हेडफोन्स काढाल आणि आम्ही कानात घालायला बोळे आणू... तुम्ही गा, नाचा..!

मनोगत – किशोर, किशोरी / नवयुवक-युवती यांचे

संगीत आपल्याला सदैव गतिमान ठेवू शकतं. तुम्हाला कंटाळा येतो तेव्हा तुम्ही फक्त संगीत ऐकून ताजेतवाने होऊ शकता. मला संगीत खूप आवडतं. त्याचे शब्द आणि ताल मला स्फूर्ती देतात. एक दिवस मला स्वत:ची गीतं लिहायची आहेत.

– जय तोसर, वय १४ वर्षे,
मिल्टन कीन्स, यूके

या घसरत्या अभिरुचीला 'संगीत जगतातील उत्क्रांती' असं संबोधता येऊ शकेल. ड्रम्स वाजवणं हे नक्कीच सोपं काम नाही आणि 'बास' वादक तर थक्क

करणारे असतात. आमचं संगीत तुम्हाला कर्कश गोंगाटाचं वाटण्याचं एकमात्र कारण बहुधा हे असावं की, आम्ही आज ज्या प्रकारच्या संगीताचा आनंद घेतो तो आनंद त्या काळी तुमच्या नशिबात नव्हता. हिप-हॉप, पॉप-रॉक, इलेक्ट्रो, ट्रान्स, मेटल किंवा शब्दबंबाळ रॅप... काहीही असो, आम्ही यातल्या कशावरही पायांचा ठेका धरू शकतो!

– ऐश्वर्या गंजी, वय १६ वर्षे,
मुंबई, भारत

संगीत हे संगीत असतं... खरंतर ते बदलता येत नाही... ते तुमच्या आवडीवर अवलंबून असतं... ते क्लासिकल मोझार्ट असेल किंवा पंक ॲव्हरिल लॅविन किंवा बॉलीवूडच्या शंकर-एहसान-लॉय यांचे असेल किंवा मेटॅलिकाचं रॉक-न-रोल. ते तुमच्यावर अवलंबून असतं... कारण संगीत झोके घेतं... माझ्या मन:स्थितीसारखंच.

– ऐश्वर्या राज, वय १६ वर्षे,
पुणे, भारत.

ही नक्कीच एक अशी गोष्ट आहे जी समाजाच्या सर्व स्तरांवरील लोकांना आणि पिढ्यान्‌पिढ्यांना भरभरून आनंद आणि सुख देत आली आहे! ही मनाला हळुवारपणे स्पर्श करून आरामदायी अनुभव देणारी गोष्ट आहे. संगीत आपल्याला सर्वस्वी निराळ्या विश्वात नेते आणि श्रोत्याला खूप आनंद देते! आम्ही ज्या प्रकारचं संगीत ऐकतो ते अर्थातच वडीलधाऱ्या लोकांना आवडत नाही आणि त्यांच्या काळातलं संगीत आम्हाला आवडत नाही... मात्र आमची आवड कितीही निराळी असली तरी... संगीत ही अशी गोष्ट आहे जी आपल्या सर्वांनाच मनापासून आवडते!

– रेवती कुलकर्णी, वय १७ वर्षे,
मुंबई, भारत

आम्ही तुम्हाला 'नाही' किंवा 'नको' हा शब्द सारखासारखा ऐकवू नये अशी तुमची इच्छा असते आणि तुमची ही इच्छा पूर्ण व्हावी असं आम्हाला वाटत असतं.

ज्या गोष्टींना आमचा नकार असतो म्हणून तुम्हाला राग येतो त्या गोष्टी :

- शनिवारी संध्याकाळी गाण्याच्या क्लासनंतर तुमचं तुम्हाला एकट्यानं घरी यायचं असतं.
  नाही. वाटेत काही भाग निर्जन आणि अंधारलेला असतो. आम्हाला तुमच्यावर कसलंही संकट कोसळू नये असं वाटतं... म्हणून.
- तुम्ही आत्ता कुठं मोटार चालवायला शिकला आहात आणि तुम्हाला घरची मोटार दिवसभर सहलीसाठी हवी आहे.
  नाही. तुम्ही अजून चालक म्हणून कच्चे आहात. तुम्ही काळजीपूर्वक गाडी चालवाल हे आम्हाला माहीत आहे. पण आमच्या मते तुम्ही हायवेवर गाडी

चालवण्याचे साहस करण्याआधी तुम्हाला शहरातल्या रस्त्यांवर गाडी चालवण्याचा आणखी थोडा सराव होण्याची गरज आहे.
- तुम्हाला मोठ्या बहिणीचा तंग टॉप घालून गर्दीने भरलेल्या बसमधून प्रवास करायचा आहे.
  नाही. त्या टॉपला तो अंगात जागच्या जागी नीट राहावा यासाठी बारीक पट्ट्या आहेत. तुमची ताई जेव्हा तो टॉप घालते तेव्हा तो तिला नीट बसतो, पण तुमच्या खांद्यांवरून मात्र तो अलगद ओघळतो. बसमधल्या किळसवाण्या प्राण्यांनी तुमच्याकडे वाईट नजरेनं पाहू नये किंवा तुम्हाला धक्के मारू नयेत असं आम्हाला वाटते, म्हणून नकार!
- तुम्हाला डोळे फिरतील इतके महागडे ब्रँडेड शूज हवे आहेत.
  नाही. तुम्ही आत्ता अशा वयाचे आहात की, तुमच्या पायाचा आकार दर दोन महिन्यांनी वाढत आहे आणि तुम्ही जर ते बूट जपून वापरायचं कबूल केलंत तरी अवघ्या काही महिन्यांतच ते तुमच्या पायांत बसेनासे होतील. तुमच्या

आजूबाजूच्या 'सगळ्यांकडे' ज्या गोष्टी असतात, त्या तुमच्याकडेही असण्याचं महत्त्व आम्हाला पूर्णपणे समजत आहे, पण ती किंमत पाहता आम्ही तुम्हाला दुसरं काहीतरी घेऊन देऊ जे तुम्ही दोन महिन्यांपेक्षा जास्त काळ वापरू शकाल.

- तुम्हाला 'नाही' म्हटलेलं आवडत नाही हे माहीत असूनही आम्ही नकार का देतो? कारण तुमच्याबाबतीत खरोखर काही अपायकारक घडताना पाहण्यापेक्षा आम्हाला तुमचं बिनसलेलं, फुरंगटून बसलेलं रूप पाहावं लागलं तरी चालेल.

कधीकधी तुम्ही 'नाही' म्हणावं असं आम्हाला वाटतं.

- एखादा चिवट वर्गमित्र / वर्गमैत्रीण तुम्हाला एखाद्या बाबतीत त्याच्या / तिच्या वाट्याचे पैसे भर म्हणून मागे लागली आहे. उद्या पैसे परत करीन असं त्याने / तिने कबूल केलं आहे.
  नाही. या वर्गमित्राची / वर्गमैत्रिणीची इतरांपासून वरचेवर पैसे उसने घेण्याबद्दल, पण कधीही त्यातली एक पैही परत न करण्याबद्दल ख्याती आहे. काही काळानं पैसे परत मागणंसुद्धा लाजिरवाणं होऊन बसतं. तुमच्या त्या वर्गमित्राच्या / वर्गमैत्रिणीच्या घरी कशाही प्रकारची परिस्थिती असली, तरी वरचेवर पैसे उसने घेणं आणि ते परत न करणं या गोष्टीला अजिबात प्रोत्साहन देता कामा नये.

- दररोज दुपारी तुम्ही शाळेतून घरी चालत येता तेव्हा तुम्हाला एक बाई दिसते. एके दिवशी ती कारमध्ये दिसते. ती तुम्हाला कारमध्ये बोलवते. तिच्या चेहऱ्यावर रुंद हास्य आहे. तिचं मूल कारच्या मागच्या सीटवर आहे. तुम्ही ज्या दिशेनं निघाला आहात तिकडेच तिलाही जायचं असल्यामुळे तुम्हाला घरी सोडण्यात अजिबात त्रास नाहीये, असं सांगून ती तुम्हाला आग्रह करत असते.
  पण तुम्ही नाही म्हणा... सरळ, स्वच्छ नकार द्या.
  ती बाई तुमच्या फारच मागं लागली तर सरळ धूम ठोका (तुमचं शाळेचं दप्तर, डबा तिथंच पडलं तरी चालेल). तुमचं घर, पोलीस किंवा लोकांची गजबज असलेलं, व्यवस्थित उजेड असलेलं जवळपासचं एखादं मोठं दुकान दिसेपर्यंत धावत राहा. तुम्ही त्या बाईला रोज पाहत असाल. कदाचित तुमची स्मित हास्याची व इतर बारीकसारीक गोष्टींची देवाणघेवाण झालेली असू शकेल, पण ती बाई कोण आहे किंवा कशी आहे ते आपल्याला माहीत नसतं. आणि अनोळखी, परक्या लोकांबद्दलचा हा नियम स्त्री-पुरुष दोघांनाही लागू होतो आणि त्यांच्यासोबत लहान मुलं असोत वा नसोत त्यामुळे काहीही फरक पडत नाही. त्या बाईला तुम्ही भित्रीभागूबाई आहात किंवा वेडे

आहात असं वाटलं तरी काही बिघडत नाही. तुम्ही सुरक्षित असणं हे महत्त्वाचं!

- शाळेतली मुलं परीक्षेच्या आधी दोन आठवडे तुमच्याकडे तुमच्या अभ्यासाच्या वहीची मागणी करतात. अशा वेळी सरळ 'नाही' म्हणा. एरवी वर्गातल्या कुणालाही वही देण्यात काहीही अडचण नाही. आपल्या नोट्स गुप्त ठेवण्याचा कुणालाच उपयोग होत नाही आणि आपण काय शिकलो आहोत ते एखाद्याला समजावून सांगण्याने आपली स्वत:चीच त्या विषयाची समज आणखी पक्की होण्यास मदत होते. पण ऐन परीक्षेच्या तोंडावर वह्या देण्याचा आपला मागचा अनुभव चांगला नसतो. त्या मुलाने परीक्षेच्या आदल्या दिवसापर्यंत तुमच्या वह्या परत केलेल्या नसतात. त्याच्या सबबी सहानुभूती निर्माण करणाऱ्या आणि अगदी सर्जनशील असतात!... आई आजारी होती. त्यामुळे सकाळी तिच्यासाठी औषध आणायला जावं लागलं. त्यानंतर घाईगडबडीनं शाळेला आलो आणि त्या नादात तुमची वही घरीच विसरली. उद्या सकाळी शाळेला येताना अगदी नक्की आणतो... तुझी वही शाळेत कपाटाच्या खणामध्ये आहे, पण आईला डॉक्टरांकडे घेऊन जाताना वाटेत पाकीट आणि खणाच्या किल्ल्या हरवल्या, आता मी शाळेत दुसऱ्या किल्ल्या मिळाव्यात असा अर्ज करणार आहे, वगैरे वगैरे...
  परीक्षेच्या आदल्या दिवशी तुम्ही फोन करता त्या वेळी दिलगिरी, खेद वगैरेचा लवलेशही नसतो, वही आणून देण्याची गोष्ट नसते... तुम्हाला अर्थातच रडू कोसळतं. मग परीक्षेच्या आदल्या संध्याकाळी मी कामावरून घाईघाईनं घरी परत येते आणि आपण दोघं गावाच्या दुसऱ्या टोकाला राहणाऱ्या त्या महाभागाच्या घरी धावतपळत जाऊन तुमची वही घेऊन येतो... आणि तुम्हाला एकदाची अभ्यासाला वही मिळते.

अशी एका विशिष्ट 'वही कथे'ची सांगता झालेली असते. 'नाही' म्हणणं सोपं नसतं हे मी मान्य करते. आम्ही अजूनही ते शिकत आहोत आणि दर वेळी त्यात यशस्वी होतोच असं नाही!

मनोगत – किशोर, किशोरी / नवयुवक-युवती यांचे

'नाही' म्हणायला काही हरकत नाही. पण ते गोड शब्दात सांगा, फक्त 'नाही' असं थेट नको. म्हणजे तुम्ही माझा फोन महिनाभर काढून घ्यावा लागतोय याचं तुम्हाला वाईट वाटतं असं दाखवा – मनातून तुम्हाला फोनच्या बिलाची भलीमोठी रक्कम वाचल्याचा आनंद होत असला तरी! तुम्ही मला एखादी गोष्ट जेव्हा कबूल करता तेव्हा ती पूर्ण करा. मला सतत तुम्हाला त्याचं स्मरण देत तुमच्या मागे भुणभुण करायला अजिबात आवडत नाही आणि मग एखाद्या क्षणी तुम्ही अचानक भडकता आणि सरळ ''नाही!'' म्हणून सांगता. त्याचं फार वाईट वाटतं. ''नाही''

म्हणताना काहीतरी सबबी सांगा आणि नकारसुद्धा अधिक चांगल्या पद्धतीनं द्या!

– ऐश्वर्या राज, वय १६ वर्षे,
पुणे, भारत

एखाद्या माणसाला खरोखर हव्या असणाऱ्या एखाद्या गोष्टीसाठी सरळ सरळ 'नाही' म्हणायला फारच धैर्य लागतं आणि नकार किंवा 'नाही' हे पचवून पुढं जाणं अधिकच कठीणच असते! आईवडिलांकडून 'नाही' हे उत्तर ऐकणं मुलांना फार अवघड वाटतं. आईवडिलांचं मुलांच्या मागण्यापुढे शरण न जाणं कठोरपणाचं वाटू शकेल, पण खरंतर त्यामुळे मुलांना आयुष्यातला हा अतिशय महत्त्वाचा धडा मिळतो की, आपल्याला प्रत्येक गोष्ट मिळू शकत नाही.

– रेवती कुलकर्णी, वय १७ वर्षे
मुंबई, भारत

अखेर एकदाचे तुम्ही गणवेश आणि नियमांच्या शिस्तबद्ध जगातून बाहेर पडता. तुमची केशरचना, तुमच्या स्कर्टची लांबी, तुमचे लहानसहान दागिने, नाक, कान टोचतात तसं शरीरावर कुठं कुठं टोचून घेणं, रंगरंगोटी अशा सगळ्या गोष्टी आजवर नियमांच्या चौकटीत बद्ध होत्या. या नियमांच्या चौकटीत तुम्हाला अतिशय गुदमरल्यासारखं व्हायचं. आता लादलेल्या नियमांचा एकेक थर दूर करणं मोठं आनंददायी आहे.

तुमचं पहिलं मेकअप किट.
तुमचं प्रथमच गाडी चालवणं.
तुमची पहिली 'खरीखुरी' पार्टी.
तुमचं पहिल्यांदाच रात्रीच्या वेळी बाहेर जाणं.
तुमची पहिली 'डेट.'

पर्याय

तुम्ही एकट्यानं केलेला पहिला लांबचा प्रवास.
तुमचं पहिलं बँकखातं.

प्रत्येक गोष्टीत आपण आपल्या मर्जीचे मालक असणं आणि तुमच्यासाठी काय चांगलं आहे, हे इतरांनी न सांगणं हे फार छान आहे. तुम्हाला प्रत्येक गोष्टीत पर्याय उपलब्ध आहेत.

- समोर असलेलं खाणं अधाशीपणे भरायचं का उपाशी राहायचं, का त्याकडे पाहत राहायचं, खावेसे वाटले तरी हात लावायचा नाही.
- खूप कष्ट करायचे, का निवांत बसायचं आणि मग आपण काम केलं असतं तर बरं झालं असतं असं वाटून घ्यायचं.
- फुरंगटून बसायचं, दाणदाण निघून जायचं, का माफी मागायची.
- विश्वास ठेवायचा का प्रश्न करायचा.
- तुमच्या दुर्दैवाला दोष देत बसायचं का पुढे वाटचाल करायची.
- ऐन वेळी कच खायची की धाडसानं पुढे व्हायचं.

- एखाद्याला 'लक्ष्य' करणाऱ्यांच्या छळवादी कंपूत सहभागी व्हायचं, आपल्या मतांना चिकटून राहायचं का त्या 'लक्ष्या'च्या बाजूनं आवाज उठवायचा.
- आपल्याला जे आत्यंतिकतेनं करावंसं वाटतं त्यात झोकून द्यायचं का हे चुकीचं आहे असं स्वत:ला बजावत स्वत:लाच चिमटा काढायचा आणि नंतर आपण हे करायला हवं होतं असं वाटून घेत राहायचं!

तुम्हाला तुमच्या आधीच्या पिढ्यांपेक्षा अनेक पर्याय लाभण्याचं वरदान आहे. आणि अगदी खरं सांगते आम्हालाही आमच्या आधीच्या पिढ्यांपेक्षा कितीतरी अधिक पर्याय लाभले होते; पण हे पुस्तक आधीच्या पिढ्यांबद्दलचं नाही... हे पुस्तक आहे तुमच्याबद्दलचं. तुम्ही तुमचे पर्याय निवडा. जे पर्याय योग्य ठरतील. ते तुम्हाला स्वत:बद्दल समाधान देतील आणि जे चुकले असतील त्यांचं काय? तेसुद्धा चांगलेच असतात... कारण ते चूक दुरुस्त करण्याची संधी देतात. धाडस करा आणि ते शोधून काढा. तुम्ही ते स्वत: शोधून काढा!

मनोगत – किशोर, किशोरी / नवयुवक-युवती यांचे

जेव्हा बरेच पर्याय समोर असतात तेव्हा आम्ही खरोखर गोंधळून जातो. समोर बहुविध पर्याय असल्यामुळे त्यातलं काय निवडावं हे आम्हाला कळेनासं होतं. अगदी खाद्यपदार्थपत्रकावरील पदार्थ निवडण्यासारख्या अतिशय साध्याशा गोष्टीपासून ते व्यवसायाच्या निवडीपर्यंत... कोणता पर्याय निवडावा ते आम्हाला कळतच नाही. मला वाटतं टीनएजर्सच्या बाबतीत असं घडणं अगदी स्वाभाविक आहे. आम्ही या गोंधळातून बाहेर पडू अशी आशा आहे!

– मही जोशी, वय १२ वर्षे,
मिल्टन कीन्स, यूके

हे केव्हा सुरू झालं आठवत नाही... बहुधा तू पहिल्यांदा शाळेत गेली होतीस आणि बाकी सगळ्यांकडे आहे म्हणून तुला मिकी माउसची पेन्सिल बॉक्स हवी होती, तेव्हा?... तू मोठी झालीस, पार्ट्यांना, सहलींना, मैत्रिणींच्या घरी राहायला जाऊ लागलीस का तर 'बाकी सगळ्या जणी जाणार आहेत' म्हणून. तिथं तुला स्वत:ला खरोखर मनापासून जावंसं वाटतंय का, याचा त्यामध्ये विचारच नसायचा. तुझा तुझ्या मैत्रिणींसोबत मजेत वेळ जायचा. त्यामुळे तुला तिथं जायचं असावं असं धरू या; पण तुला तिथं न जाता, दुसरं काहीतरी करावंसं वाटत होतं. असं एकदाही कधी झालं नाही का गं?

तू सोनेरी आयलायनर आणि हिरवं-निळं नेलपॉलिश लावतेस, कारण ते तुझ्या कंपूमध्ये अतिशय लोकप्रिय आहे. तुला घरून डबा न्यायचा नसतो कारण ''बाकी सगळ्या जणी'' बटाट्याचे काप, कोला आणि चॉकलेटचा बार यावर गुजराण करतात. तुझा जीव खरंतर तितक्याशा बायकी न मानल्या जाणाऱ्या क्रिकेट कोचिंग कॅम्पमध्ये अडकला आहे, पण बाकी सगळ्या जणी जाणार आहेत म्हणून तुला एरोबिक्स क्लासला जायचं आहे.

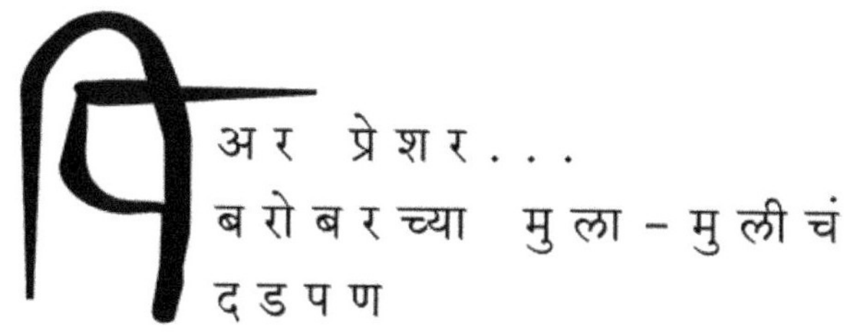

यातली मजेशीर गोष्ट म्हणजे बरोबरच्या मुलामुलींचं दडपण ज्याला 'पिअर प्रेशर' म्हणतात ते केवळ किशोरावस्थेपर्यंत मर्यादित नाही! याची सुरुवात होते तुमच्या बालपणापासून... तुम्ही किशोरवयीन होता तेव्हा हे अवाढव्य आकार धारण करतं... आणि पुढं आयुष्यभर तुमची सोबत करत राहतं – तुम्हाला खास हव्या आहेत अशा नसणाऱ्या गोष्टींवर वेळ, पैसा आणि श्रम वाया घालवायला भाग पाडत राहते.

तुमच्या नोकरीच्या काळात तुम्ही कंटाळवाण्या कार्यशाळांना जाता का तर 'बाकी सगळे जण तिथं जातात' म्हणून! तुम्ही तुमच्या चिमुकल्याला एकमात्र विख्यात प्री-स्कूलमध्ये प्रवेश मिळावा यासाठी सैरावैरा धावत सुटता का तर 'अमक्यातमक्यांची मुलं तिथं आहेत' म्हणून! तुम्ही 'लेडीज कॉफी मॉर्निंग' जॉइन

करता, का तर 'सगळ्यांच्या बायका' कॉफी क्लबच्या सदस्या आहेत म्हणून...

तुम्ही उंचचउंच, श्रीमंती अपार्टमेंटमध्ये जागा घेण्यासाठी भरभक्कम दाम मोजता, का तर तुमच्या बरोबरच्या सगळ्यांचं राहणीमान त्या प्रकारचं आहे. खरंतर तुम्ही तुमचं घर साधंसं ठेवून, तेच पैसे इतर कशावरतरी खर्च करू शकता.

तुम्ही आणखी मोठी गाडी घेता, का तर तुमची आटोपशीर, शिवाय कमी खर्चीक गाडी कामाच्या ठिकाणी पार्किंग लॉटमध्ये तुम्हाला लाजिरवाणी वाटते. खरंतर ते धूड तुम्हाला ऐन भर रहदारीच्या काळात गर्दीतून युक्तीनं बाहेर काढणं फार गैरसोयीचं असतं, तुमची आधीची गाडीच योग्य असते!

हे स्वाभाविक मानवी वर्तन आहे. जोवर मनुष्यप्राणी एकत्र मिळून राहतो, अभ्यास करतो, काम करतो, तोवर माणूस आपल्या बरोबरचे इतर जण काय करत आहेत हे डोकावून पाहणारच. बाकीचे लोक काय करत आहेत हे ते पाहतात तेव्हा आपणही असंच केलं पाहिजे, असं त्यांना वाटू लागतं. मग त्या दृष्टीनं ज्या काही सुधारणा कराव्या लागत असतील त्यानुसार ते त्यांचा मार्ग बदलतात आणि आपल्या बरोबरच्या लोकांचं अनुकरण करतात.

कुणीतरी एक व्यक्ती 'ट्रेन्ड' तयार करते आणि बाकीचे लोक त्याचं अनुकरण करतात, होय ना? कधीतरी आपणच 'ट्रेन्ड्स' तयार करायचा प्रयत्न का करू नये? एक दिवस, तुम्ही या सगळ्यावर मात कराल आणि तुम्ही 'तुम्ही' आहात याचा तुम्हाला अभिमान वाटेल... दुसऱ्या कुणासारखे नाही!

मनोगत – किशोर, किशोरी / नवयुवक-युवती यांचे

जवळपास प्रत्येक टीनएजरला यातून जावं लागतं, मग तो कुठंही असो. ज्या मुलीचा दोन महिन्यांपूर्वी एखादा गायक नावडता असतो, त्याच मुलीच्या खोलीभर आता त्याच गायकाचे फोटो लावलेले असतात. कारण काय असेल विचारा. तिच्या नव्या शाळेतल्या सगळ्यांना सर्वांत प्रसिद्ध कंपूलासुद्धा तो गायक प्रचंड आवडतो. त्यामुळे तो तिलाही आवडायलाच हवा. तुम्ही वेगवेगळ्या पार्श्वभूमीतले असलात, दिसायला वेगळे असलात, तुमच्या आवडीनिवडी वेगवेगळ्या असल्या आणि तुमची व्यक्तिमत्त्वंही वेगवेगळी असली, तरीसुद्धा तुमची मैत्री असू शकते! तुम्ही कुणासाठीही स्वतः पूर्णपणे बदलण्याची गरज नाही. तुम्ही स्वतःच्याच बाजूनं ठाम उभं राहा!

– मही जोशी, वय १२ वर्षे
मिल्टन कीन्स, यूके

शाळेत बरोबरच्या मुलांचं थोडंसं दडपण असतं, पण ते काही फार नसतं. निदान मला तरी असं वाटतं. मागच्या वर्षी म्हणजे मी सातवीत होतो त्या वेळी आमच्या शाळेत एक 'ट्रेन्ड' सुरू झाला होता. तो म्हणजे शाळेत बाईंना काही हवं

असेल तेव्हा धावून जायचं. त्यांनी कुणाला बोलावून सांगण्याच्या आधीच विद्यार्थी उठून विचारायचे, "मिस, तुम्हाला काय हवंय? मिस, मिस, थांबा मिस. मी आणून देतो."

आता, मला शिक्षकांच्या मदतीला धावून जाण्याचं दडपण वाटत नाही; पण मला कधीकधी अशा प्रकारच्या इतर दडपणांच्या आहारी जाण्याचा मोह होतो... जसं आत्ता मला टच स्क्रीनवाला नवा सेलफोन हवा आहे तसं.

– राहुल देशपांडे, वय १३ वर्षे,
मुंबई, भारत

'पिअर प्रेशर' हा प्रकार खरोखर विनाशकारी असतो. खरंच सांगते, मी यातून गेलेली आहे आणि त्याचा तुमच्यावर इतका जबरदस्त पगडा असतो की, अखेर तुम्ही तुमच्या प्रियजनांशीच भांडू लागता. अशा प्रकारचा पगडा बसवून घेऊ नका, नवीनातील नवीन फॅशनच्या आहारी जाऊ नका, धाडस दाखवा आणि स्वत:चं वेगळेपणही जपा.

– गार्गी कुलकर्णी, वय १४ वर्षे,
औरंगाबाद, भारत

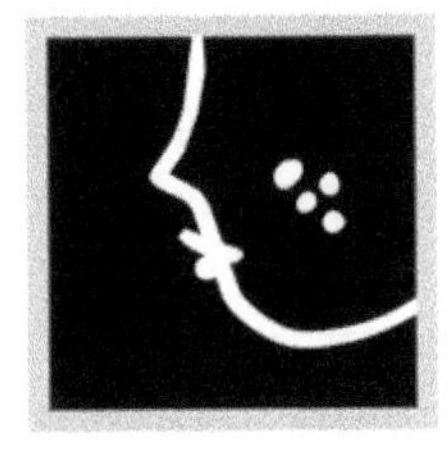

तुम्हाला आरशासमोर उभं राहायची भीती वाटते? तुम्ही तुमच्या हातखर्चातील भलीमोठी रक्कम त्वचा सुधारणाऱ्या मलमांवर खर्च करताय?

जरा थांबा, अस्वस्थ होऊ नका.

तुमच्या गालांवर जे पुटकुळ्यांचे रान फोफावलं आहे ते हळूहळू नाहीसं होईल. काळजीचा भुंगा लावून घेऊन नका. आरशासमोर दररोज चेहरा तपासणं, चेहऱ्याच्या क्रीम्सचं प्रदर्शन करणं... हे सगळं टाळा. भरपूर पाणी प्या, मिठाया आणि तळलेल्या पदार्थांपासून काही काळ दूर राहा आणि पुटकुळ्या जाण्याची वाट बघा. चिडचिड करू नका.

आणि हो, सर्व जगात तुमच्या गालावर उमटलेली 'तारुण्यपिटिका' जिच्या लक्षात आलीय अशी एकच व्यक्ती असावी – ती म्हणजे फक्त तुम्ही आणि तुम्हीच.

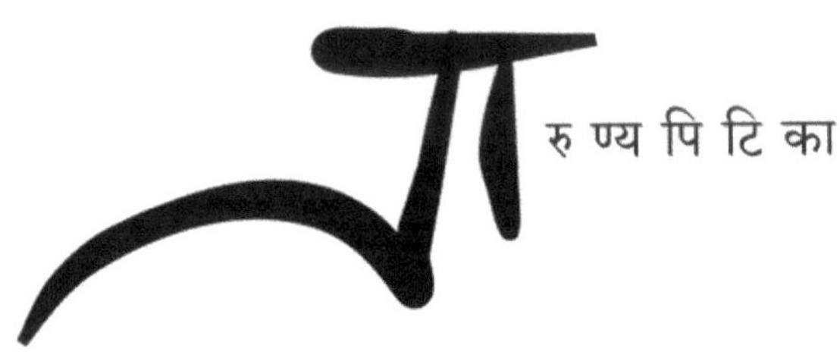

ज्या लोकांच्या लेखी खरोखर तुमची किंमत आहे, त्यांच्या दृष्टीनं तुम्ही 'तुम्ही' असता... मग तुमच्या गालांवर तारुण्यपिटिका असोत वा नसोत!

मनोगत – किशोर, किशोरी / नवयुवक-युवती यांचे

तारुण्यपिटिका लक्षात येणारी मी फक्त एकटीच नाही. आपण अशा जगात राहतो जिथं लोक तुम्ही कसे दिसता यावर तुम्हाला जोखत असतात. त्यांचे मूल्यमापन सर्वस्वी यावरच आधारित नसलं तरी असं घडतं हे मात्र खरं. हे योग्य नाही मला कळतंय. पण त्याचा तुम्हाला त्रास होतोच. समजा, तारुण्यपिटिकेकडे माझं एकटीचं लक्ष जात असलं, तर त्यात काय चूक आहे? मला स्वत:बद्दल छान वाटायला हवं असतं, ते माझ्यासाठी महत्त्वाचं असतं. माझ्या जीवशास्त्राच्या शिक्षिका म्हणतात, यात वाईट काही नाही. ही आपल्या हार्मोन्सशी संबंधित गोष्ट असते. त्यामुळे मला वाटतं ही अगदी नैसर्गिक गोष्ट आहे.

– हुदा मर्चंट, वय १५ वर्षे,
जेद्दाह, केएसए

अगदी अचूक वेळ साधून, एका रात्रीत हे पर्वत तुमच्या चेहऱ्यावर प्रकटत असतात... मला तरी त्याचं वर्णन यापेक्षा वेगळ्या शब्दांत करता येत नाही! कोणत्याही उद्देशाविना अवतरणारी ही भूस्तरीय स्मारकं तुमच्या चेहऱ्यावर घर करू पाहतात. त्यांचे अंतिम आकारमान आणि विकासाचा दर यांचा आधीच अंदाज बांधता येत नाही, तसंच त्यांच्या प्रयाणाची वेळही आधी कळत नाही, त्यांच्या जाण्याची वाट पाहत असताना दुर्दैवानं काळ अगदी कूर्मगतीने पुढे सरकतो. कधीकधी तर या तारुण्यपिटिकांच्या पटपट उगवण्यामुळे त्यांचा दर्शक पिसाळून 'खुना'पर्यंत जाऊ शकतो.

अखिल जगतात जिथं खुनाचं पूर्णत: समर्थन होऊ शकेल अशी ही एकमात्र अवस्था असते. मला असं म्हणायचं आहे की, तुम्हाला स्वत:च्या कपाळावरच्या स्वनिर्मित बिंदीसह फिरावं लागत नाही असं दिसणं कुणाच्याच दृष्टीने चांगलं नसतं. तारुण्यपिटिका हे प्रत्येक टीनएजरच्या आयुष्याला लागलेलं ग्रहण असतं. त्या हवं तेव्हा येतात, हवं तेव्हा जातात; पण मला वाटतं, त्या आपल्या मोठं होण्याच्या अनुभवाची कहाणीच असतात!

– तन्वी जोशी, वय १७ वर्षे
मिल्टन कीन्स, यूके

मी सर्व आईवडिलांच्यावतीने बोलतेय असा आव आणत नाही, कारण राजकारण व धर्म अशा खळबळजनक विषयांप्रमाणेच लैंगिक आवडनिवड या विषयावरही लोकांचे भिन्न मतप्रवाह असू शकतात... तुम्ही अस्तित्वात आहात आणि सगळ्यांच्याच बाबतीत सामान्यत: जो मार्ग असतो त्या मार्गानं जन्माला आला आहात (किंवा फारफार तर सिझेरियननं या जगात आला आहात), भिन्नलिंगी स्त्री-पुरुषांच्या पोटी जन्माला आला आहात म्हणजे तुम्ही त्यांच्याचसारखं आयुष्य जगणार असं बरेचसे आईबाबा गृहीतच धरतील. समलिंगी संबंध व लग्न, भाड्याच्या आईच्या गर्भाशयात गर्भधारणा, 'इनव्हिट्रो' गर्भधारणा, बीजांडं, शुक्रजंतू आणि गर्भ गोठवून ठेवणं या संकल्पना वास्तविक अजूनही कित्येक संस्कृतींमध्ये मर्यादित प्रमाणातच स्वीकारार्ह आहेत.

तरीही हे पुस्तक तुमच्याविषयीचं आहे. आमच्यासाठी सर्वांत मौल्यवान असलेल्या माणसाबद्दलचं आहे आणि आमच्यासाठी सगळ्यात महत्त्वाचा आहे तो

तुमचा आनंद. जर एखाद्या समलिंगी व्यक्तीबरोबरच्या तुमच्या नात्यात कामभावना डोकावू लागली असेल तर तुम्ही ते धाडसानं आणि ठामपणे पुढं येऊन सांगायला हवं. तुम्हाला 'निराळी' लैंगिक आवड असल्याचं ऐकणं आमच्यासाठीही फार कठीण असणार आहे हे मी स्पष्टच सांगते. आम्ही काही बहाणे वगैरे करणार नाही... आमच्या मुलांचं लग्न होईल, त्यांना मुलं होतील, त्यांचा सुखी संसार असेल अशी आमची अपेक्षा होती आणि आम्ही तेच स्वप्न पाहिलं होतं.

पण जर खरोखर हाच तुमचा मार्ग असेल तर तुम्हाला त्याबद्दल पुरेपूर खात्री हवी. तुमच्या उमलत्या वयात तुमच्यासारख्याच स्त्री / पुरुषाबद्दल तुमच्या मनात विवेकशून्य, पण वेडं प्रेम असणं अगदी सर्रास दिसतं. आपला मोठा चुलत / मावस / आत्ते / मामे भाऊ / बहीण, आत्या-मावशी-मामी किंवा काका-मामा किंवा शाळेतल्या एखाद्या व्यक्तीवर जीव जडणं असा प्रकार दिसू शकतो. असं वाटण्याचं कारण अगदी मजेशीर असतं... त्या वयात तुम्हाला कुठल्याही विरुद्धलिंगी व्यक्तीसमोर अशा प्रकारची सकारात्मक भावना व्यक्त करायची लाज वाटत असू

शकते. आणि तुमच्या मनात तर प्रेमाचा डोह काठोकाठ भरून वाहत असतो, तुम्ही अनेकदा खूप भावनाशील होत असता, त्यामुळे तुम्हाला ते प्रेम कसल्याही आडकाठीविना व्यक्त करायचं असतं, आणि आपल्यासारख्याच एखाद्या स्त्री / पुरुषाप्रति प्रेम व पसंती व्यक्त करणं हा एक सुरक्षित मार्ग वाटू शकतो.

दुसरी शक्यता अशी असते की, तुम्हाला आवडणारी व्यक्ती खरंच तुमचा आदर्श असते... रोल मॉडेल... आणि तुम्हाला काही वर्षांतच त्या व्यक्तीसारखं व्हायचं असतं. बऱ्याच जणांच्या बाबतीत ही विवेकशून्य प्रेमाची लाट अखेर ओसरते आणि ती मुले भविष्यात विरुद्धलिंगी व्यक्तींसोबत निरोगी व सकारात्मक नाती जोडतात.

तुम्ही गे / लेस्बियन आहात ही गोष्ट तुम्ही स्वत:च स्वत:शी कबूल करण्याआधी किंवा इतर कुणाला व आम्हाला सांगण्याआधी, तुम्ही खरंच तसे आहात, का ही तात्पुरती भावना आहे याचा नीट विचार करा. प्रत्येक पिढीत आणि चाकोरीबाहेरच्या व्यवसायात आपापला आधुनिक विचार दाखवणारा निर्देशक असतो. तुम्ही सध्या ज्या लोकांबरोबर फिरता त्यांच्यामध्ये 'गे' असणं 'कूल' मानलं जातं का?

पण जर तुम्ही खरंच 'गे' असाल तर तुम्ही पुढे येऊन तसं सांगायला हवं. ही गोष्ट सोपी नाही. तुमच्यावर 'अनैतिक, गलिच्छ, विचित्र समलिंगभोगी' अशा प्रकारचे बरेच शिक्के बसू शकतील. तुम्ही ज्या देशात, संस्कृतीत व समाजात राहता त्यानुसार ही गोष्ट स्वीकारली जाण्याचं प्रमाण बदलेल; पण तरीही हे सगळं तुमच्यासाठी फार अवघड असणार आहे ही गोष्ट तुम्हाला चांगलीच ठाऊक आहे. आम्हाला तुमच्या पाठीशी उभं राहायचं आहे, पण आमच्यासाठीही हे स्वीकारणं सोपं असणार नाही. पण पुन्हा एकदा सांगते, आमच्या दृष्टीनं सर्वांत महत्त्वाचं आहे ते तुमचं आयुष्य सुरक्षित, आरोग्यपूर्ण व आनंदी असणं. समजा, तुम्हाला तुमची काळजी वाहणारी तुम्हाला सुखी करणारी व्यक्ती भेटली तर आम्हाला तुमच्या आयुष्यातील सर्वांत महत्त्वाची व्यक्ती जाणून घेणं आवडेल. आम्हाला जरा अवघडल्यासारखं होईल, पण तरी आम्ही तुम्ही निवडलेल्या जोडीदाराला आपल्या कुटुंबाचा घटक समजू.

सर्वांत आधी, तुम्हाला खरोखर काय वाटतं ते ठरवा आणि मग आमच्याकडे या. आपण त्याबद्दल बोलू.

मनोगत – किशोर, किशोरी / नवयुवक-युवती यांचे

वेगळं असणं हा गुन्हा नाही. तुमच्या आवतीभवतीच्या बहुतांश लोकांपेक्षा तुम्ही वेगळं असणं ही काही चूक नाही आणि म्हणून तुम्हाला वाईट वागवण्याचंही कारण नाही. जगाला अजून या वेगळेपणाची सवय व्हायची आहे; पण कधीतरी ती नक्की होईल.

– मही जोशी, वय १२ वर्षे,
मिल्टन कीन्स, यूके

प्रत्येक गोष्टीत काहीतरी उपजत वेगळं मूल्य असतं. हा जीवशास्त्रीय फरक आहे. याचा 'सेक्स' या निषिद्ध मानल्या जाणाऱ्या विषयाशी संबंध असल्यामुळे याचा इतका बाऊ केला जातो. तुम्ही समलिंगभोगी असा वा नसा, अशा लोकांच्या हक्कांबाबतच्या चर्चेतून तो समजून घ्या. त्याचा आदर करा. तुम्ही फक्त एवढं जरी केलंत तरी तुम्ही अधिक विशाल मनाची, अधिक चांगली व्यक्ती बनाल.

– निशांत गोखले, वय २२ वर्षे,
कोलकाता, भारत

तुम्ही अगदी लहान होता त्या वेळी तुम्ही सतत प्रश्नांची सरबत्ती करत होतात. आधीच्या पिढीतल्या लहान मुलांसारखं (लाजाळू व बुजऱ्या, आपण काहीतरी वेडपटासारखा किंवा लाजिरवाणा प्रश्न विचारू म्हणून घाबरणाऱ्या) तुम्ही प्रश्न विचारायला कधीही घाबरला नाहीत!

भूतकाळातलं काही संस्मरणीय मौक्तिकधन आम्ही आजही आठवणीत जपून ठेवलं आहे.

"जर उपहारगृह, मॉल्स आणि विमानतळावरसुद्धा स्त्री-पुरुषांसाठी स्वतंत्र शौचालय सुविधा असतात तर मग विमानांत मात्र सगळ्यांसाठी एकच का असतात?"

त्यानंतर तुम्ही वेगळं होणं, घटस्फोट, सावत्र वडील, सावत्र आई, सावत्र भावंडं आणि संपूर्णतः नव्या समीकरणांच्या विळख्यात जखडून गेलात.

मी कामावर जाताना तुम्हाला सांगायची,

"सोन्या, तुझ्या मनात काही प्रश्न घोंघावत असतील तर मला फोन करून विचार. तुला फोन करणं शक्य नसेल तर कृपा करून ते लिहून काढ आणि आपण भेटू तेव्हा विचार; पण विचार... कारण त्या प्रश्नांची उत्तरं तू स्वतःची स्वतः देशील आणि असे अर्थ लावशील जे कदाचित कधीच बरोबर असणार नाहीत."

तुमच्या आजूबाजूचं जग विविध प्रतिमांच्या भिरभिऱ्यात फिरत असतं आणि सतत तुम्हाला याआधी तुम्ही कधीही न अनुभवलेली दृश्यं आणि आवाज यांचा परिचय घडवत असतं. हाणामारीचे चित्रपट, कुमारवयासाठीचं लिखाण, आयटम नंबरवर विचित्र अंगविक्षेप करत नाचायला प्रोत्साहित करणाऱ्या दूरदर्शनवरील मालिका यांचा झंझावाती हल्ला तर असतोच, तुम्हाला भेटणारी खरीखुरी माणसंसुद्धा तुमच्या प्रश्नांचं मोहोळ उठवू शकतात.

तुम्ही या अनुभवांमध्ये नवलाईच्या भावनेनं चिंब भिजता आणि नव्यानं मिळालेल्या माहितीचा प्रत्येक भाग तुमच्या अनुभवखजिन्यामध्ये जमा होत राहतो; पण तुम्हाला नव्यानं गवसलेलं तुमचं व्यक्तित्व तुम्हाला तुम्ही जे चांगलं केलंत त्यापासून रोखू

शकतं. स्वत:ची स्वत: उत्तरं शोधण्यापासून थांबवू शकतं... म्हणून तुम्ही आम्हाला विचारा!

तुमच्यासोबत इन्टरनेट आहे... सर्वज्ञानी मित्र. ज्याचा जन्म आम्ही मोठे झाल्यानंतर झाला. इन्टरनेट तुम्हाला जवळपास सगळ्या गोष्टींची माहिती देतं जी नेहमी बरोबर किंवा योग्यच असेल असं नाही! त्यामुळे तुम्हाला या माध्यामातून मिळणाऱ्या माहितीच्या बाबतीत सावध राहा.

इतर गोष्टींच्या बाबतीत तुमच्या आजूबाजूच्या माणसांना विचारा (अगदी त्यातले काही जण तुमच्या सोशल नेटवर्किंग साइटवर नसले तरीही) एखादा प्रश्न विचारणं वेडगळपणाचं होईल किंवा तुम्हाला या प्रश्नाचं उत्तर आधीच माहीत असायलाच हवं होतं असं वाटलं तरी विचारा.

तुम्ही विचारलंत कारण तुम्हाला माहीत नव्हतं. तुम्ही जर विचारलंच नाहीत, तर तुम्हाला ते कधीच समजणार नाही!

मनोगत – किशोर, किशोरी / नवयुवक-युवती यांचे

माझ्या वर्गातल्या सगळ्यांना माहीत आहेत, पण मला माहीत नाहीत अशा बऱ्याच गोष्टी आहेत. तुला अमुक एक गोष्ट आवडते का, असं मला एखाद्यानं विचारलं तर, म्हणजे काय असतं? असा प्रतिप्रश्न करणं आणि 'अन-कूल'चा शिक्का मारून घेणं हा अधिक चांगला मार्ग असतो हे माझ्या लक्षात आलं आहे. आधी आपल्याला ती गोष्ट आवडते म्हणायचं आणि पुढच्या प्रश्नावर बोलती बंद व्हायची असं घडण्यापेक्षा आणि नंतर अन-कूल आणि खोटारडेपणाचा शिक्का बसण्यापेक्षा हे बरं. प्रश्न विचारण्याचा – अगदी तुमची गणती मूर्खांत झाली तरी – खूप उपयोग होतो. समजा आत्ता नाही झाला, तरी पुढं होऊ शकतो.

– मही जोशी, वय १२ वर्षे,
मिल्टन कीन्स, यूके

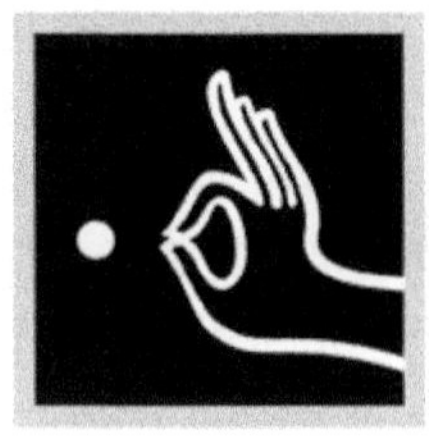

या विषयावर वेगवेगळ्या आईवडिलांजवळ वेगवेगळं सांगण्यासारखं असू शकेल. आम्ही अगदी प्रामाणिकपणे आम्हाला अगदी मनापासून जे वाटतं ते तुम्हाला सांगू. तुमच्या भोवतीच्या सामाजिक वर्तुळाची श्रद्धा काहीही असली आणि तुम्ही नास्तिक ते कट्टर धार्मिक मूलतत्त्ववादी असण्यापर्यंत कसेही दोलायमान झालात तरी... तुमचा आत्मा आणि चैतन्य कधीही भस्मसात होऊ देऊ नका.

समजा तुमचा नास्तिकतेकडे कल असेल आणि तुम्हाला कधीच पूजास्थानी पाऊल टाकण्याची इच्छा नसेल तर तुम्ही तुमच्या इच्छेनुसार वागा. आमची त्याला काहीही हरकत असणार नाही. पूजास्थानं ही फक्त सौंदर्याभिरुचीने साकारलेली पवित्र स्थळं असतात... तुम्हाला स्वत: सोबत काही निवांत क्षण घालवता यावेत, विचार करता यावा आणि तुम्ही आत्मपरीक्षण करावं यासाठी असतात. आमची प्रार्थनेवर श्रद्धा आहे, मग ती तुम्ही घरात करा, बाहेर करा अथवा चालत्या गाडीत करा – आमच्यासाठी ती तितकीच मनापासूनची असते. तुम्हाला जर तुमच्या

आजूबाजूला चाललेल्या धार्मिक विधींच्या स्वरूपाबद्दल छद्मीपणे हसावंसं वाटत असेल तर तुम्ही त्या विधीमध्ये सहभागी होऊ नका. पण जे लोक ते करतात त्यांच्याबाबतीत परमसहिष्णुता दाखवा, ते स्वीकारायला शिका.

परमेश्वर अस्तित्वातच नसतो असं जर तुमचं स्पष्ट मत असेल... तर असू देत. कुणीही परमेश्वर प्रत्यक्ष पाहिलेला नाही. त्यामुळे तुमचा तर्क माझ्या तर्काइतकाच योग्य आहे! पण कदाचित, एखाद्या दिवशी... आयुष्यात तुम्ही ठरवल्यानुसार अजिबात काहीही घडत नाही आणि तुम्ही काहीही केलंत तरी गोष्टी काहीतरी वेगळ्याच घडतात. अशा वेळी कदाचित, तुम्हाला त्या अज्ञात शक्तीपुढे नतमस्तक व्हावं असं वाटेल... तुम्ही त्या शक्तीला काहीही नाव द्या.

याच्या उलट समजा तुम्हाला अचानक शोध लागला असेल की, धर्मानुसार वागण्यात आणि त्यात सांगितलेल्या तत्त्वांशी ठामपणे बद्ध राहण्यातच सत्य दडलेलं आहे, तर आम्ही त्याचाही आदर करू. फक्त, सगळ्या धर्मांमध्ये जी मध्यवर्ती आध्यात्मिक कल्पना आहे त्याची आणि धार्मिक कृत्यांच्या चौकटीची

गल्लत करू नका. जर ही चौकट तुम्हाला विनाश किंवा हत्या करायला सांगत असेल तर त्याच्या अर्थाबाबत प्रश्न करा. तुम्ही तुमच्या पद्धतीनं जीवन जगा आणि इतरांनाही जगू द्या!

मनोगत – किशोर, किशोरी / नवयुवक-युवती यांचे

मी नास्तिक आहे, पण मी धार्मिक लोकांचाही आदर करते. कारण दोन्ही प्रकारच्या लोकांची स्वत:ची अशी तत्त्वं आहेत. तथापि, मला असं वाटतं की, तुम्ही नास्तिक असलात आणि देव या कल्पनेपासून चार हात दूरच असलात तरी तुम्ही जगाचा कारभार चालवणाऱ्या एका विशिष्ट शक्तीवर विश्वास ठेवलाच पाहिजे. त्याला तुम्ही काहीही नाव द्या, (नशीब, किस्मत, स्वर्ग) पण मानवी मर्यादेपलीकडल्या या दुसऱ्या शक्तीवर कृपया विश्वास ठेवा. अशा श्रद्धेनं कल्याणच होतं. संकटाच्या वेळी स्वत:लाच स्फूर्ती व प्रेरणा देण्यासाठी आपल्यापाशी ठाम श्रद्धा असते.

– रसिका जोशी, वय १८ वर्षे,
पुणे, भारत

आपल्याला धर्मविषयक सगळ्या चर्चा आणि भाषणांत रस नसेल अथवा आपण पूर्णत: धर्मनिष्ठ होणार नसू, तरीसुद्धा आपण ही गोष्ट पूर्णत: दुर्लक्षित करू शकत नाही. समाजात राहत असताना, आपल्याला धर्मविषयक चर्चा आणि विविध वेगवेगळी मते ऐकायला मिळतात. अशा वेळी आपल्या संमिश्रभावना असतात. त्यामुळे कधी तुम्हाला आमचं वागणं नास्तिक वाटेल तर कधी सश्रद्ध. आमच्या आईवडिलांनी आम्हाला हवा तो मार्ग अनुसरण्याचं आणि आमची श्रद्धास्थानं ठरवण्याचं स्वातंत्र्य दिलं तर आम्हाला त्यांच्याबद्दल आणखी आदर वाटेल!

– रेवती कुलकर्णी, वय १७ वर्षे,
मुंबई, भारत

तुम्ही ऊर्जेनं नुसते सळसळत आहात, तुम्हाला नव्यानं लाभलेल्या स्वातंत्र्यामुळे, तुमच्या व्यक्तित्वामुळे तुम्ही आत्मविश्वासानं ओसंडत आहात.

लहान असताना तुम्हाला 'मला समजत नाही, मला समजावून सांगतेस का?' असं विचारायची भीती वाटत नव्हती. आता अतिउत्सुक टीनएजर या टप्प्यावर तुम्हाला सगळ्यातले सगळे काही माहीत असते. त्यामुळे तुम्हाला कुठलीही गोष्ट समजावून सांगणं किंवा सल्ला नको असतो. तुम्हाला अचानक असं वाटू लागलं असतं की, आपल्याभोवतीचे सगळे जण, विशेषत: कालबाह्य झालेली मोठी माणसं बोलण्याच्या पलीकडे म्हणावं अशी मूर्खपणे वागत आहेत. तुमची आई – जी एके काळी तुमच्या दृष्टीनं या पृथ्वीतलावरची सर्वात सुंदर आणि प्रेमळ स्त्री होती आणि तुमच्यासाठी सर्वोत्तम काय आहे हे जिला नेहमीच ठाऊक असायचं अशी व्यक्ती होती; आता तिनं ते स्थान गमावलेलं असतं. तिनं तुमचे मित्र, तुमचे गृहपाठ, तुमची राहणी, तुमच्या खोलीची अवस्था, तुमच्या संगीताच्या आवाजाचा

स्तर आणि एकूणच 'तुम्ही' या विषयात अति लक्ष घालणं थांबवायला हवं. कोणे एके काळी बाबा / आई किंवा या दोघांकडेही तुम्हाला ज्या ज्या गोष्टींची माहिती हवी आहे त्या सगळ्याची उत्तरं असावी लागत होती. सर्व जग (तुमच्या शाळेतील) ज्या गोष्टींवर दररोज चर्चा करतं त्या गोष्टींबद्दल ते मजेत अनभिज्ञ कसे काय राहू शकतात हे तुमच्या कळण्यापलीकडचं आहे. त्यांना नव्या सेल फोनचा विविधप्रकारे वापर समजत नाहीत, संगणकावर नवा प्रोग्रॅम इन्स्टॉल करायला त्यांना तुमची गरज लागते... तर मग त्यांना कशातलं काय कळत असणार?

तुमच्या बालवाडीतल्या शिक्षकांना खरंच सगळं कळायचं. त्यांच्या तोंडातून आलेला प्रत्येक शब्द पूर्ण झालाच पाहिजे असा तुमचा आदेश असायचा.

आता शाळा आणि महाविद्यालयीन शिक्षक दुसऱ्या ग्रहाचे रहिवासी असावेत असे तुम्हाला वाटतं! ते जे काही बडबडत असतात ते अगदी पुस्तकी, ध्येयवादी वगैरे आणि अव्यवहार्य असतं, त्यामुळे तास बुडवावा असं कुणाला नाही वाटणार?

"मग ते तूच का करत नाहीस?"

"मला वेळ नाही!"

"मग मी काय करू त्याला?"

तुम्ही अशी वाक्यं फेकता, विशेषत: बेफिकिरीने खांदे उडवण्याची किंवा भुवया उंचावण्याची जोड देत, तेव्हा ते उद्धटपणाचं असतं आणि दुखावणारंही असतं. तुम्ही अशा युगात जन्मला आहात जिथं प्रत्येक गोष्टीच्या अनंत शक्यता आहेत. सारं काही शक्य आहे. कोणतीही गोष्ट अशक्य आहे असं म्हणता येणार नाही. कारण आगामी काही वर्षांत ती शक्य होऊ शकणार आहे.

समजा एखाद्यानं तुम्हाला एखादी गोष्ट सांगितली, तर त्या व्यक्तीचं सांगणं तुम्हाला चुकीचं वाटू शकेल, पण ते बरोबरही असू शकतं. तुम्ही काय करणार आहात ते अर्थातच तुम्हीच ठरवा, पण निदान त्यांचं ऐकून तरी घ्या!

मनोगत – किशोर, किशोरी / नवयुवक-युवती यांचे

आपण अनादरयुक्त वागलोय हे कधीकधी आमच्या लक्षातच येत नाही! असे शब्द तोंडून निसटल्यानंतर एका मिनिटात ही चूक आमच्या लक्षात येते आणि आम्ही आमच्या चुकांमधून नक्कीच शिकतो. आम्हाला तुमचा अनादर करायचा नसतो... खरंच. पुढच्या वेळी आम्ही अधिक दक्षता घेऊ.

– मही जोशी, वय १२ वर्षे,
मिल्टन कीन्स, यूके

महाविद्यालयाच्या वर्षाच्या मध्यावर बाबांच्या कंपनीने त्यांची दुसऱ्या शहरात बदली करायचे ठरवले. तेव्हा तिनं आणि तिच्या बहिणीनं त्यांच्या जिवलग मैत्रिणींना सोडून आईबाबांबरोबर कुठल्याशा त्या 'अज्ञात', 'अन-कूल' ठिकाणी जायला नकार दिला. तो डोंगराळ प्रदेश सुट्टी घालवायला छान आहे, असं त्यांचं म्हणणं होतं. त्यामुळे त्यांनी परीक्षा झाली रे झाली की, पहिल्या गाडीने तिकडे येण्याचं कबूल केलं. नेहमी बहुतेक सगळी जबाबदारी घेणाऱ्या आणि स्वत:च्या इच्छा व गरजा मागे सारणाऱ्या आईला घराची घडी स्थिरस्थावर होईपर्यंत वर्षभर तिची सोबत हवी होती.

तिची आई बाबांबरोबर त्यांच्या बदलीच्या ठिकाणी गेली आणि त्यांनी तिकडे घर मांडलं. तिची आई दोन्ही शहरांमध्ये जाऊन-येऊन होती, तिच्या युवावस्थेतील दोन मुली आणि नवरा दोघांनाही सोयीचं व्हावं, यासाठी तिची धडपड होती. या तिघांचे वाढदिवस, लग्नाचा वाढदिवस, बाबांच्या नव्या मित्रांचे आणि सहकाऱ्याचं

अगत्यपूर्ण आदरातिथ्य हे सगळे ती छान सांभाळत होती; शिवाय परीक्षा जवळ आली की, उफाळणाऱ्या वेडेपणाला तोंड देणं, दोन दोन फ्रीज भरून ठेवणं, दोन्ही घरांची बिलं भागवण्याची व्यवस्था करून ठेवणं आणि सदा सगळीकडे हजर राहणं ही कसरतही करत होती.

अशा प्रकारे सगळं ठीक सुरू होतं पण... (निदान बाबांना तरी जाण असायला हवी होती!) एकदा बाबा तिला रेल्वे स्टेशनवर भेटले तेव्हा आई आगगाडीतून सामान घेऊन कशीबशी बाहेर पडत होती. दोन निरनिराळ्या तपमानांच्या प्रदेशात ये-जा करून आणि प्रचंड प्रवास करण्यामुळे आईला थंडी बाधली होती. त्यामुळे तिला पंचवीस दिवस बिछान्यात पडून राहावं लागलं होतं. ती थोडं हिंडू-फिरू लागली तेव्हासुद्धा तिला अति-अशक्तपणामुळे प्रवासाचा ताण झेपणं अशक्य होतं. आणि मुलींना भेटायला तिला एकटीनं प्रवास करू द्यायला बाबा तयार नव्हते.

आई कसेबसे अश्रू थोपवत बाबांना सांगत होती, ''आपल्या मुली गुणाच्या आहेत. त्यांना स्वत:पेक्षा आईबाबांची जास्त काळजी आहे. त्यांना कुणा मावशीनं

त्यांच्यासोबत राहायला यायला किंवा एखाद्या प्रेमळ शेजारणीनं डोकावयाला नको असं वाटतं. शिवाय त्यांनी दररोज फोन करण्याचं किंवा मेसेज पाठवण्याचं पण कबूल केलं आहे.''

परंतु इकडे घरी तर मज्जाच मज्जा होती! धाकटी थोरल्या बहिणीनं अचानक धारण केलेला 'आईचा स्वर' अजिबात जुमानत नव्हती.

''तू कुठं निघाली आहेस? पोहोचलीस की मला मेसेज कर. तू नाष्टा केला नाहीस. तुझे कपडे धोब्याच्या पिशवीमध्ये भरून ठेव!''

थोरली बहीण आरडाओरडा करत तिच्या मागे फिरायची, पण धाकट्या बाईसाहेब घराबाहेर पडलेल्या असायच्या. थोरलीचे स्वत:चे छोटे छोटे बेत असायचे, त्रासदायक बहीण मार्गातून दूर झाली की पार पाडण्याचे. काही आठवडे त्यांच्या कृत्यांकडे लक्ष ठेवायला कुणीच नसल्यामुळे आयुष्य म्हणजे मस्त मज्जा होती!

फोन आणि वीजेची बिलं तीन आठवड्यांपूर्वीच मुख्य दरवाजाखालून आत सरकवलेली होती. सदैव दक्ष असणाऱ्या आईनं त्यांच्या घरापासून दोन घरे सोडून असलेल्या घरातल्या एका चांगल्या कुटुंबाकडे घराच्या किल्ल्यांचा एक जुडगा देऊन ठेवला होता. काही दिवसांपूर्वी धाकटी तिच्याकडच्या किल्ल्या विसरून आली तेव्हा तिनं त्या जादा किल्ल्या त्यांच्याकडून मागून घेतल्या होत्या.

मुलींचे आईबाबांशी बोलणं व्हायचं तेव्हा प्रत्येक वेळी बाबा टॅक्ससंबंधीची महत्त्वाची कागदपत्रं आली आहेत का, याची चौकशी करत होते. ती कागदपत्रं पोस्टानं येणार होती. बाबांना मुलींनी ते टपाल फोडून त्यामध्ये छापलेला एक नंबर पाहून सांगायला हवा होता. पण दोन्ही मुलींच्या नजरेला ती कागदपत्रं कधीच पडली नव्हती. त्यांनी त्याबद्दल पाहून सांगण्याचं कबूल केलं होतं.

इथं कहाणीत वळण वगैरे नाही, पण जे घडू नये ते घडतंच.

रात्रीचे नऊ वाजले होते. थोरली पर्स कुठंतरी विसरून आली होती आणि त्यासोबत किल्ल्याही, त्यामुळे ती धाकटी घरी परतण्याची वाट बघत घराबाहेर उभी होती. धाकटी खरंतर दोन तासांपूर्वीच घरी यायला हवी होती. तिला फोन करणं व्यर्थ होतं. कारण तिच्या फोनवर ''या नंबरचे कॉल्स 'स्थगित' करण्यात आले आहेत'' असे सांगण्यात येत होते. पैसे भरण्यासंबंधीच्या दोन सूचनांकडे दुर्लक्ष केल्यामुळे असं घडण्यात काहीच आश्चर्य नव्हतं. आता घराच्या किल्ल्यांचे दोन्ही जुडगे धाकटीकडे होते. शेजाऱ्यांकडे किल्लीही नव्हती. आत्ता आपल्याकडे किल्ल्यांचा निदान एकतरी जुडगा असायला हवा होता, असं वाटण्यापलीकडे आणि त्याहूनही महत्त्वाचं म्हणजे धाकटीनं लवकर घरी यावे अशी आशा करण्यापलीकडे ती काहीच करू शकत नव्हती. तिच्या फोनची बॅटरी संपत आली होती. सकाळी सेल फोन चार्ज करायचे राहूनच गेले होते. आई इथं असती तर संध्याकाळचे सात ही संचारबंदीचीच वेळ असती.

अखेरीस धाकटी घरी परत आली. तिच्या अंगावर आत्ता जो स्कर्ट होता तो ती दहा वर्षांची असतानाच तिच्या आईनं टाकून दिला होता. तिच्या पापण्या गडद निळ्या रंगवलेल्या होत्या. त्या पापण्या तिच्या अंगावरच्या तोकड्या टॉपशी (कुठून मिळवलेला होता?) मिळत्याजुळत्या रंगसंगतीच्या होत्या... आणि तिच्यापाशी किल्ल्या होत्या!

आपल्या समस्या कटाक्षाने बंद दारामागे सोडवण्याचे ठरवून दोघी जणी घरात गेल्या. पण अरे! घरात काळा कुळकुळीत अंधार पसरला होता. शेजारच्या घरांत मात्र दीपोत्सव असावा तसा लखलखाट होता. नाही, नाही, फ्यूज उडाला नव्हता, आणि जरी फ्यूज गेला असता तरी काही करता येणार नव्हतेच. कारण बाबांनी त्यांना फ्यूज बॉक्स कुठं आहे हे दाखवण्याचा आणि फ्यूज गेला तर काय करायचे हे सांगायचा अनेकदा प्रयत्न केला; पण त्यांना डोळे फिरवणं, खांदे उडवणं आणि आपल्याला अजिबात रस नाही हे मुद्दामहून दाखवणाऱ्या मुद्रा पाहणं, एवढंच नशिबी आलं होतं. विजेचं बिल दिवाणखान्यात कुठल्यातरी कोपऱ्यात पडलं होतं... मासिकं, वृत्तपत्रं, जाहिरात पत्रकांच्या ढिगाऱ्यात आणि हो, बाबांची महत्त्वाची टॅक्सविषयक कागदपत्रंही त्याच गदारोळात पडलेली होती.

त्यानंतर तासभर मेणबत्तीच्या उजेडात एकमेकींवर आरोप-प्रत्यारोपांच्या फैरी झडल्या, त्या जोडीला दूध आणि ब्रेड एवढ्यावरच रात्रीचं जेवण भागवावं लागलं याचा वैताग होताच आणि तितक्यात बाहेरच्या दारावर जोराच्या थापा कानी पडल्या. दोघी बहिणी भीतीनं वेड्या झाल्या. आत्तापर्यंतचा शत्रुपक्ष एकमेकांना घट्ट बिलगला. चोरांनी जर त्यांचे मजबूत लाकडी दार खरंच फोडलं तर काय करायचं याची त्या व्यूहरचना ठरवू लागल्या. आता दारावरच्या थापांच्या जोडीने जोरजोराचा आवाजही येऊ लागला. त्यांचे शेजारी आले होते. त्यांच्या शेजारचे साठीतलं प्रेमळ जोडपं टॉर्च घेऊन घरात कोणी आहे का, हे तपासायला आलं होतं. ते पोलिसांत मुली हरवल्याची तक्रार करायच्याच बेतात होते. ते बिचारे प्रचंड घाबरले होते. या दोघींचे आईबाबा मुली घरी परत आल्या आहेत का, याची चौकशी करण्यासाठी वेडेपिसे होऊन त्यांना फोन करत होते. दोन्ही मुलींचे मोबाइल फोन 'अनरिचेबल' होते आणि लॅंडलाइन फोनही कापण्यात आला होता! (फोनबिलसुद्धा कोपऱ्यात सारलेल्या कागदांच्या ढिगात गडप झाले होते!)

आईला काळजीनं वेड लागायची वेळ आली होती. बाबा मुलींकडे पोहोचण्यासाठी विमानाचं तिकीट मिळवण्याचा प्रयत्नात होते. अखेर, जेव्हा सगळा उलगडा झाला आणि मुलींना आईबाबांशी बोलता आलं तेव्हा पुन्हा आरोप-प्रत्यारोप सुरू झाले... त्या दोघींना घरचे सर्व काम करावे लागत होते, खूप अभ्यासही होता अशी समर्थनं सुरू झाली.

तुम्ही घराकडेही लक्ष पुरवायला हवे होते, असं त्यांना सांगताच त्यांचे उत्तर होते – "आमच्या कुणाही मैत्रिणीला बिलं भरणं, भावडांना सांभाळणं, किराणा

सामान आणणं असली कामं करावी लागत नाहीत... ही अतिशय 'अन-कूल' कामं असतात.''

अशी परिस्थिती तुमच्या कुटुंबात असेल किंवा तुमच्या आईवडिलांच्या या विषयातला दृष्टिकोन पाहिला तर तुमच्यावर वेगवेगळ्या प्रकारच्या जबाबदाऱ्या येतील. त्या काही शाळेतून एकट्यानं घरी येणं, घरी एकट्यानं राहणं किंवा पैशांची व्यवस्था करणं अशा प्रकारच्या नसतील, पण साधी छोटी छोटी कामं करावी लागणं शक्य आहे. जेवताना टेबल मांडायला मदत करणं, जेवणानंतर मागचं आवरायला मदत करणं किंवा बागेत खेळणाऱ्या धाकट्या भावंडांवर लक्ष ठेवणं. तुम्ही स्वत:ला अजून अगदी कुक्कुलं बाळ समजणाऱ्यांपैकी असाल... त्यामुळे तुम्ही कुठली जबाबदारी वगैरे घेऊ शकणार नसाल आणि शाळा, अभ्यास यात इतके व्यग्र असाल की, त्यात बाकी कशालाही जागा नसेल, तरी कधी ना कधी तुम्हाला या सगळ्या गोष्टी शिकाव्याच लागतील. तेव्हा जड जाईल. तुम्हाला जबाबदारी जितकी लवकर दिली जाईल, तितकं लवकर तुम्ही ती पेलण्यास समर्थ व्हाल आणि मग जेव्हा तुम्ही स्वत:चं स्वत: वावराल, घरापासून दूर, विद्यापीठात, नोकरीच्या ठिकाणी किंवा स्वत:चा संसार मांडाल तेव्हा तुम्हाला सगळं सोपं जाईल.

तुम्ही जबाबदाऱ्या आनंदानं स्वीकारणाऱ्यांपैकी असाल (कारण त्यामुळे आपण महत्त्वाचे आहोत आणि खरंच मोठे झालो आहोत असं वाटतं!) तर, प्रत्यक्षात ती जबाबदारी पार पाडताना तुम्हाला ते ओझं आहे असं वाटू शकेल. त्यामुळे काय ओढवलं जाऊ शकेल त्याचा तुम्हाला अंदाज येणार नाही, पण धडे घेण्यासाठी ती एक संधी असेल... आपण एखाद्या गोष्टीची जबाबदारी घ्यावी का नाही आणि घेतली व नंतर ती अवघड वाटली तरी ती पार पाडण्यासाठी काय केलं पाहिजे हे ठरवणं शक्य होईल. तुम्हाला इतर सगळ्याच बाबतीत मोठं होण्याची खूप घाई आहे... हाही त्याच 'पॅकेज'चा भाग आहे!

मनोगत – किशोर, किशोरी / नवयुवक-युवती यांचे

मी तेरा वर्षांची झाले तेव्हा अखेर आपण टीनएजर झालो या विचाराने आनंदून गेले होते. अखेर मी मोठी झाले असं मानण्याचा दिवस उगवला होता. त्या वेळी आम्हाला माहीत नव्हतं की, हे 'टीनएजर'चे 'बिरुद' मोठी माणसं त्यांच्या सोयीनुसार वापरणार, वळवणार किंवा पिरगळणार आहेत! जेव्हा एखादं काम करण्याचा विषय असतो तेव्हा 'टीन' ते करण्याएवढा मोठा असतो, पण जेव्हा मोठ्या कुणाला बरोबर न घेता बाहेर जाण्याचा प्रश्न असतो तेव्हा 'टीन' फारच लहान असतो! आता मी विशीचा उंबरठा पार करण्याच्या टप्प्यावर आहे तेव्हा 'टीनएजर' या संज्ञेमुळे मिळणारी सुरक्षितता मला कळून चुकली आहे. तुम्ही लहान नसता, पण मोठेही नसता. तुम्ही 'टीन' असता म्हणून तुमच्या कितीतरी चुका पाठीशी

घातल्या जातात. सगळ्या असमंजस वर्तनाचं, आरडाओरडा आणि संतापाच्या झटक्यांचं (ते कधीही सहन केले गेले नाहीत हा भाग वेगळा!) समर्थन केवळ 'टीन' असणं एवढ्या मुद्द्यावर होत होतं. आता 'मोठ्यां'च्या विश्वात प्रवेश करण्याची वेळ आली आहे, जिथे स्वत:च्या सगळ्या वागण्याला तुम्ही स्वत:च जबाबदार असता. आता मैत्रिणींसमवेत निरुद्देश भटकणं, आपल्या आईबाबांचे पैसे नव्या कपड्यांवर व गावातल्या प्रत्येक नव्या खाद्यस्थळी भेट देण्यावर उडवणं बंद! माझ्या बऱ्याच वर्गमैत्रिणींनी त्यांचा पहिला पगार कधीच आपापल्या आईवडिलांच्या सुपुर्द केला आहे, पण अजूनही आयुष्याच्या या टप्प्यावर या सगळ्या गोष्टींचा त्याग करणं हे फार लवकर घडतंय असं वाटतंय... या काळातील कितीतरी गोष्टी मनात जपून आहेत. शाळेच्या शेवटच्या दिवसापासून ते महाविद्यालयाच्या पहिल्या दिवसापर्यंत भांडणं, उमलत्या वयातले हृदयभंग आणि नवे-जुने मित्रमैत्रिणी!

– नमिता दळवी, वय १९ वर्षे,
पुणे, भारत

कित्येक टीनएजर्सना जबाबदारी घेण्याची कधी वेळच येत नाही. त्यामुळे जर कधी अगदी लहानशी जबाबदारी घेण्याची वेळ आली, उदाहरणार्थ, शाळेत सांगितलेल्या प्रकल्पासाठी त्यांना सांगितलेली वस्तू आणणं – त्यासाठी अखखा संघ त्यांच्यावर भिस्त ठेवून असतो हे त्यांच्या लक्षातच येत नाही आणि ते त्यात अपयशी ठरतात. जेव्हा वेळ पडेल तेव्हा जबाबदारी पेलण्यासाठी तुम्ही स्वत:ला तयार करण्याची गरज आहे, नाहीतर फार अवघड होईल!

– मही जोशी, वय १२ वर्षे,
मिल्टन कीन्स, यूके

ज्या गोष्टी आपल्याला माहीत असण्याची खरंतर काहीच गरज नाही असं तुम्हाला वाटतं, त्या गोष्टी डोक्यात कोंबण्यासाठी दडपण. मुळात आपल्या आईबाबांनी एकमेकांशी लग्नच करायला नको होतं असं तुम्हाला वाटत असतं. घरात शांती व आराम लाभण्याऐवजी तिथल्या सगळ्या कटकटीमुळे रोजच तुम्हाला कुठंतरी लांब निघून जावं असं वाटतं? तुम्हाला 'या साऱ्यापासून कुठंतरी दूर पळून जावं' असं वाटतं? आपण मुक्त व्हावं... आपल्याला न ओळखणाऱ्या लोकांत जावं, जे तुम्हाला तुम्ही काय करावं हे सांगणार नाहीत, जे तुम्हाला तुम्ही जसे आहात तसे स्वीकारतील, तुमच्या प्रत्येक कृतीची चिकित्सा करणार नाहीत... असं तुमचं स्वप्न आहे?

कदाचित तुम्ही अगदी लहान असताना आईबाबांवर रागावला असाल आणि त्या वेळी तुमच्या मनात पळून जाण्याचा विचार आला असेल. त्या वेळी 'सर्व जग' या शब्दाचा तुमच्या दृष्टीने घराच्या जवळपासच्या चार घरांचा परिसर एवढाच अर्थ होता. आता तुम्ही जाणते झाला आहात यात शंकाच नाही आणि ज्याला 'सर्व जग' म्हटलं जातं त्याचा तुम्हाला घडणारा परिचय आम्ही तुमच्या वयाचे होतो तेव्हाच्या आमच्या कुवतीपेक्षा कितीतरी जास्त आहे. तुम्ही धाडसी आहात, मेहनती आहात, इतरांना आपल्याबद्दल काय वाटेल याची तुम्ही पर्वा करत नाही. कदाचित, 'तुमच्या आयुष्यावर हुकूमत गाजवणाऱ्या लोकांना' धडा शिकवावा आणि त्यांनी तुम्हाला जसं वागवलं त्याबद्दल त्यांना अद्दल घडावी, असं तुम्हाला वाटत असेल.

पुन्हा एकदा वास्तव तपासून पाहा.

१. तुम्ही तुमच्या प्रियजनांपासून दूर आहात. तिथं साधारणतः तुम्हाला तुम्ही काय करावं हे सांगणारं कुणी नसतं. तुमचं बरोबर आहे. तुम्हाला आयुष्यात जे नवीन लोक भेटतात, त्यांना तुमच्या वागण्याबद्दल मतं व्यक्त करायची नसतात किंवा तुमच्या आयुष्यावर हुकूमत गाजवायची नसते. याचं कारण असं, की तुमच्या प्रियजनांखेरीज इतर कुणालाही तुमच्या बाबतीत काय घडतंय याची खरोखरच पर्वा नसते!

२. जर तुमचे आई किंवा बाबा तुमच्यावर ओरडत असतील... ''चालता हो, तू मला माझ्या घरात नको आहेस!'' असं भडकून म्हणत असतील, तर त्यातून त्यांना तुम्हाला असं सांगायचं असतं, की तुमच्या एखाद्या कृतीमुळे ते अतिशय दुखावले आहेत. त्यांना आपण पूर्णत: अपयशी ठरल्यासारखं वाटत आहे – तुम्ही जेव्हा त्यांचे ऐकून घ्यायला तयार होता त्याच वेळी तुम्हाला योग्य गोष्टी शिकवण्यात आपण सपशेल अपयशी झालो, याचं शल्य त्यांना बोचत असतं. ''हे मला माझ्या घरात अजिबात चालणार नाही. हे तू केलंसच कसं?'' अशा ओरडण्यातून ते स्वत:वरच राग काढत असतात... तुम्हाला जेव्हा त्यांचा सहवास हवा होता त्या वेळी तुम्हाला पुरेसा वेळ न दिल्याचा... तुम्ही जेव्हा मोठे होत होता त्या वेळीच तुमच्याकडे जास्त लक्ष न पुरवल्याबद्दल ते स्वत:वरच चिडलेले असतात.
३. तुमच्या आईबाबांचं वागणं कितीही संतप्त, तर्कहीन, तीव्र आणि अपमानास्पद असलं तरी, अखेर त्यांची एवढीच अपेक्षा असते, की तुम्ही त्यांच्याकडे येऊन म्हणावं, ''माफ करा, मी पुन्हा असं करणार नाही.'' त्यांना तुम्हाला हे कळावं असं वाटत असतं की, तुम्हाला घराबाहेर काढणं ही धमकी आहे आणि तुम्ही असंच वागत राहिलात तर ते धमकीची अंमलबजावणी करू शकतात. अशा वेळी घरात कितीही 'नाटके' घडली तरी, आईबाबांना तुम्ही खरंच सामान बांधून घराबाहेर पडावं हे अपेक्षित नसतं.

तुम्हाला जर असं वाटत असेल की, हे इतकं सगळं सांगितलं ते दुसऱ्या कुणा व्यक्तीसाठी ठीक आहे, पण तुमची गोष्ट वेगळी आहे... अगदी अपूर्व आणि अखेर तुम्ही पळून गेलात तर तुमचा उद्देश नक्कीच सफल झाला आहे... तुम्हाला जे हवं होतं ते साध्य झालं आहे. तुम्ही निघून गेला आहात हे तुमच्या प्रियजनांना कळल्याक्षणी ते स्वत:ला अधिकच दूषणं देऊन स्वत:वरच राग काढतील. तुम्हाला बोललेल्या प्रत्येक नकारात्मक शब्दाबद्दल खंत करतील आणि पुन्हा कधीही असं न करण्याचं कबूल करतील.

काही वाईट आईबाबा निधड्या छातीनं असंही म्हणतील की, ''त्याला बाहेरची खडतर दुनिया पाहू दे मग त्याला आमची किंमत कळेल... आम्ही त्याच्या चैनी भागवण्यासाठी किती कष्ट करतो ते त्याला समजेल.''

हा शौर्याचा केवळ आव असतो. कोणताही माणूस – आई असो की बाबा, हटवादी असो की अहंकारी, त्या क्षणी हजार मरणं मरत असतो. तुम्हाला कदाचित विचित्र वाटेल, पण तुम्ही कुठं आहात आणि पुन्हा तुम्हाला भेटता येईल का नाही कोण जाणे, या विचाराची काळीज पोखरणारी वेदना, तुम्ही चार वर्षांचे शूरवीर बागेत खेळताना दिसेनासे झाला होता त्या सात मिनिटांच्या नरकयातनांइतकीच तीव्र असते.

आता तुम्ही तुमच्या प्रियजनांना 'तुमची किंमत' जाणवून देण्यात यशस्वी झाला आहात आणि दरम्यानच्या काळात तुम्ही कोणतेही दंडपात्र गुन्हे केलेले

असतील तरी तुम्ही **परत या.**

"तिरस्करणीय, स्वार्थी, अहंकारी..." तुम्ही ज्या व्यक्तीपासून दूर पळालात त्या व्यक्तीसाठी तुम्ही काहीही विशेषणं वापरा... पण त्यांना तुम्ही परत यावं असं कायमच वाटतं.

मनोगत – किशोर, किशोरी / नवयुवक-युवती यांचे

तुम्ही वयाच्या आठव्या वर्षी घरातून पळून गेलेल्या मुलीचा सिनेमा पाहिला असेल. तुम्हाला तसा अनुभव घ्यायचा आहे का? त्यात काहीच अर्थ नाही. कधी ना कधी तुम्हाला घरी परत यावंच लागणार आहे. वास्तव आयुष्य आणि चित्रपटांतील जीवन क्वचितच सारखं असतं.

– मही जोशी, वय १२ वर्षे,
मिल्टन कीन्स, यूके

तो मुलगा आठवतोय... काठी धरून लटपटत उभ्या असलेल्या आजी तिष्ठत असताना खुर्चीत आरामात बसून राहिलेला... आणि ती मुलगी... आपल्याकडची मिठाई कुणाला द्यायची नाही म्हणून सहलीच्या ठिकाणी एकटीच बसलेली? अगदी माध्यमिक शाळेतसुद्धा तुम्ही आजारी असताना शाळा बुडली म्हणून वर्गमैत्रिणींकडे वह्या मागितल्या तर अगदी एका दिवसासाठीसुद्धा वह्या द्यायला नकार देणारी वर्गमैत्रीण तुम्हाला भेटली होती. तुम्हाला तुमच्या आजूबाजूला सगळीकडे स्वार्थाचा बुजबुजाट दिसेल आणि जेव्हा तुम्ही 'दुसऱ्या' बाजूला असता तेव्हा तुम्हाला त्याची चीड येते आणि जराही सहानुभूती नसणाऱ्या असल्या माणसांवर तुम्ही टीका करता.

पण या दृश्यावर नजर टाका. बाबा काही कामासाठी दौऱ्यावर गेले आहेत. त्यांचे विमान रात्रीची जेवणाची वेळ होऊन गेल्यानंतर येणार असते. तुमची आजी

दवाखान्यात आहे. त्यामुळे तुमची आई ऑफिसमध्ये आटापिटा करून कशीबशी वेळ निभावून नेत आहे. तुमच्या धाकट्या भावाला शाळेत प्रकल्प करण्यास सांगितला आहे, त्यात त्याला मदत लागणार आहे. त्याला सर्दी झाली असल्याने त्याचा संसर्ग आजीला होऊ नये म्हणून त्याला दवाखान्यात नेण्याची परवानगी नाही. तुम्हाला 'तो' सिनेमा पाहायचा आहे आणि आज तुम्हाला तो पाहण्याची संधी आहे. आज तुमचा बेत ठरलाय. तुम्ही तुमच्या खास मैत्रिणीसह तिच्यासाठी पोशाख आणायला दुकानात जाणार आहात. (दोन आठवड्यांनी एक लग्नसमारंभ आहे तेव्हा तिला तो पोशाख घालायचा आहे) त्यानंतर आणखी काही मैत्रिणी मिळून आइसक्रीम खायला जाणार आहात. तिथून सगळ्या जणी मिळून चित्रपट पाहण्यासाठी जाणार आहात आणि त्यानंतर रात्री झोपायला एका मैत्रिणीच्या घरी जाणार आहात. असा तुमचा मस्त बेत ठरला आहे. मागच्या आठवड्यात तुमची परीक्षा संपली तेव्हापासून तुम्ही या दिवसाची वाट पाहत आहात.

आणि घडतं असं – आई तुम्हाला घरी थांबून तुमच्या भावाला शाळेचा प्रकल्प

करायला मदत करशील का म्हणून विचारते. तुमच्यावर जणू आभाळ कोसळतं. तुम्ही सरळ नकार देता... आता तो त्याचं शाळेचा प्रकल्प स्वतःचा स्वतः करण्याएवढा मोठा आहे असं म्हणता. तुमचे बाबा लवकरच्या विमानाची तिकिटं मिळवायचा प्रयत्न करत असतात, पण तिकीट मिळण्याची सुतराम शक्यता नसते. आईच्या आधीच डोक्यावरून पाणी गेलेले असते. त्यामुळे ती तुमच्यावर राग काढते... तुमचं मित्रमैत्रिणींचं अतिसक्रिय वर्तुळ, तुमचा वाढता हातखर्च, कपडे, मेकअप यावरचा तुमचा अतिखर्च... आणि तुम्ही किती स्वार्थी निघालात... या सगळ्याचा उद्धार होतो. तुमचे डोळे डबडबतात. आपण या सगळ्यात काय स्वार्थीपणा केलाय हेच तुम्हाला समजत नाही. हा केवढा घोर अन्याय? बाकी सगळ्या जणी जाणार असतात. मुळात सिनेमाला जाण्याची कल्पना तुमचीच असते. त्यामुळे तुम्ही शेवटच्या क्षणी माघार घेऊन सगळा विचका केलात, असं त्यांना वाटणारच असतं.

अखेर काय झालं असेल – तुम्ही तुमच्या खास मैत्रीणीला आपण पुढच्या आठवड्यात खरेदीला गेलो तर चालेल का, असं विचारलं असेल किंवा तिला आजच खरेदीला जायचं असेल तर दुसऱ्या कुणालातरी सोबत येण्याबद्दल विचार, असं सुचवलं असेल. ती जर तुमची खरी मैत्रीण असेल तर तिनं समजून घेतलं असेल.

तुम्ही घरी थांबून तुमच्या भावाला प्रकल्प करायला मदत केली असेल. आइसक्रीम खायला जाण्याचा बेत नंतरही होऊ शकतो किंवा तुम्हाला आणि तुमच्या मैत्रिणींना चालत असेल तर तुम्ही आइसक्रीम खायला जाताना व सिनेमाला भावाला तुमच्याबरोबर नेऊ शकता. सिनेमानंतर त्याला घरी सोडून (तोपर्यंत बाबाही घरी आलेले असतील) मग तुम्ही दीर्घकाळ प्रतीक्षा असलेल्या 'स्लीपोव्हर'ची मजा लुटायला जाऊ शकता!

धाकट्या भावाला मैत्रिणींच्या ग्रुपमध्ये नेणं ही कदाचित निवळ मूर्ख कल्पना असू शकेल. हास्यापद! आईवडिलांच्या दृष्टीने जो स्वार्थीपणा असेल तो कदाचित अजिबात स्वार्थीपणा नसेल.

अशा गोष्टी 'आयुष्य ही तडजोड असते आणि ते लवचीक असावं लागतं' याचं स्मरण देत असतील. इतर लोक तुम्हाला सोयीचं व्हावं अशा बेतानं त्यांचे बेत बदलत असतील, तर तुम्हीही त्यांच्यासाठी तसंच करायला हवं... विशेषतः ते तुमच्या जवळचे लोक असतील तर तसे करायला हवेच हवे.

मनोगत – किशोर, किशोरी / नवयुवक-युवती यांचे

कुटुंबासाठी थोडासा त्याग करणं वगैरे अर्थातच योग्य आहे. कारण 'कुटुंब प्रथम नंतर जग!'. पण एका अटीवर – मला हातखर्च वाढवून हवा आहे, आता परीक्षा संपल्या असल्याने मला मैत्रिणींबरोबर आणखी जास्त भटकायचं आहे, मला

तुमची घरी लवकर येण्याची सततची भुणभुण नकोय! तरच मी परीक्षा संपल्यानंतर तुम्ही माझ्या छानशा बेतावर कसं पाणी पाडलेत याबद्दल बोलून दाखवणार नाही!

– ऐश्वर्या राज, वय १६ वर्षे,
पुणे, भारत

हे अवगुण तुम्हाला बऱ्याच टीनएजर्समध्ये दिसेल! बहुतेक वेळा खरंच आम्हाला आमच्या मनासारखं व्हायला हवं असतं आणि जेव्हा गोष्टी आमच्या बेताप्रमाणं होत नाहीत तेव्हा कधीकधी आम्हाला फक्त आमची बाजूच दिसते... थोडक्यात सांगायचं तर आम्ही अगदी स्वार्थीपणे वागतो!

आणि कधीकधी आमच्या वागण्याचा विचार केल्यानंतर हे आमच्या लक्षातही येतं. अशा वेळी आमच्या आईबाबांनी आमचं कुठं चुकलं हे आम्हाला सौम्यपणे समजावून सांगितलं आणि कधीकधी आपल्याला त्याग करावा लागतो ही गोष्ट सांगितली तर आम्ही आमच्या वागण्यात बदल करतोय हे तुम्हाला नक्की दिसेल.

– रेवती कुलकर्णी, वय १७ वर्षे,
मुंबई, भारत

हा विषय टीव्हीवर, इंटरनेटवर असतो. तुम्हा मित्रमंडळीच्या बोलण्यात मुख्यत्वे असतो आणि सगळ्यात महत्त्वाचं म्हणजे तो तुमच्या मनातही असतो! मग तो या पुस्तकात नाही असे का होईल?

पूर्वीच्या काळी हा विषय फक्त लग्नाच्या संदर्भात चर्चिला जात असे, कौमार्याच्या प्रश्नाला सर्वोच्च प्राधान्य दिलं जात असे आणि अति विनयाचा ढोंगी बुरखा पांघरणाऱ्यांमध्ये हा विषय पुनरुत्पादनासाठी करावा लागणारा 'अत्यावश्यक प्रकार' मानला जात असे.

अगदी आजही सेक्स हा विषय कित्येक संस्कृतींमध्ये उघडपणे चर्चिला जात नाही. विशेषकरून आईवडील व मुलांमध्ये, घरी मोठ्यांसमोर तरुणांनी या विषयावर बोलणं अपेक्षित नसतं. एवढंच नव्हे; तर त्यांनी याविषयी काहीही माहीत नसल्याचा बहाणा करणं अपेक्षित असतं. आणि तरीसुद्धा जेव्हा तो प्रत्यक्ष करण्याची वेळ येते तेव्हा जुळवून घेणं, सुज्ञ व जागरूक असणं अपेक्षित असतं! त्याच वेळी या

क्स

इतक्या खासगी व सुंदर बंधाची हुबेहूब, रसभरित वर्णनं, चित्रं, मूर्ती, साहित्य यांतून पाहायला, वाचायला मिळत असतात. तुम्ही कोणत्या संस्कृतीतले आहात आणि सेक्सविषयी तुमच्याशी चर्चा केली जाते का, केली जात असेल तर ती कशी केली जाते... यात बरोबर किंवा चूक असे काहीच नसते. अर्थात आता हा विषय बहुतेकशा शाळांमध्ये चर्चिला जातो आणि तिथे शिक्षकांकडून गंभीर चेहऱ्यानं जेव्हा समजावून सांगितलं जातं तेव्हा समोरचे हसू दाबत ते ऐकत असतात. हे सगळे तुम्हाला माहीत आहे ना याची आम्हाला खात्री करून घ्यायची असते! अजिबात काहीच माहीत नसण्यापेक्षा अर्धवट माहीत असणं जास्त धोकादायक असतं.

जर पुस्तकं, मासिकं, चित्रपट, इंटरनेट व याबाबतीत सर्वज्ञ असल्याचा दावा करणारे मित्र हा तुमच्या सेक्सविषयक ज्ञानाचा मूलाधार असेल, तर या काही महत्त्वाच्या गोष्टी :

सेक्स लवकर सुरू करण्याने काहीही साध्य होणार नाही. स्वच्छंदी वागण्याने तुम्हाला संसर्गजन्य आजार आणि अपाय होऊ शकतो. ज्या वेळी तुम्ही तुमच्या

जोडीदारासमवेत लैंगिक संबंधाचा परिपूर्ण आनंद घेण्याची वेळ येईल तेव्हा कदाचित तुम्ही फार लवकर घेतलेल्या अनुभवांमुळे तुमच्यात दोष शोधण्याची वृत्ती निर्माण झालेली असू शकेल. यात 'लवकर' कशाला म्हणायचं? अठरा वर्षांच्या पुढचे वय आदर्श व आरोग्यासाठी योग्य ठरेल असे म्हणण्यात 'जुनाट'पणाचा किंवा 'अतिमुक्त' असल्याचा शिक्का बसण्याचा धोका आहे. कारण या गोष्टी संस्कृती, वयोगट आणि अर्थातच वैयक्तिक मत यांनुसार ठरतात.

यासाठी योग्य वय कोणते ते तुम्हाला तुम्ही ज्या ठिकाणचे आहात तिथल्या सामाजिक चालीरीती व घरच्यांची मते सांगतील आणि तुमचं स्वत:चं याबद्दल काहीतरी मत नक्कीच असेल... फक्त सावध राहा आणि सुरक्षित राहा.

जर तुमचं कुणाशी जुळलेलं असेल आणि हे नातं दीर्घकाळ टिकेल असं तुम्हाला वाटत असेल तर –

मुलींनो : जर तुमचा तो म्हणत असेल की, त्याचे तुमच्यावर इतके प्रेम आहे की तो तुमच्यापासून दूर राहूच शकत नाही... तर त्याने दूर राहिलंच पाहिजे. तुम्ही तयार नसताना केवळ तुमचे त्याच्याप्रती असणारे प्रेम सिद्ध करण्यासाठी तुम्ही त्याच्याशी शरीरसंबंध ठेवण्याची अजिबात गरज नाही.

मुलांनो : तुम्हाला जर असं वाटत असेल की, तुम्ही तुमचा पुरुषार्थ बिछान्यात दाखवला नाही तर तुमची 'प्रेयसी' लवकरच तुमच्याकडे दुर्लक्ष करू लागेल, तर तुम्ही या 'प्रेयसी'बद्दल पुन्हा विचार करण्याची गरज आहे!

मुलांनो, हे तुमचं आयुष्य आहे आणि जर एखादा / एखादी व्यक्ती तुमच्यासाठी प्रणयरम्य नात्याच्या एका सर्वांत महत्त्वाच्या गोष्टीमध्ये बुडी घेण्यास सज्ज होईपर्यंत थांबू शकत नसेल, तर तुम्ही नक्कीच त्या व्यक्तीपेक्षा चांगली व्यक्ती लाभण्यास योग्य आहात. त्या व्यक्तीचा तुमच्या आयुष्यात प्रवेश होण्याची प्रतीक्षा करा आणि तो क्षण येईपर्यंत मुक्त स्वातंत्र्याचा आनंद घ्या.

यातला पुस्तकीय भाग बाजूला ठेवू या, पण जर तुम्हाला स्वत:लाच काही कळण्याआधीच लैंगिक कृती घडून गेली असेल (तसं घडलं नसेल तर बरं असं आम्हाला मनापासून वाटतंय, पण ते घडलं असू शकतं याचीही आम्हाला पूर्ण जाणीव आहे) आणि तुम्ही विचारात पडला असाल तर सरळ कुणाशीतरी बोला... विशेषत: तुमचे आईवडील, वयानं मोठा मित्र / मैत्रीण किंवा भावंडाशी. पुढच्या काही तासांत डॉक्टरांना भेटा किंवा इंटरनेटवर शोध घ्या आणि त्यानुसार काहीतरी करा. मुलींनी पटकन गोळी घ्यावी आणि मुलांनी त्या वेळी तिचा हात धरून तिची सोबत करावी. कारण तुम्ही दोघंही झाल्या गोष्टीला तितकेच जबाबदार आहात आणि या वयात गर्भधारणा होता कामा नये.

काहीही घडलेलं असो, कितीही मूर्खपणा झालेला असो, लाजिरवाणं धक्कादायक घडलेलं असो, तुम्हाला खरोखर मदत करू शकेल अशा व्यक्तीकडे जा आणि मनातलं बोला!

मनोगत – किशोर, किशोरी / नवयुवक-युवती यांचे

पन्नाशी उलटलेल्या भौतिकशास्त्राच्या आमच्या बाईंनी लैंगिक शिक्षणाच्या तासाला केळ्यावर कॉन्डोम चढवून दाखवताच आम्ही वर्गात फिदिफिदि हसल्याचं मला आजही आठवतंय. कधीकधी मला वाटतं आपण आपल्या मुलांशी सेक्सबद्दल अधिक मोकळेपणे बोलायला हवं, पण तसं करणं आईवडिलांनासुद्धा अवघडल्यासारखं होईल. त्यांना आपल्या मुलांनी मोठं व्हायला नको असतं!

– निष्मा शाह, वय २३ वर्षे,
मिल्टन कीन्स, यूके

निरनिराळ्या देशांमध्ये आणि संस्कृतीमध्ये तिथल्या सामाजिक चालीरीतींनुसार या संज्ञेच्या निरनिराळ्या व्याख्या असतील. लैंगिक छळविषयक धोरणे शाळा, विद्यापीठ आणि कामाच्या ठिकाणी वेगवेगळी असतील. तुम्ही मुलगी असा की मुलगा, सर्वप्रथम तुम्ही ही धोरणं माहीत करून घेतली पाहिजेत. सगळ्यात आधी तुम्ही स्वत:चे कोणत्याही अतिप्रसंगापासून संरक्षण करा. दुसरी विशेषत: तुम्हा तरुण मुलांसाठी अतिशय महत्त्वाची गोष्ट म्हणजे तुमच्या कोणत्याही निरागस कृतीचा चुकीचा अर्थ लावला जाऊ नये याची दक्षता घ्या.

जर एखादी व्यक्ती तुम्हाला लैंगिकतासूचक काही बोलत असेल किंवा तशा प्रकारची काही कृती करत असेल आणि तुम्हाला ते आवडत नसेल, तर तुम्हाला पुढे येऊन तक्रार करण्याचा अधिकार आहे. कुणाही विरुद्ध लैंगिक छळाचा आरोप करून तक्रार करणं म्हणजे शर्यतीच्या घोड्याचे लगाम सोडून देण्यासारखं आहे. एकदा तुमच्या तोंडून तक्रार गेली की बाण सुटला तो सुटला अशी अवस्था होते.

तक्रारदाराची ओळख कळू नये यासाठी कितीही चांगले नियम आणि प्रक्रिया असल्या तरी (ह्या गोष्टीचा) चार लोकांत बोलावा होण्याची नेहमी शक्यता असते. जी व्यक्ती तुमची बाजू ऐकते त्या व्यक्तीनं तुमची ओळख जाहीर न करणं हे नैतिक बंधन असतं. तथापि तुम्ही ज्या वर्तनाबद्दल तक्रार केली आहे त्याचा प्रत्यक्षदर्शी साक्षीदार किंवा तुमच्या आयुष्यात अति रस असलेले आणि सुतावरून स्वर्ग गाठणारे तर्कवितर्क करण्याच्या वृत्तीचे लोक आजूबाजूला असतातच. त्यामुळे तुम्ही एकदा तक्रार केलीत की, अडचणीच्या वाटणाऱ्या प्रश्नांची उत्तरं द्यायला तयार राहा. घडलेल्या घटनेचा तपशीलवार वृत्तान्त द्या. काय घडलं, काय संभाषण झालं, कुणी केलं आणि कधी घडलं वगैरे तपशीलवार उलटतपासणीसाठी सज्ज राहा. बहुधा ही उलटतपासणी एखाद्या नेमलेल्या समितीद्वारे बंद दाराआड होईल आणि तुमच्या तोंडून बाहेर पडलेला प्रत्येक शब्द ध्वनिमुद्रित केला जाईल अथवा लिहून घेतला जाईल.

अधिकारी, प्रश्नांच्या फैरी, साक्षीपुरावे, तुमचे निवेदन या सगळ्या गोष्टींमुळे

तुम्हाला प्रत्यक्ष प्रसंगामुळे जितकं भोगावं लागलं तितकंच किंवा त्यापेक्षा जास्तसुद्धा दु:ख भोगावं लागेल. प्रश्नांच्या सरबत्तीमुळे घाबरून जाऊ नका. ही पद्धत कितीही किचकट, त्रासदायक वाटली तरी ती तुम्हाला आणि तुमच्यासारखीच अवस्था झालेल्यांना न्याय मिळवून देण्यासाठी आखण्यात आली आहे.

या सगळ्यातली सर्वांत अन्याय्य गोष्ट म्हणजे तुम्हाला तुमच्या चारित्र्याच्या सामाजिक मूल्यांकनासाठी तयार राहावं लागेल. तपासकार्य सुरू असतानासुद्धा व्हरांड्यामध्ये बोचऱ्या शेरेबाजीची कुजबुज ऐकावी लागेल... मुळात आधी गुन्ह्याच्या ठिकाणी तुम्ही काय करत होतात, तुम्ही तुमच्या पोशाखामुळे आणि अयोग्य वर्तनामुळे या सगळ्याला स्वत:च कसं 'आमंत्रण' दिलंत याबद्दल इतरांची मतं ऐकावी लागतील. ती अर्थातच अनाहूत आणि निर्दयी असतात यात शंका नाही. पण गॉसिपवाल्याचं विश्व असंच असतं – खरं काय घडलं आहे ते जाणून न घेता, काय घडलं असू शकेल याचा अंदाज बांधणारं आणि त्याबद्दल खात्री असणारं! तुम्ही तक्रार प्रक्रियेद्वारे कायदेशीर नैतिक लढाई लढण्यास सज्ज राहू शकाल, पण तुम्ही अनौपचारिक कोर्टात कधीही लढू शकत नाही. त्यामुळे त्यातलं काही तुमच्या कानावर पडलं तर ते ऐकण्याची तयारी ठेवा आणि या दुष्ट प्रकरणात मजा अनुभवणारे आणि तुमचे खरे हितचिंतक आणि मित्र कोण आहेत त्याची पारख करा.

दरम्यान तुम्ही ज्याच्यावर आरोप केला आहे ती व्यक्ती सुनावणीचं अग्निदिव्य पार करत असते. इथेही नैतिक मूल्यं व नियम निर्बंध सांगतात, की आरोपीची ओळख किमान तो दोषी ठरेपर्यंत तरी जाहीर करू नये. तरी ही गोष्ट आजूबाजूला पसरतेच. तुमच्याबद्दल निदान सहानुभूती तरी व्यक्त केली जाईल, पण गॉसिपवाल्यांनी त्या आरोपीसाठी तपासानंतरचा अंतिम निकाल जाहीर होण्याआधीच शिक्षा ठरवलेली असते – त्याला वाळीत टाकायचं. तो माणूस सहाध्यायी असो, सहकारी असो वा शिक्षक, बहुतांश लोकांकडून त्याच्यापासून लांब राहायचं ठरवलं जातं.

तुमची तक्रार गोपनीय राखली जात असली, जशी ती राखली जायलाच पाहिजे, तरी लैंगिक छळाच्या केसमध्ये न्याय मिळणं ही प्रदीर्घ आणि दुष्कर प्रक्रिया असते. तुम्ही अशी छळणूक मुकाट्यानं सोसावी असं इथं म्हणायचा हेतू नाही. जर काही अनिष्ट घडलं असेल तर तुम्ही तुमच्याजवळ कुठला पुरावा / साक्षीदार नसेल तरीसुद्धा तक्रार केली पाहिजे (आक्षेपार्ह वर्तन क्वचितच दुसऱ्या कुणाच्या उपस्थितीत घडतं) स्वत:लाच प्रश्न करा, की ते वर्तन / शब्द तुम्हाला त्रासदायक वाटले का?... तेवढं पुरेसं आहे. 'लैंगिक छळ' ही मोठी जबरदस्त संज्ञा आहे. ती तुम्हाला खूप मोठा अधिकार देते. तो अधिकार जबाबदारीनं वापरा. तुमच्या बाबतीत गैरकृत्य घडलं असेल किंवा अपशब्द वापरले गेले असतील तर तुम्हाला न्याय मिळवण्याचा पूर्ण हक्क आहे.

दुसरी गोष्ट म्हणजे तुम्ही लैंगिक छळाचा आरोप येऊ नये यासाठी स्वत:चं

संरक्षण कसं करता? लक्षात घ्या, हे कुणाच्याही बाबतीत घडू शकतं. तुम्ही बाहेर जाता आणि निरनिराळ्या संस्कृतींतील लोकांना भेटता, तेव्हा त्या त्या संस्कृतीतले सामाजिक शिष्टाचार इतके वेगवेगळे असू शकतात की, एका संस्कृतीत अगदी योग्य वाटू शकणारं वर्तन दुसऱ्या संस्कृतीत अगदी आक्षेपार्ह मानलं जाऊ शकतं. त्यामुळे तुम्ही तुमचे शब्द आणि कृती यांवर ताबा ठेवावा हे उत्तम! समजा तुम्हाला एखादी व्यक्ती फारच आवडू लागली असेल आणि तुम्हाला तुमच्या मनातलं प्रेम व्यक्त केल्यावाचून 'राहवत' नसेल तरी हे काही लैंगिक छळाचे 'कारण' असू शकत नाही! तुम्ही आता तुमच्या कृतींवर ताबा ठेवण्याइतके मोठे आहात. एखादीनं तुमच्या वर्तनाबद्दल किंवा सूचक शेऱ्यांवर आक्षेप घेतला नाही याचा अर्थ तिला ते आवडलं असा होत नाही. कदाचित प्रत्युतरादाखल काय करावे कळले नसेल. समजा, एखादी तुमच्याशी बोलली, तुम्ही केलेल्या कौतुकावर तिनं स्मित केलं, ती तुमच्यासोबत पार्टीमध्ये नाचण्यास तयार झाली किंवा आइसक्रीम खाण्यासाठी जायला तयार झाली, याचा अर्थ त्यांना तुमची सोबत आवडते एवढाच असतो. त्यामुळे तुम्हाला त्या व्यक्तीच्या बाबतीत स्वातंत्र्य घेण्याचा परवाना नक्कीच मिळत नाही, मग तो बोलण्यात असो वा कृतीत! सावध राहा. क्षणिक भावनेच्या भरात नंतर पश्चात्ताप करावा लागण्याजोगे काहीही बोलू अथवा करू नका.

मनोगत – किशोर, किशोरी / नवयुवक-युवती यांचे

लैंगिक छळ हा खरोखर गंभीर विषय आहे. मी आठवीत असताना मला अशा प्रकारचा अनुभव आला होता. मी शिकवणीच्या तासाला जाण्यासाठी बसची वाट पाहत उभी होते. अचानक एक माणूस स्कूटरवरून आला आणि माझ्या समोर थांबला. त्यानं हेल्मेट घातलेलं होतं. माझ्यापासून काही अंतरावर तो त्याचे 'प्रायव्हेट पार्ट्स' उघडे करून दाखवत होता. मी इतकी सुन्न झाले होते... मला काय घडतंय ते कळायला थोडा वेळ लागला. वर्दळीच्या रस्त्यावर त्यानं जे केलं ते इतकं भयानक होतं आणि ते कुणाच्याही लक्षातसुद्धा आलेलं दिसत नव्हतं! मी तिथून धूम ठोकली. आज दोन वर्षांनंतरही मी तो प्रसंग आठवला की, माझं मन अस्वस्थ होतं. मी माझ्या आईला याबद्दल सांगितलं होतं. तिनं मला दिलासा दिला होता, पण याबाबत काही कारवाई करण्यात अर्थ नाही या निर्णयाप्रत आम्ही आलो होतो. कारण मी त्या माणसाला खरंच नीट पाहिलं पण नव्हतं. त्यामुळे मी त्याला नंतर ओळखू शकले नसते. माझ्या आईनं मला हेही सांगितलं, की असाच अनुभव तिलाही आला होता! आपण अशा किरकोळ वाटणाऱ्या घटनांचा बाऊ करायला हवा की त्याविरुद्ध ठामपणे उभं राहायला हवं?

– सई गिरधारी, वय १७ वर्षे,
नवी मुंबई, भारत

लैंगिक छळ असो किंवा मानवी व्यवहारातील इतर अनेक विषय, कायदे व नियम फक्त काही प्रमाणातच मदत करू शकतात. हा नक्कीच गंभीर विषय आहे आणि आपण असं वातावरण विकसित करण्याचं ध्येय ठेवायला हवं जे हे विषय झाकून ठेवणार नाही.

– निशांत गोखले, वय २२ वर्षे,
कोलकाता, भारत

दुकानात दर्शनी खिडकीत लावलेला एक सुंदर पोशाख तुमच्या मनात भरलाय! त्यावर वीस टक्के सूटही आहे.

ते बूट त्या पोशाखावर शोभून दिसतील. ते शूज अतिशय सुंदर, गडद लाल तपकिरी रंगाचे आहेत आणि तुमच्याकडे त्या बूटावर शोभून दिसण्याजोगा कुठलाही पोशाख नाही मग... तुम्ही गडद लाल तपकिरी रंगाचा आणखी एक पोशाख घ्याल.

तो फिका पिवळ्या रंगच्छटेचा शर्ट इतका मस्त आहे... त्यावर सूट नाही, पण त्यांच्याकडे तुमच्या मापाचा तसला शर्ट आहे. तुम्ही जर तसले दोन शर्ट विकत घेतलेत (एक फिका पिवळ्या रंगच्छटेचा आणि एक काळ्या रंगाचा असला तर उत्तमच) तर ते त्यावर झुळझुळीत स्कार्फ फुकट देणार आहेत. केवढी बनवेगिरी!

ही बायकांची गोष्ट म्हणायची की 'टीन्स'ची? खरंतर हे बरोबर नाही. पुरुषसुद्धा

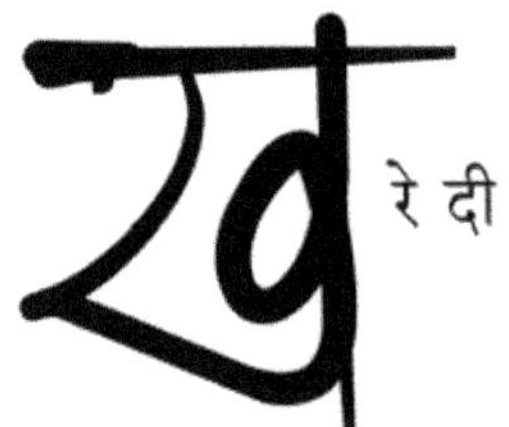

खरेदी करतात आणि भावनेच्या भरात बरेचदा अधिक महागड्या वस्तू घेतात. उदाहरणार्थ, इलेक्ट्रॉनिक वस्तू... त्यांची गरज असो वा नसो! पण आपण बोलतोय ते टीनएजर्सच्या खरेदीबद्दल आणि मुळात माणूस खरेदी का करतो याबद्दल. ही गरज आहे की सवय? हा एखादे काम पूर्ण करण्याचा भाग आहे की वेळ घालवण्याचा? हे आपला कष्टानं मिळवलेला पैसा आपल्या गरजेच्या अथवा आत्यंतिकतेने हव्याशा असलेल्या गोष्टीसाठी खर्च करणं आहे का एखादी गोष्ट विक्रीसाठी ठेवलीय म्हणून आपण खरेदी करायची असा प्रकार आहे? अमुक गोष्ट इतर सगळ्यांकडे आहे म्हणून आपणही खरेदी करायची असा हा प्रकार असतो की ती गोष्ट तुमच्यासाठी उपयुक्त असते किंवा ती वस्तू घेण्यासाठी तुम्ही आतुर असता म्हणून तुम्ही खरेदी करता?

हा छोटासा लेख तुमचे आईवडील श्रीमंत आहेत की नाहीत, त्यांचा आर्थिक आलेख चढता आहे की नाही, त्यांनी पैसा वाचवून तुमच्या सगळ्या गरजा काटकसरीने भागवल्या आहेत की कसे? का, ते कर्जात बुडाले आहेत... याबद्दल

नाही. हा लेख तुमच्या आईवडिलांना एखादी गोष्ट परवडू शकते की नाही किंवा तुम्हाला किती हातखर्च मिळतो, याबद्दलचा नाही... हा लेख आहे खरेदीबद्दलची तुमची भूमिका काय याबद्दल! कारण इतर सगळ्या गोष्टींप्रमाणेच तुमच्या आत्ताच्या वागण्यातूनच तुमच्या आयुष्यभराच्या सवयी बनणार आहेत. तुमचं आत्ताचं खर्च करणं आणि एकूणच खरेदी या विषयातल्या वृत्तीचा, तुमच्या आयुष्यभराच्या वर्तनावर प्रत्यक्ष प्रभाव पडणार आहे! तुम्ही काम करू लागलात, घरची जबाबदारी घेऊ लागलात, आणि तुमची मिळकत जसजशी वाढत जाईल त्यानुसार अर्थातच तुमची वृत्ती बदलेल, पण तुमच्या जडणघडणीच्या वर्षांत जर तुम्ही पैसे खर्च करण्याच्या निरोगी सवयी लावून घेतल्यात तर त्या तुम्हाला आयुष्यात कशीही आर्थिक परिस्थिती असली तरी तग धरून राहण्यास उपयोगी पडतात.

तुम्ही आत्ता याच वयात आपल्याला खरोखर कशाची गरज आहे आणि आपल्याजवळ कोणत्या गोष्टी असणे चांगले, हे ठरवायचे असते. तुम्हाला आत्ता गरज असते ती शाळा / महाविद्यालयासाठी लागणाऱ्या सगळ्या गोष्टी, क्रीडा / संगीत / नृत्य या उपक्रमांसाठी आवश्यक असणाऱ्या गोष्टी, नेहमीच्या वापरासाठी काही कपडे आणि काही 'औपचारिक' / पार्टीला घालता येण्याजोगे पोशाख! सध्या सुरक्षिततेच्या दृष्टीने बहुतेक टीनएजर्सना सेल फोनसुद्धा 'गरजेचा' असेल. तुम्हाला आवश्यक आहे ते हँडसेटचं स्टँडर्ड बेसिक मॉडेल... ज्यावरून फोन करणं, टेक्स्ट, एसेमेस पाठवणं आणि 'रिचेबल' असणं, एवढ्या गोष्टी करता आल्या म्हणजे पुरे. तुम्हाला हे अगदी सामान्य वाटत असेल तर लक्षात घ्या, बऱ्याच जणांना (तुमच्याच वयाच्या) कपड्यांच्या फक्त दोन जोडांवरच भागवावं लागतं आणि तरीही ते खरोखर आनंदी आणि संतुष्ट असतात!

बाकी सगळ्या गोष्टी असल्या तर छानच असते, त्यामुळे त्या ऐच्छिक असू शकतात. ही काही तत्त्वज्ञानपर चर्चा नाही. त्यामुळे याबद्दल तुम्हाला इतरांकडून विरोधी मते ऐकायला मिळू शकतील! अगदी तुमच्या स्वतःच्या आईवडिलांकडूनसुद्धा अन्न, वस्त्र, निवारा, शिक्षण, प्रवासाचे साधन आणि संपर्क माध्यम या मूलभूत गरजा भागल्या की, बाकी सगळ्या गोष्टी 'असल्या तर छानच' या गटात मोडतात. अगदी छोटा सेल फोन आणि आणखी भलीमोठी कार... हा शोध न संपणारा आहे. हे जर तुम्ही समजून घेतलंत तर जगणं खरंच खूप सोपं होईल आणि कुठलाही प्रश्न कधी न सुटणारा वाटणार नाही.

भविष्यात जर कधी तुम्हाला आर्थिक चणचण सोसावी लागली तर दुकानात जाऊन तुम्हाला परवडणाऱ्या किमतीच्या वस्तू पाहण्यात (ती किंमत फारच कमी वाटतेय याची लाज वाटून न घेता) तुम्हाला हवी असणारी गोष्ट खरेदी करणं अवघड वाटणार नाही. तुम्ही टिकाऊ आणि चांगल्या दर्जाची शिवाय तुम्हाला परवडणारी वस्तू खरेदी कराल. समजा, त्या दिवशी तुम्हाला तुमच्या ठरवलेल्या किमतीत बसणारी एकही गोष्ट त्या दुकानात मिळाली नाही तरीसुद्धा तुम्ही जराही

वाईट वाटून न घेता ताठ मानेनं त्या दुकानातून बाहेर पडू शकाल. तुम्हाला हवी असणारी वस्तू तुम्हाला दुसऱ्या ठिकाणी मिळू शकेल किंवा तुम्हाला त्या वस्तूची खरोखर तितकी निकड असेल किंवा ती अगदी हवीशी असेल त्यासाठी तुम्ही पैसे मिळवले अथवा साठवले असतील तर तुम्ही पुन्हा पहिल्या दुकानात येऊन ती वस्तू खरेदी करू शकाल. ती वस्तू घेतल्यानंतर तुम्ही खूप हर्षभरित व्हाल... हा आनंद भावनेच्या भरात केलेल्या खरेदीच्या झटपट आनंदापेक्षा खूप मोठा असतो. तो घेऊन बघा!

मनोगत – किशोर, किशोरी / नवयुवक-युवती यांचे

मुली आणि खरेदी यांचे नाते अतूट आहे आणि याबाबतीत मुलींकडे बोट दाखवणारी मुलं ते स्वत: इलेट्रॉनिक्सच्या किंवा तत्सम दुकानात किती तास घालवतात याकडे सोईस्करपणे दुर्लक्ष करत असतात! माझी एक मैत्रीण मला सांगत होती की, तिला अभ्यासातून 'ब्रेक' घेण्याच्या वेळात (परीक्षेच्या काळात) खरेदीला जावंसं वाटतं, कारण त्याइतकी विरंगुळ्याची दुसरी गोष्ट नाही!

– नमिता दळवी, वय १९ वर्षे
पुणे, भारत

सगळ्या मुलींसारखंच खरेदी हे माझं आवडतं काम आहे. खरेदी कायमच मला उल्हासित करते. मग ते बाजारात वस्तू पाहत फक्त हिंडणं असो किंवा मैत्रिणीसोबत दुकानात जाऊन गंमत म्हणून कपडे घालून पाहणं असो. मात्र इथे आईनं म्हटलं आहे त्याप्रमाणे स्वत: मिळवलेल्या पैशातून एखादा कपडा घेण्यासारखा आनंद नाही. मग तो कपडा तीस पौंड किमतीचा असो वा तीनशे. मला हवी असलेली प्रत्येक गोष्ट मला कायम स्वत: मिळवायला सांगितली गेली आहे. मग ती परीक्षेत उत्तम कामगिरी करून दाखवणं असो किंवा सुट्टीच्या दिवशी काम करून पैसे कमावणं असो. या गोष्टीनं मला कष्टाचं आणि अंदाजपत्रक आखण्याचं मोल शिकवलं आहे. त्या त्या वेळी मला नेहमी वाटायचं की, मी एखाद्या गोष्टीवाचून जगू शकत नाही, पण अखेर प्रतीक्षा करणं नेहमीच मोलाचं ठरलं आहे.

– ऋजुता खानोलकर, वय २० वर्षे,
केंब्रिज, यूके

ही गोष्ट प्रत्येक पिढीला अधिकाधिक चांगली लाभते. याचं श्रेय तंत्रज्ञान, नवनवे शोध आणि मानवी मेंदूच्या कल्पकतेला आहे. तुमच्या जन्माआधी काही वर्षांपूर्वी लागलेल्या शोधांनी जीवनाची गती कायमची बदलली. विमानांमुळे प्रवासाचा कालावधी कमी झाला. बुलेट ट्रेन्समुळे वाफेच्या आगगाडीतले रमतगमत प्रवास गतिमान झाले. टेलिफोनने पत्रांची दीर्घ प्रतीक्षा कमी केली, स्वयंपाकघरातील उपकरणांनी घरगुती कामं झटपट होऊ लागली... तुमच्या जन्मानंतरच्या काही वर्षांनी अभूतपूर्व सोपे मार्ग पाहिले आहेत! टेक्स्ट मेसेजिंग, इंस्टंट मेसेजिंग, ट्विटर मेसेजिंग, व्हिडिओ कॉन्फरन्सिंग, सोशल नेटवर्किंग... तुम्ही थोड्या संथ गतीनं चालणाऱ्या जीवनाची कल्पना करू शकणार नाही, पण ज्यांनी परदेशी कॉल बुक करून, तो लागण्याची प्रतीक्षा केली आहे, ज्यांनी पोस्टाच्या पत्रातून एखादी बातमी कळण्याची वाट पाहिली आहे, त्यांना तंत्रज्ञानानं आणलेल्या या शॉर्ट कट्सचे कायमच आश्चर्य आणि कौतुक वाटत राहील.

र्ट क ट

बहुतेक शॉर्टकट्स विलक्षण असतात, पण ते सगळ्याच गोष्टींत चालत नाहीत. सुरवंटाला सुंदर फुलपाखरू व्हायचं असेल तर त्याला कोषात बंद राहण्यावाचून पर्यायच नसतो. समजा एखाद्याने त्यात हस्तक्षेप करण्याचा प्रयत्न केला आणि कोषातला शांत कालावधी कमी करायचा प्रयत्न केला, तर त्यातून बाहेर पडणाऱ्या फुलपाखराचे पंख नीट फुटलेले नसतील, त्याच्या शरीराची नीट वाढ झालेली नसेल, ते उडू शकणार नाही किंवा कदाचित जगूही शकणार नाही. वेळेआधी जन्माला आलेल्या बाळाला जिवंत राहण्यासाठी संघर्ष करावा लागतो.

तुम्ही शाळेतून व घरातून बाहेर पडून बाहेरच्या जगात पाऊल ठेवता तेव्हा 'शॉर्ट कट' घेण्याजोग्या अनेक संधी असतील...

- महागडं उपकरण... त्याचा शहाण्यासारखा वापर कसा करायचा ते तुम्ही शिकण्याआधीच ते तुमच्या हातात येणं.
- अकस्मात भरपूर पैसे... खूप पैसे न उडवता आयुष्याची मजा कशी घ्यायची ते तुम्ही शिकण्याआधीच तुमच्या हातात भरपूर पैसा येणं.

- तुम्ही अतिरिक्त जबाबदारी घेण्यास तयार होण्याआधीच तुम्हाला जबरदस्त पद मिळणं.
- तुमच्या जोडीदाराला तुम्ही नीट ओळखण्याआधीच एकत्र राहणं, संसार करणं अशा पुढच्या गोष्टी करणं.
- एखादे नवीन 'नाते' पुन्हा जुळू पाहणं... तुम्ही जे गमावलं आहे त्याचा शोक करून होण्याआधीच.
- तुम्हाला स्वत:च्या पोटापाण्याची सोय म्हणजे काय ते कळण्याआधीच बाळाला जन्म देणं.

आपल्याला हवं ते झटपट मिळवण्याच्या तुमच्या अधीरतेतून आणि तुमच्या ओसडून वाहणाऱ्या ऊर्जेमुळे तुम्ही तुमच्या ध्येयाप्रत तुमच्या कल्पनेपेक्षा अधिक वेगाने पोहोचता. या शर्यतीत लोक जेव्हा तुमचा वेग कमी करण्याचा प्रयत्न करतात तेव्हा तुम्हाला ते ऐकायला क्षणभरसुद्धा वेळ नसतो. या जेट युगात संथ आणि धिम्या गतीनं वाटचाल करावी असे सांगणारी जुनाट वळणाची बडबड ऐकणं सहन होणारं नसतं. तुम्ही अंतिम रेषेच्या दिशेने जात असता तेव्हा तुमचं फक्त ध्येयावर लक्ष असतं. त्या वेळी तुम्ही खाली वाकून अडथळे टाळण्याचा प्रयत्न करू नका. तुमच्या मार्गातले दगड लाथेने उडवून तुमच्या प्रतिस्पर्ध्याच्या मार्गात फेकण्याचा प्रयत्न करू नका. तुम्ही जिच्या प्रेमात आहात त्या मुलीवर तुमच्यासारखाच जीव टाकणाऱ्या मुलाबद्दल तिच्या मनात वाईट भरवून देण्याने तुम्ही कदाचित तिचं प्रेम जिंकू शकाल, पण तुम्ही काय केलं होतं हे कळल्यावर (आणि एक दिवस ते नक्की कळेल) तिला पुन्हा कधी तुमचे तोंडसुद्धा पाहावंसं वाटणार नाही.

यशोमार्गात तुम्हाला शॉर्ट कट्सचा मोह नेहमी होत राहील... लाच देऊन झटपट काम करून घेणं, एखाद्याची मेहेरबानी घेणं, खोट्याचा आधार घेणं... या मार्गानं तुम्हाला जे हवे आहे ते नेहमी मिळत राहील. मेहनत आणि संयम यांच्या जोरावर जे मिळेल त्यापेक्षा या मार्गानं आणखी जलद मिळेल आणि एकामागून एक असे झटपट विजय मिळाले की, माणसाला असेच शॉर्ट कट्स घेत राहण्याचा निर्लज्ज धीटपणा येतो. हे कुणीही पाहत नाहीये असे कधीही समजू नका. आयुष्य हे नेहमीच पूर्ण वर्तुळ असतं. तुम्ही जे काही मिळवलं आहे ते जर शॉर्ट कट घेऊन किंवा नीतिमूल्ये डावलून मिळवलं असेल तर ते फुकट जाणारच. असं खरंच घडतं हे सिद्ध करण्यासाठी माझ्याजवळ कुठला शॉर्ट कट नाही. त्यामुळे जरा धीर धरा. जे घडेल ते सामोरे येईलच.

मनोगत – किशोर, किशोरी / नवयुवक-युवती यांचे

शॉर्ट कट्स आपल्या आयुष्यातील प्राधान्याच्या गोष्टींवर अवलंबून असतात. गोष्ट जेव्हा आपल्या नीतिमत्तेची असते तेव्हा खऱ्या चारित्र्याचा कस लागतो. कुणीतरी म्हटलं आहे की, 'प्रगती झाली ती कामं करण्याचे अधिक सोपे मार्ग

शोधणाऱ्या आळशी माणसांमुळे.' याचा अर्थ आळशीपणा करायला सुरुवात करा आणि तुमच्या कामाचा दर्जा घसरू द्या असा अजिबात नाही. याचा साधा-सरळ अर्थ आहे – तेच काम करण्याचे अधिक चांगले मार्ग शोधण्याचा प्रयत्न करा. त्यामुळे तुम्ही परिस्थिती किती परिपक्वपणे हाताळता ते महत्त्वाचं असतं आणि तुमची दृष्टी महत्त्वाची असते. योग्य प्रकारे घेतलेले शॉर्ट कट्स नवी वाट रुजवणारी उदाहरणे ठरू शकतात.

– प्रणव केळकर, वय २१ वर्षे
मुंबई, भारत

कधीकधी मला वाटतं आयुष्यात शॉर्ट कट घेता यावा. पण कितीही शॉर्ट कट्सचा शोध लागला असला तरी माझं आयुष्य त्याच गतीनं पुढं सरकतं आणि माझ्या पुढे पुढे जाण्याच्या घाईमध्ये मी विसरून जाते की, आयुष्याचा सर्वोत्तम भाग स्वत: आयुष्यच असतं. जे त्याच्या वेगात हरवून गेलं आहे.

– क्षितिजा वैद्य, वय १३ वर्षे
मेलबोर्न, ऑस्ट्रेलिया

मी २१व्या शतकात जगत आहे. आमच्या जीवनात जवळजवळ दर आठवड्याला नव्या तंत्रज्ञानाचा प्रवेश होतो. त्यामुळे आराम आणि सुखसोयींच्या जगात राहणं हा आमचा हक्कच आहे आणि त्यासाठी कधीकधी शॉर्ट कट्स घ्यावे लागले तरी चालेल! हीहीहीही! मात्र सैदव शॉर्ट कट्स घेत राहणं बरं नाही आणि नैतिकतेला धरूनही नाही असं मला वाटतं. तरीही कुणाच्या भावना दुखावल्या जात नाहीत तोवर शॉर्टकट्स घ्यायला हरकत नाही... पण ***फक्त कधीकधीच!*** *खरंच!*

– आवृत्ती शर्मा, वय १६ वर्षे
मुंबई, भारत

खरंच तुम्हाला असं वाटतं की, तुमच्या भावंडावर तुमच्यापेक्षा जास्त प्रेम केलं जातं, त्याचे जास्त लाड होतात, ते अधिक हवंहवंसं असतं आणि त्याला जास्त मिळतं?... की तुम्ही ते फक्त लक्ष वेधून घेण्यासाठी म्हणत असता? तुम्हाला खरंच असे वाटतं की तुमचे आईवडील त्यांचाच हिस्सा असलेल्या दोन मनुष्यजीवांपैकी एकाला झुकते माप देऊ शकतात?

तुम्ही थोरले असाल तर बहुतेककरून तुम्ही तुमच्या धाकट्या भावंडाच्या वागण्याबद्दल ते 'बेजबाबदार' / 'रडूबाई' / 'पोरकट' / 'बिघडलेलं आहे' असं म्हणत असाल. तुमच्यातला एक मन त्याच्या आकस्मिक आगमनामुळे आणि परिणामी तुमच्या आईबाबांचे लक्ष आणि वेळ खाण्यामुळे तुमच्या मनातली नाराजी आणि दुखरा कोपरा कधीही विसरणार नाही. आजवर त्यांचा सगळा वेळ तुमचा होता आणि त्यांचे लक्ष फक्त तुमच्यावरच केंद्रित होतं.

तुमच्या आईवडिलांनी तुम्हाला अगदी हसतखेळत समजावलं की, आता

तुम्हाला त्या टक लावून पाहणाऱ्या सोनेरी केसांच्या बाहुलीशी खेळण्यापेक्षा खऱ्याखुऱ्या बाळाशी खेळता येणार आहे. पण प्रत्यक्षात आलं एक किडकिडीत गाठोडं... जे सारखं भोकाड पसरतं आणि आईला उठून पळायला लावतं तुमच्यापासून दूर. ही शुद्ध फसवणूक आहे!

जर तुम्ही धाकटे असाल तर तुमच्या आयुष्यातला बहुतेकसा वेळ तुमच्या मोठ्या भावंडाला ज्या ज्या गोष्टी करता येतात त्या सगळ्या गोष्टी त्याच्यापेक्षा जास्त वेगाने आणि अधिक चांगल्या प्रकारे करण्याच्या प्रयत्नातच गेला असेल. तुम्ही आईच्या पोटातसुद्धा नव्हता तेव्हापासून त्या 'नशीबवान मनुष्यप्राण्या'ला जे स्वातंत्र्य, जो आत्मविश्वास आणि आईबाबांचा जरा जास्तच सहवास लाभलेला आहे तो तुम्हाला हवा आहे. नशीब किती अन्याय करतं!

जर तुम्ही मधले असाल – दुर्दैवानं घरातल्या पहिल्यावहिल्या आणि लाडाच्या शेवटच्या बाळांमध्ये दडपलेले असाल तर आपण 'बिन महत्त्वाचे' दुर्लक्षित आहोत, अशी दुःखद भावना तुमच्या मनात असण्याची खूप शक्यता आहे.

यातल्या काही गोष्टी अगदी खऱ्या असू शकतील, पण यातल्या बऱ्याचशा गोष्टी म्हणजे केवळ मनाचे खेळ आणि ठाशीव कल्पना असतात.

तुमचं एखादं भावंड अपंग असेल – थोरलं अथवा धाकटं त्याला ज्या गोष्टी करणं शक्य झाल्या नाहीत, त्या गोष्टी करण्यासाठी त्याची आशा तुमच्यावर असेल. शिवाय तुम्हाला वडीलधाऱ्यांच्या अपेक्षांचं ओझंही वागवावं लागण्याची खूप शक्यता आहे... त्यांनी त्यांच्या दोन्ही मुलांसाठी जी स्वप्नं पाहिली होती ती स्वप्नं पूर्ण करण्याची अपेक्षा आणि तुमच्या त्या भावंडाकडे कायमच जास्त लक्ष द्यावं लागणार व त्याची काळजी घ्यावी लागणार हे समजून घेण्याची जास्तीची जबाबदारी तुमच्यावरच असणार. एरवी तुम्ही तुमच्या अशा भावंडांना काहीही बोला, पण तुमची त्यांच्याशी मैत्री असेल अशी आम्हाला आशा आहे!

तुम्ही भावंडं अगदी 'दोघे दोन ध्रुवांवर' इतके दूर असाल, तुम्ही कधी समोरासमोर येत नसाल आणि तेच आईबाबा किंवा त्यांच्यापैकी कुणी एक (समजा तुम्हाला तुमच्याच आई किंवा बाबांचा, पण सावत्र भाऊ किंवा बहीण असेल तर) इतका पूर्णपणे वेगळा मनुष्यप्राणी कसा काय जन्माला घालू शकतो असा विचार मनात येत असेल तर लक्षात ठेवा – अजून खूप काळानं आम्ही गेल्यानंतर तेच तुमचं कुटुंब असणार आहेत.

मनोगत – किशोर, किशोरी / नवयुवक-युवती यांचे

सुदैवानं मला कधीही असं वाटलं नाही. कारण मला मनापासून भावंडं हवं होतं. मला ते जणू 'प्रतिष्ठेचे प्रतीक' वाटत होतं. कारण माझ्या सगळ्या मैत्रिणींना किमान एकतरी भावंड होतं... गप्पा मारायला, मजा करायला. त्यामुळे ही जणू माझी मागणीच होती. माझ्या आईनं आम्हा दोघा भावंडांना अतिशय कुशलपणे सांभाळलं हे मी कौतुकानं सांगायलाच हवं. शिवाय आमच्या दोघांत साडेबारा वर्षांचं अंतर असल्यामुळे आमच्यात किरकोळ भांडणं / मारामाऱ्या / मनस्ताप देणं हे प्रकार अगदी कमीत कमी घडले. त्यामुळे माझ्या बाबतीत भावंडांशी स्पर्धा – बरोबरी हा प्रकार अजिबात घडत नाही.

– रसिका जोशी, वय १८ वर्षे
पुणे, भारत

माझ्या मोठ्या भावाला जीसीएसईमध्ये मिळालेले गुण मला मिळणार नाहीत, याची मला काळजी वाटते. मी त्याच्याशी माझी सतत तुलना करत असते. तशी तुलना करू नये असं मला वाटतं; पण ते स्वाभाविकही वाटतं. जेव्हा माझ्या कुठल्याही महत्त्वाच्या परीक्षेचा निकाल लागतो तेव्हा माझ्या मनात त्याच्या गुणांशी तुलना होतेच आणि माझे गुण जास्त चांगले पाहिजे होते असं मला नेहमी वाटतं.

– जान्हवी लिमये, वय १३ वर्षे
स्लाऊ, यूके

कधीकधी मला छोटी भावंडं वैतागवाणी वाटतात. कारण सगळ्यांचं लक्ष त्यांच्याकडेच असतं आणि आईवडीलही नेहमी थोरल्या भावंडालाच सांगतात की, "तुला तिच्या/त्याच्यापेक्षा जास्त कळायला पाहिजे." पण दिवसाअखेरीला मला इतकं छान भावंडं असल्याबद्दल आपण सुदैवी आहोत असं नेहमी वाटतं.

– गायत्री कुलकर्णी, वय १० वर्षे
मिल्टन कीन्स, यूके

मला जुळी बहीण आहे. त्यामुळे आमच्या दोघींत मी धाकटी अथवा थोरली ठरत नाही. मात्र कधीकधी मी थोरली असल्याचा आव आणते. आम्ही दोघी बहिणी दिसायला सारख्या आहोत, एवढं सोडलं तर आमच्यात काहीही समानता नाही. तिनं माझं अनुकरण करायचा कधीही प्रयत्न केलेला नाही. आम्ही दोघींनीही कायम शक्य तितकं वेगळं असण्याचा प्रयत्न केला आणि आम्ही दोघी आमच्याकडे समान गोष्टी असू नयेत यावर कायम लक्ष ठेवतो. कधीकधी मला आमचे वडील तिच्या बाजूचे आहेत, असं वाटतं. पण त्या वेळी माझी आई माझ्या बाजूनं जास्त असते. माझी बहीण आमच्यातली प्रत्येक गोष्ट किंवा तक्रार आईबाबांना जाऊन सांगत नाही. माझ्या दृष्टीनं आमचं दोघींचं नातं इतर भावंडांपेक्षा खूप निराळं आहे.

– मार्जिया हुसैन, वय १३ वर्षे
मुंबई, भारत

आम्ही जुळ्या असल्यामुळे आमच्यामध्ये कुणीच थोरलं नाही. तरीसुद्धा मी थोरल्या बहिणीसारखं वागण्याचा प्रयत्न करत 'ताईगिरी' करत असते. आमचं भांडण होतं तेव्हा आम्ही आमच्या आईबाबांना त्यांचे मत विचारतो. बाबा आमचं सगळं भांडण ऐकूण घेतात आणि मगच त्यांचं मत देतात. माझी आई मात्र मला सांगते, "नबिला, तू मार्जियाला जे करायचंय ते का करू देत नाहीस? तू प्रत्येक वेळी मध्ये पडायची गरज नाही." माझ्या आईचं बरोबर असतं, पण मला तिच्यावर टीका केल्यावाचून राहवतच नाही!

– नबिला हुसैन, वय १३ वर्षे
मुंबई, भारत

- ते तुमच्या आयुष्यातली एकमात्र अढळ व्यक्ती आहेत आणि ते तुम्हाला असं वागवतात जणू तुम्ही त्यांच्या अस्तित्वाचं एकमात्र कारण असावं. त्यांनी स्वत:साठी काहीतरी वेगळं करण्याचा विचार करावा असं तुम्हाला वाटतं!
- ती तुमच्या माहितीतली एकमेव पूर्णवेळ पालक आहे. ती तुमचं सर्वांपासून रक्षण करते; पण प्रत्यक्षात ती किती हळवी आहे ते तुम्ही पाहता. त्यामुळे तुम्हाला तिचे वेदना, दु:ख यांपासून रक्षण करावंसं वाटतं.

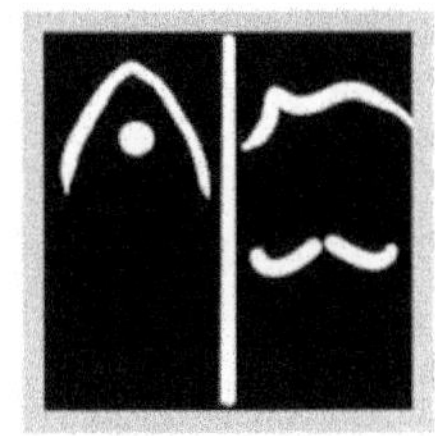

अगदी वाईटात वाईट, दु:खद परिस्थितीतसुद्धा तुमचे एकुलते पालक आनंदी असल्याची बतावणी करत असतील... कारण त्यांना त्यांच्या दु:खाची सावली तुमच्यावर पडू द्यायची नसते. त्यांची नोकरी आणि घरकाम यांत ओढाताण होत असेल, ते व्यावसायिक दौरे, आव्हानात्मक कामं टाळत असतील आणि तरीसुद्धा ते तुमच्यासाठी वेळ काढत असतील.

एकुलते पालक

तुम्ही एकमेकांची वाट पाहिली असेल, दोघांनी मिळून स्वयंपाक केला असेल, छानशा खाद्यपदार्थांचा मनमुराद आस्वाद घेतला असेल, टेकडीवर गेल्यानंतर केसात शिरणारं वारं अनुभवलं असेल, हॉट चॉकलेट पितापिता गप्पा मारल्या असतील, तासन्तास खरेदी केली असेल, अंगाला न येणारे कपडे घालून पाहिले असतील, नंतर बसत नाहीत म्हणून टाकून दिले असतील, समुद्राच्या लाटा पायांवर घेतल्या असतील, भावुक करणारे सिनेमे पाहताना ढीगभर पॉपकॉर्न फस्त केले असतील. तुम्हाला या पृथ्वीतलावर येऊन दोन दशकांपेक्षा कमी काळ झाला आहे, पण हा जणू जन्मजन्मांतरीचा रेशीमबंध असावा, असं वाटतंय.

कदाचित तुमचे आईवडील घटस्फोटित असतील आणि तुम्ही आई किंवा बाबांकडे अधूनमधून जात असाल. त्यांच्याशीही तुमचे बहुधा तितकेच घट्ट भावबंध असतील किंवा त्यांना तुमच्यासोबत आणखी थोडा वेळ एकत्र घालवावा असं वाटत असेल किंवा तुम्ही आई किंवा बाबा या 'दुसऱ्या' पालकाला कधी पाहिलेलंच नसेल... कारण काहीही असेल. तुम्ही आई वा बाबा ज्या पालकासोबत राहत

आहात त्यांनी 'दुसऱ्या' पालकाची उणीव भरून काढण्याचा प्रयत्न केला आहे, आणि तुम्हाला ते नक्कीच समजत आहे.

याचबरोबर, तुम्हाला कदाचित अपेक्षांचं दडपण जाणवत असेल.

"तुझ्या आईनं तुझ्यासाठी इतका त्याग केला आहे. तू तिला अभिमान वाटावा असं बनलं पाहिजेस."

"इतक्या लवकर परदेशी जाण्याचा विचार करू नकोस. शेवटी बाबांना तू एकटाच आहेस."

हे कितीही खरं असलं तरी हे बरोबर नाही! काहीही असलं तरी तुम्ही 'मला जन्माला घाला' किंवा 'मला सांभाळा' म्हणून सांगितलं नव्हतं!

या एकुलत्या पालकांनी तुम्हाला सांभाळण्यासाठी स्वत:ला वाहून घेतलेलं असतं. त्यांनी तुमच्यावर खूपखूप प्रेम केलेलं असतं, त्याचबरोबर त्यांनी तुम्हाला स्वतंत्रपणे जगण्याची, स्वत:चं एक वेगळं विश्व निर्माण करण्याची संधी दिली पाहिजे. तुमच्याशिवाय राहण्याची त्यांना सवय करायला हवी, यासाठी त्यांना मदत करा ते शिकतील.

आई किंवा बाबांसाठी 'डेट' ठरवण्याची कल्पना कशी वाटते? तो आरंभबिंदू ठरू शकतो... होय ना?

मनोगत – किशोर, किशोरी / नवयुवक-युवती यांचे

आई किंवा बाबा या दोघांपैकी एकाबरोबर राहणं फार वेगळं असतं आणि ते नेहमी सोपंही नसतं! आई आणि बाबा असे दोन्ही पालक तुमच्यासोबत असतात तेव्हा त्यांपैकी एकाला तुमच्या गरजांबद्दल सहानुभूती असते, तो तुम्हाला जास्त समजून घेतो आणि सामान्यत: तो दुसऱ्यापेक्षा तुमच्या जास्त जवळ असतो. दुसरा कडक, सरळमार्गी आणि कधीकधी असंवेदनशील असू शकतो... तो तुम्हाला कठोर पद्धतीनं जीवनाचं वास्तव दाखवण्याचा प्रयत्न करत असतो! आई व बाबा' हे दोन्ही पालक एकाच नाण्याच्या दोन बाजूंसारखे असतात... दोघांनाही तुमच्या आयुष्यात महत्त्वाची भूमिका बजावायची असते! मात्र आई किंवा बाबा यांपैकी एकासोबत राहताना ते तुम्हाला समजून घेऊ शकणार नाहीत आणि वास्तवापेक्षा खूपच अपेक्षा करतील अशी शक्यता असते. आई किंवा बाबा यांच्यापैकी एकच कुणी असेल तर ते एकाच वेळी दोन भूमिका बजावण्याचं ओझं वागवत असतात. कधीकधी त्यांना आपण त्यात अपयशी होत आहोत, असं वाटतं तेव्हा त्यांच्या मनातली अपराधीपणाची जाणीव अशा पद्धतीनं व्यक्त होते ज्याचा मुलाला खरोखर अर्थ लागत नाही. मुलाला आई किंवा बाबा यांच्यापैकी एकाच्या अनुपस्थितीत जमवून घ्यावं लागतं तेव्हा ते त्या आई किंवा बाबांसाठीही सोपं नसतं!

– रेवती कुलकर्णी, वय १७ वर्षे
मुंबई, भारत

या लेखात म्हटलं आहे त्याप्रमाणेच; माझी आई आणि मी चांगल्या मैत्रिणी आहोत. आता मला आणखी एक पालक आहेत माझे सावत्र बाबा. आता आम्ही यूकेमध्ये सुखी आयुष्य जगत आहोत. तुम्हाला लहानाचं मोठं करणारे पालक विशेषत: एकुलते पालक, दुसऱ्या पालकाची उणीव भरून काढण्याचा सर्वतोपरी प्रयत्न करतात, आणि त्यात ते जराही कुठं कमी पडले, तर तुम्ही ते स्वीकारण्याची गरज आहे. ते अजूनही प्रयत्न करत आहेत, आणि कायम प्रयत्न करत राहतील.

– मही जोशी, वय १२ वर्षे
मिल्टन कीन्स, यूके

हा जास्त करून मुलींच्या बाबतीतला विषय आहे... मुलांच्या बाबतीत हा प्रश्न फारसा नसतो, का बरं? कदाचित मुलांना रात्री घरी उशिरा येण्याची नेहमी परवानगी दिली जाते, पण आईवडिलांना मुलींनी मात्र रात्री लवकर घरी यायला हवं असतं... अगदी ती मैत्रिणीच्या घरी गेलेली असली तरी, हे कारण असू शकेल!

'स्लीपोव्हर' म्हणजे मजा असते. का कोण जाणे, पण कॉफीच्या निमित्तानं किंवा अगदी जेवायला एकत्र जमण्यातसुद्धा 'स्लीपोव्हर'इतकी मजा नसते. रात्रीचं जेवण झालं, मागचं सगळं आवरून झालं, अंगात आरामदायी पायजमा चढवला आणि छानशा उश्या जागेवर असल्या की, गप्पांना खरा रंग चढू लागतो! हृदयभंगाची गुपितं, दुःख आणि अश्रू, जिथं विसावून अश्रूंना वाट द्यावी असा खांदा, मनापासूनचा सल्ला आणि खरेखुरे भावबंध...

पण 'स्लीपोव्हर्स'मध्ये एक (अना)आवश्यक वाईट भाग असतो, तो म्हणजे आईवडिलांची देखरेख. इथेसुद्धा बरोबरच्यांचं दडपण असतंच आणि ते दडपण

घेण्याच्या तुमच्या (अ)क्षमतेनुसार तुमच्या बिचाऱ्या आईवडिलांवरसुद्धा ते येतच असतं... आपल्या मुलींच्या मैत्रिणी घरी येतात, तेव्हा 'शोभेल' असं वागण्याचं.

- एखादीची आई तिची इच्छा इतरांवर लादणारी असते आणि ती तिच्या मुलीच्या मैत्रिणींच्या बाबतीत अति हस्तक्षेप करते.
- एखादीची आई स्वयंपाकाचा छानसा बेत करण्याच्या बाबतीत अजिबात कल्पक नसते.
- एखादीचे बाबा अतिशय चांगले असतात... त्यांच्या मुलीला आणि तिच्या मैत्रिणींना कुठल्याही वेळी गाडीतून आणायला, न्यायला आनंदानं तयार.
- एखादीचे बाबा अगदी लाजिरवाणे वागतात... ते जेवणानंतर ढेकर देतात, अगदी सगळ्यांच्या समोर.
- काही जणींच्या आईबाबांना खरोखर थोडं शिकवण्याची जरुरी असते... मुलीच्या मैत्रिणी घरी आलेल्या असताना त्यांनी भांडू नये.
- काही जणींचे आईबाबा एकमेकांशी फारच लाडिकपणे वागतात – जेवणानंतर

मागचं आवरताना त्यांनी चुंबन घेतलं आणि त्यांचे 'गुड नाइट हग' तर कधी संपणारच नाही असंच त्यांच्या मुलीला वाटतं!

याबाबतीत तुम्ही आमच्याबद्दल अजून तरी तक्रार केलेली नाही. त्यामुळे आम्ही चांगले आईबाबा असण्यासाठी योग्य गोष्टी करत आहोत असे आम्ही समजतो. या गोष्टी बाजूला ठेवू या, पण तुमच्या मैत्रिणी आपल्याकडे आल्याचा आम्हाला आनंद आहे (आम्हाला किमान त्या कशा दिसतात एवढंतरी कळलं... तुमच्या बाबतीतल्या गोष्टींच्या संपर्कात असल्यासारखं वाटलं.) तुम्हालाही तुमच्या मैत्रिणींकडे जाऊ देणं आम्हाला आवडतं. कदाचित तुमच्या लक्षात येणार नाही... पण प्रत्येक घरांतील जीवनशैली आणि घरातल्या लोकांचं वागणं यामध्ये फरक असतात. ते फरक तुम्हाला शिकवतील की, लोक वेगवेगळ्या प्रकारचे असतात आणि वेगळे आहेत याचा अर्थ ते चांगले नाहीत असा नसतो! विभिन्नता आणि स्वीकार या संदर्भातले हे उत्तम धडे आहेत.

ते अनुभवा!

मनोगत – किशोर, किशोरी / नवयुवक-युवती यांचे

आई, हे फक्त एका रात्रीपुरतं तर आहे! काळजी करू नको. ती मला इजा करणार नाही... आणि मी काही कायमची निघालेली नाही. मी तुला वचन देते की मी काहीही वेड्यासारखं करणार नाही (इथं आमच्या चेहऱ्यावर खी खी हास्य आहे.) बाबा, तुम्ही आम्हाला गाडीतून इकडेतिकडे नेण्याची गरज नाही. आम्ही मॉलपर्यंत चालत जाऊ. ते काही फार दूर नाही. थोडंसं चालण्याचा व्यायाम झाला तर आम्हाला काहीही अपाय होणार नाही!

– ऐश्वर्या राज, वय १६ वर्षे
पुणे, भारत

'स्लीपोव्हर'च्या वेळी आईबाबांनी 'परीक्षण' करण्याचा मला फारसा अनुभव नाही. मला आणि माझ्या मैत्रिणींना ही वस्तुस्थिती नीट समजते की, प्रत्येक कुटुंब वेगळं असतं, कारण ते लोक वेगळे असतात. इतरांची जीवनशैली माझ्या स्वत:च्या जीवनशैलीपेक्षा कशी वेगळी असू शकते, हे पाहणं मला फार मनोरंजक वाटतं.

– जान्हवी लिमये, वय १३ वर्षे,
स्लाऊ, यूके

ते छान असतं का? मला वाटतं, असावं. बरेच पुरुष व काही मोठ्या बायका ते करतात. युवक, युवती करतात. त्यामुळे तुम्हीही ते करू शकता हे तुम्हाला सिद्ध करायचं आहे का? तुम्हीही अर्थातच ते करण्यास सक्षम आहात. खरंतर, तुम्हाला एखादी गोष्ट खरोखर करायची असल्यास त्यापासून तुम्हाला कुणीही रोखू शकत नाही.

मी म्हणेन, तुम्ही करून पाहा, अनुभव घ्या. मी धूम्रपान करत नाही; पण कोपऱ्यावरच्या दुकानातून सिगारेट आणायला तुमच्यासोबत येईन... तर मग आपण दिवाणखान्यात आहोत... धूम्रपानाचा आस्वाद घेतोय. आता सुरुवात कशी करायची?... जुन्या चित्रपटात करतात तशी ''हे, यू हॅव गॉट्टा लाइट?''... अशी?

आता तुम्ही ती पांढरी पातळ सुरळी शिलगावून तुमच्या गुलाबी ओठांत धरली आहे. त्यांतील विषारी वस्तू श्वासात भरून घ्या. डोळे बारीक करून स्वप्नात हरवल्याचा 'भाव' द्या आणि धुराची वर्तुळं काढण्याचा प्रयत्न करा. तुम्हाला असं

करण्याने 'कूल' वाटलं असेल, असं मी समजते. कारण मला काहीही वाटलं नाही... तुम्हाला हे कृत्य करताना पाहत असतानाही काही वाटलं नाही आणि मी सोळा वर्षांची असताना मैत्रिणींच्या खिदळत्या घोळक्यासमवेत त्याचा पहिल्यांदा अनुभव घेतला होता तेव्हाही काही वाटलं नव्हतं. (आम्हीसुद्धा खूप साहसी होतो बरं का!)

आता तुम्ही लोकांना अधिकृतपणे सांगू शकता की, तुम्ही धूम्रपानाचा अनुभव घेतला आहे. त्यात कूल वगैरे काही वाटलं नाही. वयाच्या सोळाव्या वर्षी स्वत: त्याचा अनुभव घेणाऱ्या मैत्रिणी आणि आता वयाच्या छत्तिसाव्या वर्षी दुकानातून सिगारेट आणायला जाण्यास तयार असलेलीचा विषय सोडून द्या. धूम्रपानाचा जरासा अनुभव घेतलेल्या आम्हा चौघींपैकी कुणीही पुढे 'स्मोकर' बनली नाही.

मी मान्य करते... मी अगदीच बेकार ठरले. मला नीट झुरकासुद्धा मारता आला नव्हता. मग मस्त दिसणारी धूम्रवलयं करता येणं तर दूरच. बाकी सगळ्या जणींना ते चांगलं जमलं, त्या अगदी 'कूल' दिसत होत्या... मात्र त्यांनी पुन्हा ती

कधाही हातात धरली नाही.

मनोगत – किशोर, किशोरी / नवयुवक-युवती यांचे

सर्वप्रथम 'कूल'चा अर्थ समजून घेणं महत्त्वाचं आहे. माझ्या दृष्टीनं, 'कूल' असणं म्हणजे काहीतरी धोक्याचं काम करणं, पण त्याच वेळी ते छाप उमटवणारं असलं पाहिजे. सामान्यत: अप्रशिक्षित किंवा त्या कामासाठी सुयोग्य नसलेल्या व्यक्तीला करणं शक्य होऊ नये. माझे बाबा म्हणतात, धूम्रपानामुळे मज्जातंतू सैल होतात. कदाचित धूम्रवलयामुळे ताण कमी होत असेल. मी कधीही झुरकासुद्धा मारलेला नाही, पण मी माझ्या मित्रांना मात्र धूम्रपानापासून परावृत्त करू शकलो नाही. आपल्या आरोग्याला असणाऱ्या धोक्याचा विचार करता बाइक चालवणंसुद्धा धोक्याचं असतं, म्हणून आपण ते थांबवलंय थोडंच?

– अद्रीश घोषाल, वय २२ वर्षे
मुंबई, भारत

सोशल नेटवर्क्स सदैव हजर असतात आणि तुम्हीही! सोशल नेटवर्किंग ही संकल्पना अस्तित्वात येण्याआधी तुमच्या आधीच्या पिढ्या मित्रमैत्रिणी जोडणं, नाती टिकवणं आणि मित्रमैत्रिणींशी संपर्क साधणं या गोष्टी कशा करत असतील, सेलफोन व इंटरनेटवाचून त्यांचे कसे काय चालत असेल, याची कल्पनासुद्धा तुम्हाला करता येणार नाही! तेव्हाचा मोठा फरक हा होता की, संपर्क थेट त्या व्यक्तीशी असे... एकाचा एकाशी. ज्या माणसाशी संपर्क साधायचा आहे तोच माणूस प्रतिसाद द्यायचा. त्या वेळी आयुष्य म्हणजे जिताजागता 'दस्तऐवज' नव्हता. ज्यावर तासातासाला 'तुमचे दिनविशेष' दिले जातील – तुम्ही काय जेवलात, तुमच्या गावात गारठा आहे का उकाड्यानं अंगाची लाहीलाही होतेय, का धुवाधार पाऊस पडतोय, तुम्ही नुकतेच समारंभाला गेला होता तिथं काय पोशाख घातला होता...

पिढ्यान्‌पिढ्या फोटो काढणाऱ्या माणसांना स्टुडिओत जाऊन फोटो प्रिंट

करून आणून प्लॅस्टिक फोटो अल्बममध्ये नीट लावावे लागत. आता फोटो काढला की, तो जगाच्या दुसऱ्या टोकाला असणाऱ्या माणसाला पाहता येण्यासाठी 'प्रसिद्ध' करता येतो ही खरोखर जादूच आहे!

सोशल नेटवर्क्स अर्थातच उत्तम आहेत आणि आगामी वर्षांत ते संपर्काचे सर्वांत सोपे आणि सर्वांत लोकप्रिय माध्यम राहील असं वाटतं. सर्व वयोगटातल्या आणि संस्कृतींतल्या लोकांच्या हे ध्यानात आलं आहे. त्यामुळे वेबवर 'पब्लिक प्रोफाइल्स'चा सर्वत्र सुळसुळाट झाला आहे. 'सोशल नेटवर्क'वर असण्यासाठी परवानाप्राप्त वयाच्या अलीकडच्या मुलांपासून ते उत्साही प्राचीन जिवांपर्यंत (ज्यांनी संगणकाचा शोध, अवजड सेल फोन्सच्या जमान्यापासूनची कौतुक वरण्याजोगी स्थित्यंतरं पाहिली आहेत, ई-मेल वापरताना आटापिटा केला आहे, ती वयस्कर माणसंसुद्धा) सगळे जण आता 'व्हर्च्युअल वर्ल्ड'मध्ये 'पोकिंग, पिंगिंग', मजेत करत आहेत. ऑनलाइन मित्र असण्याची विनंती करत आहेत; स्वीकारतही आहेत.

जो माणूस सोशल नेटवर्कबाबत अडाणी आहे, तिथं दिसत नाही अथवा तिथं

नसण्याबाबत दुराग्रही आहे, तो माणूस कशालातरी मुकतोय असं तुमच्या पिढीला वाटणारच. पण आपली सार्वजनिक प्रतिमा तयार करणं, ठरावीक काळानं त्यामध्ये फेरफार करणं आणि स्वतः अत्याधुनिक असण्याची प्रतिमा टिकवून ठेवण्याच्या तुमच्या उत्साही चिकाटीच्या पायी तुम्ही खऱ्या नातेबंधांना मुकत आहात का? तुमच्या जवळच्या नात्यातले आणि तुमचे जवळचे मित्रमैत्रिणी यांना थोडं जास्त महत्त्व द्यावं असं तुम्हाला वाटतं का? तुमच्या आयुष्यातल्या सगळ्यात महत्त्वाच्या घटनांबद्दल तरी तुम्ही त्यांच्याशी प्रत्यक्ष बोलावं, ई-मेल करावी किंवा किमान टेक्स्ट मेसेज तरी पाठवावा अशी अपेक्षा त्यांनी करावी का? का, हे सगळे लोक तुमच्या 'व्हर्च्युअल फ्रेंड्स' आणि त्यांचे फ्रेंड्स अशा सतत वाढणाऱ्या नेटवर्कमधलेच व्हर्च्युअल प्रोफाइल्स... एवढंच त्यांचं स्थान आहे? त्यांनी सोशल प्रोफाइल तयार न करण्याचा देहान्तशासनपात्र गुन्हा केला किंवा मेलबॉक्सेस तुंबण्याच्या भीतीनं त्यांनी असंख्य अपडेट्सकडे दुर्लक्ष केलं म्हणून काय झालं... ते तुमच्या आयुष्याच्या परिघात असण्याच्या लायकीचे अजिबात नाहीत?

मनोगत – किशोर, किशोरी / नवयुवक-युवती यांचे

'सोशल नेटवर्किंग'नं आपल्या आयुष्याचा ताबा घेतला आहे. तुमचं 'अकाउंट' नसेल तर तुम्हाला ताज्या घडामोडींशी मेळ राखणं अशक्य आहे. आमचं 'कॉलेज पेज' आहे. तिथं आम्हाला कॉलेजधली प्रात्यक्षिकं, कार्यक्रम याबद्दल अद्ययावत माहिती मिळते, एवढंच नव्हे तर आम्ही शिक्षकांना शंकाही विचारू शकतो. माझा नृत्याचा क्लास आमच्या क्लासच्या नवीन क्लास व्हिडिओ फेसबुकवर 'अपलोड' करतो, त्यावरून आम्ही घरी नृत्याचा सराव करू शकतो! हे सगळं इतक्या थराला जाऊन पोहोचलं आहे, की माझ्या वर्गमैत्रिणींच्या घरी कुणी निवर्तल्याचे मला फेसबुक वॉलवर सांत्वनपर संदेश वाचून कळलं. गेल्या तीन महिन्यांत दोनदा असं घडलं आहे. आणि त्यापेक्षाही वाईट गोष्ट म्हणजे त्यातल्या एका मैत्रिणीनं वॉलवरच त्या संदेशांना उत्तरही दिलं होतं!

– नमिता दळवी, वय १९ वर्षे
पुणे, भारत

जेव्हा लँडलाइनवरून फोन करावा लागत होता आणि भेटण्याची वेळ व ठिकाण ठरवावं लागत होतं तो काळ मी पाहिला आहे. त्यात घडलेला बदलही मला जाणवतो आहे. आज आपण किती सहजतेने बेत आखू शकतो वा बदलू शकतो. मला वाटतं एखाद्याला प्रत्यक्ष समोरासमोर भेटण्याचं महत्त्व लक्षणीयरीत्या कमी झालं आहे. शिवाय तुम्ही म्हणता तसं आधी वेळ न घेता एखाद्या मित्राच्या घरी जाणं किंवा या 'व्हर्च्युअल वर्ल्ड'मध्ये सर्वानुमते ठरल्याखेरीज मित्र जोडणं, या गोष्टी कालबाह्य होऊ घातल्या आहेत. कदाचित दुर्दैवी गोष्ट असेल, पण आम्ही अशा जगाच्या दिशेनं निघालो आहोत, जिथं हे व्हर्च्युअल समांतर अस्तित्व नसणं

स्वीकारलं जाणार नाही. जर योग्य प्रकारे वापर केला तर सोशल नेटवर्किंग हे संपर्कात राहण्याचं अभूतपूर्व माध्यम आहे.

– शारंग किर्लोस्कर, वय २० वर्षे
पुणे, भारत

आम्ही लहान होतो तेव्हा आम्हाला माहीत असलेली एकमात्र सावत्र आई म्हणजे गोष्टीतली सिंड्रेलाची दुष्ट सावत्र आई... जी तिला घरातलं सगळं काम करायला लावायची, जिनं तिला राजवाड्यातल्या भव्य मेजवानीला जायची परवानगी दिली नव्हती आणि एकूणच तिनं सिंड्रेलाचं आयुष्य दु:खिकष्टी केलं होतं.

तुमच्या नैसर्गिक आईवडिलांचं एकमेकांशी लग्न झालेलं असेल तर छानच, मग तुम्हाला काळजी करण्याचं कारण नाही. तरी पुढं वाचा... पुस्तकी ज्ञान म्हणून! पण जर तुम्हाला सावत्र आई अथवा सावत्र वडिलांशी संवाद साधावा लागत असेल किंवा त्यांच्याबरोबर राहावं लागतं असेल, तर त्यातल्या गुंतागुंतीचा आनंदानं स्वीकारा.

जर तुमच्या जन्मदात्या आईनं अथवा वडिलांनी दुसऱ्या कुणाशी लग्न केलं आणि अचानक तुम्हाला या नव्या व्यक्तीशी संवाद साधावा लागला – जणू ती व्यक्ती कायमच तुमच्या सहवासात असल्यासारखं वागावं लागलं, तर ते सोपं

असत नाही... अगदी तुमची त्याला हरकत नसली तरी.

तुम्हाला बऱ्याच गोष्टींना तोंड द्यावं लागतं :

- हे नवे बाबा तुमच्या खऱ्या बाबांइतकेच (जे आता तुमच्यात नाहीत) चांगले आहेत? जर ते बऱ्यापैकी चांगले नसतील तर तुम्ही त्यांच्याशी चांगलं का वागावं?... खरंतर ते तसे ठीक आहेत. मी मोठा / मोठी असल्यासारखे ते माझ्याशी बोलतात. ते कधीही आवाज चढवत नाहीत आणि मला एखादी गोष्ट हवी असेल, तर ते ती गोष्ट मला आवर्जून मिळवून देतात.
- पण ते जर खरंच चांगले असतील, तर मग सगळं अधिकच गुंतागुंतीचं होतं. हा माणूस तुम्हाला आवडणं म्हणजे तुमची तुमच्या खऱ्या बाबांप्रती निष्ठा नसणं; असं आहे का? तुम्हाला नवे बाबा आवडणं म्हणजे तुम्हाला तुमचे खरे बाबा आवडत नाहीत असा अर्थ कुणी सांगितला?
- हे नवे बाबा आईचं लक्ष वेधताहेत का? तिचा वेळ घेत आहेत का? या माणसाचा तिच्या आयुष्यात प्रवेश होण्याआधी तिचं फक्त तुमच्यावर आणि

तुमच्यावरच लक्ष केंद्रित होतं. पण खरं सांगायचं तर, असं नाही... ते दोघंही तुम्ही त्यांना हवेहवेसे आहात असं तुम्हाला वाटावं यासाठी सर्वतोपरी प्रयत्न करत आहेत. हे सगळे तुमच्याच मनाचे खेळ आहेत!

- आता सावत्र आई आली आहे. माझे बाबा तिच्याशी इतकं छान कशासाठी वागत आहेत? त्यांचं नवं बाळ त्यांचा सगळा वेळ खात आहे. मी आता मोठा / मोठी आहे म्हणा! पण सावत्र आई माझ्या आवडीनिवडी जाणून घेण्याचा, जे चाललं आहे ते मला आवडतंय ना हे पाहण्याचा प्रयत्न करत असते... ती ठीक आहे; पण माझी आई माझी आहे... ही बाई माझी आई नाही.
- बरं! त्या दोघांनीही लग्न करण्याआधी तुम्हाला विचारलं होतं... तुमची काही हरकत नाही ना, हे जाणून घेतलं होतं. या निर्णयामुळे ती सुखी होईल असं तुम्हाला वाटलं होतं. सगळ्यात महत्त्वाचा मुद्दा होता तो! नवे बाबा तिची छान काळजी घेत आहेत, तिला सुखात ठेवत आहेत. तुम्हाला हेच तर हवं होतं.

कोणत्याही नव्या नातेबंधामध्ये विशेषत: ते बंध जर दु:खाच्या किंवा मतभेदांच्या टप्प्यानंतर जुळले असतील तर अनिश्चिततेचा काळ असतोच असतो. तुम्ही इतर कितीतरी जणांशी भावबंध जोडण्यात यशस्वी होता – शाळेत शिक्षकांशी, स्नेहार्त शेजाऱ्यांशी, कामाच्या ठिकाणी अनुभवी मार्गदर्शकाशी किंवा एखाद्या वयस्क मित्रमैत्रिणीशी. या नात्यांचा रंग तुमच्या आयुष्यात अगदी सहजपणे मिसळून जातो. कारण तुम्ही या नात्यांना 'भाऊ / बहीण / पुतण्या / मावशी / काका' अशा कुठल्या चौकटीत बसवण्याचा प्रयत्न करत नाही. मग तुम्ही नवी आई किंवा नवे बाबा यांना तुमच्या आयुष्यात जबरदस्तीनं नात्याच्या चौकटीत का बसवता? ते जसे आहेत तसं त्यांना राहू द्या... तुमचं तुमच्या ज्या आई / बाबांवर खूप खूप प्रेम आहे त्यांच्या आयुष्यात सकारात्मक बदल घडवून आणणारी व्यक्ती म्हणून तुम्ही त्यांच्याकडे बघा. तुम्ही त्यांना कोणत्याही नावानं संबोधा, पण ते ते आहेत आणि तुम्ही तुम्ही आहात... सर्वांनाच आहे तसं जगू द्या, तुम्हाला छानशी उबदार मैत्री फुललेली दिसेल.

मनोगत – किशोर, किशोरी / नवयुवक-युवती यांचे

माझं माझ्या खऱ्या बाबांपेक्षा सावत्र बाबांवर जास्त प्रेम आहे. ते खूप छान आहेत, आनंदी आणि विनोदप्रिय आहेत. आता आमच्या घरात सुख ओसंडून वाहतंय. माझ्या धाकट्या भावामुळे तर आमचं आयुष्य आणखी छान बनलं आहे. आमच्या आयुष्यात विलक्षण थरारही आहे. कारण माझे सावत्र बाबा इंग्रज आहेत, त्यामुळे आम्ही ऑस्ट्रेलियाहून इंग्लंडमध्ये त्यांच्याबरोबर आलो आहोत.

– कीली हॅरीस, वय १२ वर्षे
मिल्टन कीन्स, इंग्लंड

* **हो,** तुम्ही आता पाच वर्षांचे छोटे नाही हे आम्हाला समजतंय आणि "आईनं सांगितलंय की, अनोळखी माणसांशी बोलायचं नाही, म्हणून मी नाही बोलणार" असं गोड बोबड्या बोलांत सांगण्याचं तुम्ही वयही पार केलेले आहे, याचीही आम्हाला जाणीव आहे.

* हो, क्लासनंतर घरी पायी चालत येण्याच्या बाबतीत तुमच्या मित्र / मैत्रिणीची आई आमच्याइतकी घाबरट नसते हेही आम्हाला समजतं.

तुम्ही आता प्रौढत्वाच्या उंबऱ्याशी येऊन ठेपला आहात आणि स्वत:ची काळजी घेण्यास पूर्ण सक्षम आहात याची आम्हाला कल्पना आहे. तुम्ही मोठे झाला आहात, तुम्हाला असे स्वतंत्र झालेलं पाहताना आम्हाला खूप छान वाटतं. खरंतर आम्हाला तुम्ही जसे घडला आहात, आयुष्यात तुम्ही नव्या गोष्टी स्वत:च्या स्वत: शोधत आहात याचा अत्यंत अभिमान वाटतो. तुमचा हाच आत्मविश्वास तुम्हाला

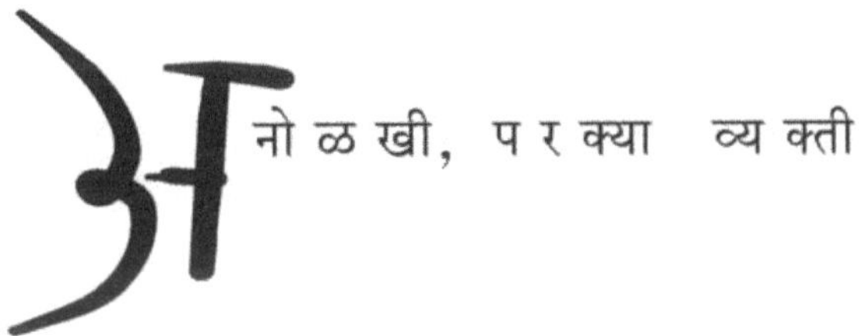

अनोळखी, परक्या व्यक्ती

खूप पुढं नेईल!

पण तरीही अनोळखी व्यक्ती या अनोळखीच असतात... त्या वृद्ध असोत वा तरुण, प्रेमळ, गोड, मैत्रिपूर्ण आणि कितीही निरुपद्रवी वाटत असल्या तरी त्या अनोळखीच असतात. तुम्ही असाहाय्य आहात किंवा तुम्ही स्वत:ची काळजी घेण्यास असमर्थ आहात, यामुळे त्यांचे गैरउद्देश किंवा अनपेक्षित कृती ठरणार नसतात. समस्या असते ती त्या माणसांची, तुमची नव्हे (आणि जगात वाईट वृत्तीची बरीच माणसं असतात).

लहानपणी तुम्ही घोकून पाठ केलेला नियम अजूनही लागू होतोच.

अनोळखी माणसांशी जास्त संभाषण वाढवू नका. रोजच्या बसच्या वाटेवर मान हलवून ओळख दाखवणं किंवा पुस्तकांच्या दुकानातल्या मदतीस तत्पर माणसाचं मैत्रिपूर्ण हास्य या गोष्टी मैत्री जोडण्यासाठी पुरेशा ठरत नाहीत.

अनोळखी माणसांकडून येणारे छुपे कुलपी गोळे आणि बोलण्याचं निमित्त ठरणाऱ्या ओळी...

- "तू इथं जवळच राहतेस / राहतोस?" (तुम्ही दररोज याच बस स्टॉपवर बसमध्ये बसता... म्हणजे उघड आहे.)
- "फ्रेंच ही फार सुंदर भाषा आहे." (तुमच्या हातात फ्रेंच-इंग्रजी शब्दकोश आहे... का नसेल?)
- "किती वाजलेत? घड्याळ मस्त आहे... बाबांनी भेट दिलंय? ते काय करतात?" (म्हणजे ते घरी कधी येतात याची माहिती काढण्याचा मार्ग... किती चलाख!)

अनोळखी माणसांना अजिबात न सांगण्याच्या गोष्टी :

- तुम्ही कुठे राहता?
- तुमची शाळा / अन्य क्लास किती वाजता भरतो व सुटतो?
- आई / बाबा घरी केव्हा परत येतात आणि दरम्यान तुम्ही घरात किती वेळ एकटे असता?
- मनात वाईट हेतू बाळगून असलेल्या माणसाला तुम्हाला एकटं गाठण्यासाठी मदत होईल अशा प्रकारची तुमच्या वेळापत्रकाची कुठलीही माहिती.

तुम्ही असं करणार नाही अशी आम्हाला आशा आहे, पण समजा तुम्ही आमचं ऐकलं नाहीत आणि एखाद्या सुनसान गल्लीबोळातून सोपामार्ग घेतलात किंवा तुमच्या पिगी बँकेतले सगळे पैसे पाकिटात भरून घेतलेत आणि एखादा अनोळखी माणूस तुमच्या मागून येतोय असं दिसलं... आणि घडू नये ते घडलंच तर... **सरळ धूम ठोका.**

अशा परिस्थितीत, आमचं न ऐकल्याबद्दल किंवा पैसे हरवल्याबद्दल आम्ही तुम्हाला रागवू... आधी तू पैसे नेलेसच कशाला असं म्हणू, याची अजिबात पर्वा करू नका. दुसरी गोष्ट म्हणजे, 'मी तुला सांगितलं होतं...' हे आमचं बोलणं तुमच्यासाठी वैतागवाणं असतं, पण नक्कीच ते तुमच्या सुरक्षिततेपेक्षा आणि तुम्ही सुखरूप असण्यापेक्षा जास्त महत्त्वाचं नसतं. अशा वेळी सरळ घरी या. जर तुम्ही रस्ता चुकला असाल तर जवळपासच्या मोठ्या, व्यवस्थित प्रकाशित असलेल्या दुकानात जा आणि त्यांना घरी फोन करू देण्याची विनंती करा. आम्ही तिथे येऊ!

मनोगत – किशोर, किशोरी / नवयुवक-युवती यांचे

तुम्ही जेव्हा रस्त्यावरचे चेहरे पाहता तेव्हा ते वेगवेगळे असतात. ते सगळे अनोळखी असतात. अनोळखी व्यक्ती तुम्हाला इजा करू शकतात आणि वाचवूही शकतात. मी इतकंच म्हणेन की, लोकांच्या दिसण्यावर जाऊ नका, ते खरे कसे आहेत ते तुम्हाला माहीत नसतं.

– मही जोशी, वय १२ वर्षे
मिल्टन कीन्स, यूके

प्रसंग १ : तुम्हाला हवं ते तुम्हाला मिळालेलं नाही. ते तुम्हाला मिळायला हवं होतं. म्हणजे खरं म्हणजे प्रत्येकाला हवं ते मिळावं; पण वास्तवात प्रत्येकाला प्रत्येक खेपेला जे हवं ते नेमकं मिळणं अशक्य आहे. मग अशा वेळी माणसानं काय करावं? त्याचं वाईट वाटून घ्यावं. वाईट वाटण्याच्या बाबतीत कुणी काही मदत करू शकत नाही... आणि मग पुढे चालू लागावं.

प्रसंग २ : अमुक एक गोष्ट केली तर आपण अडचणीत येऊ हे माहीत असूनही तुम्ही ती गोष्ट केली आहे. अशी धोकादायक / मूर्खपणाची / अयोग्य गोष्ट केल्यामुळे तुम्हाला बरंच काही, तितकंसं सकारात्मक नसलेलं ऐकून घ्यावं लागलं आहे. तुम्ही ऐकलं, उर्मट आविर्भाव दर्शवलात, काहीही बोलण्याची किंवा नमतं घेण्याची तुमची इच्छा नव्हती... तुम्ही ताडताड निघून गेलात.

हे दोन्ही प्रसंग घडून आता चार तास उलटले आहेत. तुम्ही या काळात एक शब्दही बोललेला नाहीत. तुमची खाण्याच्या बशीच्या काठावरची सुंदर नक्षी अभ्यासून झाली आहे, कॉफीचा कप गरागरा फिरवून झाला आहे... कसंतरी होऊ लागेपर्यंत. स्मित नाही, नजरानजर नाही की चेहऱ्यावरचे भाव बदललेले नाहीत.

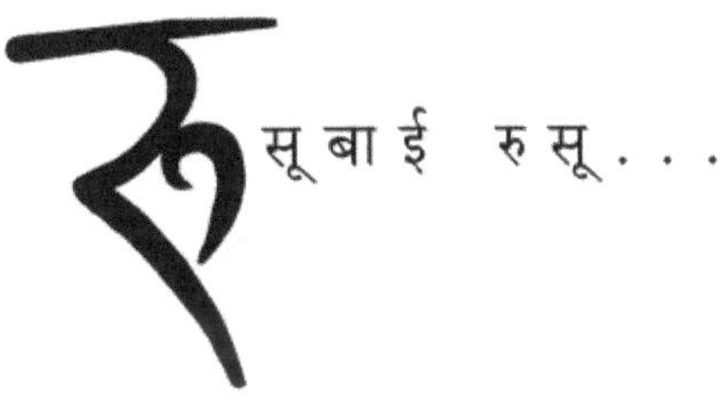

कुठल्याही बोलण्यावर तुमची प्रतिक्रिया काहीही नाही. 'नाश्ता करायला खाली ये. बाहेर कोण आलं आहे बघ, केराचा डबा बाहेर ठेवतोस का?' यासारखी कामं सांगितली तर ती चोख पार पडलेली. हा उत्तम डावपेच आहे; तुम्हाला रागवण्यासारखं खरंतर काहीच घडलेलं नाही आणि तुम्ही तुमचा मुद्दा दाखवून दिला आहेच – चार तासांपूर्वीच्या आपल्या खटक्यामुळे तुम्ही दुःखी आहात.

क्षणभर विचार करा... दुसरं कुणी असं वागतंय... घरी किंवा शाळेत किंवा नोकरी करत असाल तर कामाच्या ठिकाणी, यंत्रवत काम करतंय, चेहऱ्यावर स्मिताची रेघ नाही, हास्याचा खळखळाट नाही, आनंदी प्रतिक्रिया नाही... असं कुणी करत राहिलं तर तुम्हाला नाही वाटणार, किंचाळावं, त्याला गदागदा हलवून जागं करावं आणि विचारावं "हे असंच चालणार आहे का?"

कृपा करून बोला, आम्ही वाट पाहतोय!

मनोगत – किशोर, किशोरी / नवयुवक-युवती यांचे

मी लहान होते तेव्हा असं वागण्यात अगदी ‘तज्ज्ञ’ होते. पण असं फुरगंटून बसण्याचा काहीही उपयोग होत नाही हे मला आता कळून चुकलं आहे. कारण तुम्ही कितीही वेळ अबोला धरून गप्प राहिलात तरी कधी ना कधी तुम्हाला बोलावं लागतंच!

– मही जोशी, वय १२ वर्षे
मिल्टन कीन्स, यूके

आम्ही मुळात हा विषय का काढला याचं तुम्हाला आश्चर्य वाटतंय? पण आयुष्यात कुठल्यातरी टप्प्यावर किती लोकांच्या मनात आत्महत्या करण्याचा विचार येऊन गेला आहे, याचा आकडा आश्चर्यजनक आहे. आमच्याकडून कितीही चुका झाल्या असल्या किंवा तुमचं कितीही चुकलं असलं किंवा एके काळी तुम्ही ज्याच्यावर जीव ओवाळून टाकत होता अशा व्यक्तीनं तुम्हाला आयुष्यात कितीही निष्ठुरपणे वागवलं असलं तरी... आपण काही गोष्टी स्पष्ट करू या.

तुम्ही स्वतःला संपवणं :

१. ही गोष्ट दुरुस्त करता येणारी नाही. कदाचित तुम्हाला वाटलं असेल तसा हा अनुभव वेदनारहित व मोहक असणार नाही. स्वतःचं जीवन संपवण्यात यशस्वी झालेला कुणी माणूस आम्हाला भेटला नाही त्याचा अनुभव सांगण्यासाठी. अशा प्रयत्नात अपयशी ठरलेल्या व्यक्तींना आपण असा

आत्म ह त्या

प्रयत्न केल्याबाबत नेहमीच खेद वाटतो आणि असा प्रयत्नही दुःखकारक असतो.

२. यामुळे कुणाचंच भलं होत नाही – अगदी तुमचंही.

३. तुम्ही मरायला लायक आहात असं समजणाऱ्या लोकांच्या नजरेतसुद्धा तुम्ही नायक / नायिका बनत नाही.

४. कोणतंही अपयश – परीक्षेतील, कामाच्या बाबतीतलं असेल किंवा एखादं नातं जुळावं असं तुम्हाला वाटत होतं, पण ते जुळलं नाही त्या बाबतीतलं असेल – तुमच्या आयुष्याचं मोल देण्याइतकं मोठं नसतं.

५. आमच्या मर्यादित कल्पनेपलीकडलं काही तुमच्या हातून घडलं असेल – म्हणजे तुम्ही भलीमोठी रक्कम गमावली असेल, कुणावर हल्ला केला असेल, तुम्हाला अटक झाली असेल, तुम्ही गर्भवती असाल... किंवा अशा प्रकारचं काहीही घडलं असेल – तर ठीक आहे, असू दे. त्याचं आम्हाला दुःख होईल, पण निदान तुम्ही जिवंत तरी असाल.

६. त्यामुळे जर तुम्हाला कधी इतकी खिन्नता घेरून आली (तसं कधीही घडू नये) आणि 'सारं संपवून टाकावं' असं मनात आलं तर, फक्त एकदा आम्हाला हाक द्या... आम्ही वचन देतो, आम्ही तुमच्या हाकेला ओ देऊन तुमच्यापाशी येऊ... एकही प्रश्न न विचारता.

मनोगत – किशोर, किशोरी / नवयुवक-युवती यांचे

स्वतःला संपवणं हे किती नाट्यपूर्ण आणि भयावह वाटतं, पण काही टीनएजर्सना हे 'कूल'सुद्धा वाटू शकेल. तुम्ही कितीही दुखावला गेला असलात तरी मरणाला कवटाळण्यामुळे तुम्ही आणि तुमच्या आजूबाजूचे सगळे दुःखी होण्यापलीकडे काहीही साध्य होणार नाही असं मला वाटतं. जर तुम्हाला सगळं सहन करण्यापलीकडचं भयानक वाटत असेल तर, तुम्ही तुमच्या प्रियजनांसोबतचे आनंदी क्षण आठवा... त्याची मदत होईल!

– मही जोशी, वय १२ वर्षे
मिल्टन कीन्स, यूके

हा प्रकार टीनएजर्सच्या बाबतीत अगदी सर्रास घडू लागला आहे! आपल्या समस्यांना सामोरं जाण्याऐवजी ते त्यापासून दूर पळण्याचा प्रयत्न करतात! जेव्हा आपल्यासमोर समस्या उभ्या राहतात तेव्हा पलायन किंवा लढणं या दोन पर्यायांपैकी एक पर्याय निवडणं ही मनुष्यवृत्ती असते आणि अर्थातच पलायन हा नेहमी अधिक चांगला पर्याय वाटतो... आत्महत्येचा विचार करणाऱ्या तरुण-तरुणींनी जीवनाचं लाभलेलं वरदान गृहीतच धरलेलं असतं. त्यांच्यालेखी त्याची काहीच किंमत नसते! आयुष्यात खाचखळगे आणि वळणं येतात... नक्कीच येतात... पण म्हणून ते पूर्णतः संपवून टाकणं हा कधीच पर्याय असू शकत नाही! दवाखान्यांमध्ये कर्करोग, एड्स अशा भयानक आजारांनी ग्रस्त असलेली कितीतरी माणसं आहेत, ज्यांना या जीवनाची खरीखुरी किंमत कळून चुकली आहे. ते या पृथ्वीतलावर आणखी एक दिवस मिळावा म्हणून अक्षरशः धडपडत आहेत. ज्यांना साऱ्या साऱ्याची अखेर करावीशी वाटते त्यांच्यासाठी हे लोक स्फूर्तिदायी ठरू शकतील आणि 'आयुष्य अनमोल आहे. ते भरभरून जगलं पाहिजे' ही गोष्ट त्यांना पटवून देऊ शकतील!

– रेवती कुलकर्णी, वय १७ वर्षे
मुंबई, भारत

तुम्ही बालवाडीत आणि प्राथमिक शाळेत होता त्या वेळी तुमच्या आयुष्यातल्या या व्यक्तीला सगळं काही माहीत आहे असं तुम्हाला वाटायचं... अगदी तुमच्या आईलासुद्धा ज्या गोष्टी कधीही माहीत होऊ शकत नाहीत त्यासुद्धा. ही व्यक्ती प्रेमळ, दिसायला छान, आदरणीय, अधिकारसंपन्न होती... त्या वेळी इतर बहुतेक मुलांसारखंच तुम्हाला आपणही त्यांच्यासारखंच शिक्षक व्हावं असं वाटत होतं. त्यांच्यापैकी काही जण तुमचे खास आवडते होते. तुमच्या आवडत्या शिक्षक /शिक्षिकेच्या वाढदिवशी तुमच्यातला कलावंत प्रकट होत असे, मग तुम्ही स्वत: अतिउत्साहानं चित्र काढून रंगवलेलं वाढदिवसाचं भेटकार्ड त्यांच्यासाठी तयार करत होतात.

तेव्हासारखेच आत्ताही तुमचे काही आवडते शिक्षक आहेत. खरंतर हे ‘नवे खास आवडते’ खरोखर भाग्यवान आहेत. कारण आता या वेळी निवडीचे

निकष अधिक कठोर आहेत... आता प्रत्येक शिक्षकाला ‘आवडतं असण्याचा’ बहुमान लाभत नाही!

तुम्ही लहान होता, त्या वेळी शाळेला जाणं मौजेचं असायचं. कारण तुम्हाला तुमचे वर्गशिक्षक / शिक्षिका आवडायच्या. तुमचे शिक्षक जर अत्यंत कडक, कधीतरीच स्मित करणारे, वर्गात टाचणी पडली तरी आवाज व्हावा इतकी शांतता राखण्याच्या मताचे असते आणि शिक्षा देण्याच्या बाबतीत नव्या कल्पना राबवणारे व सढळ हस्ते शिक्षा करणारे असते तर तुम्हाला शाळेचा प्रत्येक दिवस धडकी भरवणारा वाटला असता!

आता तुम्हाला प्रत्येक विषयाला निराळे शिक्षक असल्यामुळे तुमची विषयांची आवडनिवड त्या विषयाचे शिक्षक किती प्रभावी आहेत यावर ठरते. जे शिक्षक ज्ञानाला उत्कटतेची जोड देतात ते तुम्हाला त्या विषयात रस निर्माण होण्यास कारणीभूत ठरतात, एवढंच नव्हे तर पुढे तुमच्या व्यवसायाच्या निवडीवरही प्रभाव टाकतात. विज्ञानाच्या शिक्षकांचे उदाहरण घ्या – ते तुम्हाला मूलद्रव्यं आणि

संयुगांची चिन्हं लक्षात राहावीत, यासाठी छोट्या छोट्या युक्त्या शिकवतात किंवा इतिहासाच्या शिक्षिका शंभर वर्षांपूर्वीच्या घटना कालच घडल्यासारख्या वाटाव्यात अशा ओघवत्या रसाळ शैलीत सांगतात. वाङ्मयाचे शिक्षक तुम्हाला निराळ्या भूमीत घेऊन जातात. ते कथेतील बारकावे अशा पद्धतीनं मांडतात की, त्यातली पात्रं जणू जिवंत होतात. क्रीडा शिक्षकांचा तुमच्यातील विजेता बाहेर आणण्याचा निश्चय असतो. तुम्ही असे शिक्षक लाभण्याइतके भाग्यवान असाल तर ते तुम्हाला जे धडे देतील ते तुमच्या सदैव सोबत राहतील.

पण शिकवणं ही कला आहे आणि अतिशय कष्टाचं काम आहे. सगळीच माणसं संपूर्ण ज्ञान, सहनशीलता, लहान मुलांबद्दल संवेदनशील, चतुर, सकारात्मक दृष्टिकोन आणि स्पष्ट, स्वच्छ व व्यवस्थित उच्चार अशी बहुविध कौशल्यं घेऊन जन्माला आलेली नसतात. इतर सगळ्या व्यवसायांसारखेच शिक्षणाच्या क्षेत्रातही सामान्य गुणवत्ता असेल. तुम्ही माहितीच्या असंख्य स्रोतांच्या मदतीनं खूप जलद विकसित होत आहात. ज्या गोष्टी तुम्हाला तुमचे शिक्षक सांगू शकत नाहीत, त्या तुम्ही आईवडिलांना विचारू शकता, ग्रंथालय आहेच, तुम्ही आणखी पूरक पुस्तकं घेऊ शकता किंवा इंटरनेट आहेच. तुम्हाला एखाद्या विषयाचे शिक्षक आवडत नाहीत, हे तो विषय न आवडण्याचं किंवा त्या विषयात चांगले गुण न मिळण्याची सबब होऊ शकत नाही!

एखाद्या शिक्षकांची विशिष्ट लकब, त्यांचा विसराळूपणा, एखाद्या शिक्षकांचा पोशाख, विनोदी उच्चार, तोतरेपणा, मान खाली झुकवून बोलणं-चालणं, रागीटपणे आठ्या घालणं, टीपेचा आवाज, नाकावर घसरलेला चश्मा... अशा सगळ्या गोष्टी तुमच्या वर्गात नकलेचे विषय असतात; पण सभ्य स्त्री पुरुषहो, जरा विचार करा – ही माणसं अशा लोकांना ज्ञान वाटायचा प्रयत्न करत असतात, जे स्वत:ला सर्वज्ञ समजतात. तुम्ही स्वत: त्यांच्या जागी असाल, तर अशा कठोर परीक्षणातून पार व्हावं लागलं तर चालेल का तुम्हाला?

दुसरी टोकाची गोष्ट म्हणजे, तुमचे आवडते शिक्षक कितीही चांगले, प्रेमळ आणि विलक्षण असले, तरी त्यांना कोणत्याही मनुष्यप्राण्याला असू शकेल इतकंच ज्ञान असू शकतं. तुमच्या (सध्याच्या) आदर्शाला अवास्तव परिमाणं लावू नका!

मनोगत – किशोर, किशोरी / नवयुवक-युवती यांचे

मी बऱ्याच वेगवेगळ्या प्रकारचे शिक्षक पाहिले आहेत, त्यातले काही उत्तम आहेत, काही नाहीत; पण मी एक गोष्ट शिकले आहे, ती म्हणजे जोवर तुम्ही तसा प्रयत्न करत नाही तोवर तुम्हाला शिक्षक आवडू शकत नाही... कुणीच आवडू शकत नाही.

– मही जोशी, वय १२ वर्षे,
मिल्टन कीन्स, यूके

टीव्ही पाहण्याची काही प्रमुख कारणं, विशेषकरून जेव्हा तुमचा अभ्यास, खोली आवरणं, टेबल मांडणं, अंघोळ, रात्रीचं जेवण व इतर किरकोळ कामं पडलेली असताना :

१. ओ! ते प्रतिस्पर्धी गटाला अक्षरश: आडवं करतायत. मला झुंजीचं साक्षीदार व्हायचं आहे आणि त्यांच्या भल्यासाठी प्रार्थना करायची आहे. मी गटाच्या बाजूनं उभा राहिलो तर त्याचा त्यांच्या विजयासाठी उपयोग होईल.
२. कारण हा माझ्या शाळेतल्या कंपूतील सगळ्यांचा आवडता कार्यक्रम आहे आणि ते त्याबद्दल अखंड चर्चा करत असतात, त्यामुळे मलाही त्यामध्ये काय चाललं आहे ते कळायला हवं, नाहीतर मला वेगळं पडल्यासारखं वाटेल.
३. कारण त्या 'विनोदी मालिके'तली तिची केशरचना 'कूल' आहे. पुढच्या आठवड्यात पार्टीच्या वेळी मलाही तशी केशरचना करून पाहायची आहे.

४. कारण तो 'कूल' आहे... मी कशामुळेही तो चुकवू शकत नाही!
५. कारण ती 'हॉट' आहे...
६. कारण ते टीव्हीवर आता दाखवत आहेत आणि मला तसं हवं आहे / व्हायचं आहे!

टीव्ही तुमचा स्वामी आणि तुम्ही घराचे सम्राट... त्यामुळे यापैकी कुठंलही कारण 'अजिबात आवश्यक नाही' अशा सदरात घालून तुमच्या संवेदनशीलतेला धक्का देण्याचा धोका आम्ही अजिबात पत्करणार नाही.

'टीव्ही जास्त पाहणं डोळ्यांसाठी (आणि मेंदूसाठीही) चांगलं नाही.' अशी आमची दुबळी आर्जवं चक्क कालबाह्य आणि बालिश मानली जातील. त्यामुळे आम्ही अष्टौप्रहर 'चॅटिंग' सारखंच (आमच्यासारख्या कॉफीसोबत गप्पा नव्हेत, तर ऑनलाइन गप्पा!) अखंड आवाज आणि उडत्या प्रतिमाही तळ ठोकलेले पाहुणे म्हणून स्वीकारल्या आहेत.

प्रत्येक गोष्टीला सकारात्मक पैलू असतो. तुम्ही टीव्ही पाहत असलात, तर निदान तुम्ही घरी तरी असता!

आईवडील दोन टोकांचे असू शकतात... काही जण मुलांच्या खोलीत टीव्ही बसवून देतात, तर काही जण मुलांच्या घरातला टीव्ही पाहण्याच्या तासांवर निर्बंध घालतात. असेच काही टोकाचे पालक परीक्षेच्या वेळी किंवा अभ्यासाच्या महत्त्वपूर्ण वर्षांदरम्यान बरीचशी चॅनल्स बंद करतात; पण अगदी कडक आईबाबांनासुद्धा घरात टीव्ही नसलेला कधीच चालणार नाही. इंटरनेटप्रमाणेच टीव्हीसुद्धा माहिती व मनोरंजनाने समृद्ध करणारा स्त्रोत बनू शकतो. हा स्त्रोत शिकण्यासाठी व मौजेसाठी वापरण्यास आमचा आक्षेप नसतो, आक्षेप असतो तो त्याच्या अति-दर्शनावर! त्याला 'इडियट बॉक्स' असं उगीच नाहीत म्हणत! तुम्ही जर चॅनेलच्या निवडीबाबत दक्ष नसाल तर तुम्ही ढाणढाण आवाजात टीव्हीपुढे तासन्‌तास घालवू शकता... नुसतं चॅनल्स बदलत किंवा समोर छोट्या पडद्यावर घडणाऱ्या घटना नुसत्या पाहत. टीव्ही पाहण्याच्या काही अ-उत्पादनक्षम तासांनंतर कदाचित तुमच्या लक्षात येईल, की आपण मौल्यवान असं काहीही पाहिलेलं नाही... त्यात माहितीपूर्ण किंवा मनोरंजक असं काहीही नव्हतं, एवढंच नव्हे तर त्यात काही मजाही नव्हती. आपण या अर्थशून्य कृतीद्वारे कान आणि डोळ्यांना त्रास देत फक्त मौल्यवान तास वाया घालवले आहेत!

तुमच्या पाहिलेच पाहिजेत अशा टीव्हीवरच्या कार्यक्रमांच्या भरगच्च वेळापत्रकात मालिका, खेळांचे सामने व सिनेमे असतील तर मग तुमचं कठीण आहे. टीव्ही पाहणं ही सगळ्या उपक्रमांमधली एक सर्वांत सुस्त गोष्ट आहे. वाचन तुमच्या मेंदूला शब्दचित्रं उभं करण्याची प्रेरणा देतं. अगदी इंटरनेटसुद्धा तुम्हाला काहीतरी 'टाइप' करायला लावतं, 'क्लिक' करायला लावतं, पण टीव्हीची तशी कुठलीही मागणी नसते.

तुम्ही जर घरातल्या कुठल्या निवृत्त सदस्याशी टीव्ही पाहण्यात स्पर्धा करत असाल, तर तुमची इतर कशातही त्यांच्याशी बरोबरी नाही हे लक्षात घ्या. तुमच्या आजीआजोबांनी आयुष्यभर भरपूर कष्ट केले आहेत, मुलांना वाढवणं, घर चालवणं, जबाबदाऱ्या पेलणं, सगळ्यांचा उदरनिर्वाह चालवणं हे सगळं त्यांनी पार पाडलं आहे आणि आता जर तुमच्या आजीला तासन्‌तास टीव्ही पाहायचा असेल तर तिला अशा प्रकारची भरपूर निवांत विश्रांती घेण्याचा हक्क आहे, तो अधिकार तिनं मिळवलेला आहे. कदाचित अजून काही वर्षांनी तुमचे आईवडीलही टीव्ही पाहणं, वाचन, बागकाम, विणकाम, गोल्फ खेळणं, पत्ते खेळणं, गप्पा मारणं यात किंवा ज्यात त्यांना आराम वाटतो अशा कोणत्याही गोष्टीत वेळ घालवताना दिसतील. अनेक वर्षं भरपूर काम केल्यानंतर आम्हीसुद्धा तो अधिकार मिळवलेला असेल.

पण आत्ता, अशा प्रकारची जीवनशैली तुमच्यासाठी नाही. तुमचं हे वय काम करण्याचं आहे, त्या बोलत्या यंत्रासमोर लडदूपणे पडून राहण्याचं नाही. तुमचा

अभ्यास करून झाला की, खेळायला जा, नृत्य, गायन, जलतरण यासाठी जा. नवे मित्र-मैत्रिणी जोडा, नवीनवी ठिकाणं पाहा, चित्रकला-शिल्पकला यांचे धडे घ्या, एखादं वाद्य वाजवायला शिका किंवा साधं-सरळ पायी फिरायला किंवा पळायला जा... तुम्हाला ऊर्जा लाभलेली आहे... तिचा भरपूर वापर करा!

मनोगत – किशोर, किशोरी / नवयुवक-युवती यांचे

मी काही मोजके आवडते कार्यक्रम वगळता टीव्हीला कधीही चिकटलेली नाही. त्यावरचे बरेचसे कार्यक्रम म्हणजे अर्थशून्य करमणूकच असते. मी टीव्ही पाहण्याचं एकमात्र कारण म्हणजे नेहमीच्या अभ्यासातून किंवा मला ताप देणाऱ्या गोष्टींपासून चित्त बाजूला नेणं.

– नयनतारा थॉमस, वय १९ वर्षे,
मुंबई, भारत

Rchd- R u Da? Cya... Lol

हे वाक्य आहे की हा शब्द आहे की ही भाषा आहे?... तुम्ही 'टेक्स्ट'मधून ज्या गोष्टी सांगता त्यातल्या बहुतेकशा न कळण्याइतकी मी मूर्ख आहे का? खरंतर आम्ही तितके मूर्ख नाही. आम्ही तुकडे एकत्र जुळवून त्याचा मथितार्थ जाणून घेऊ शकतो. 'Lol' म्हणजे काय हे जाणून ध्यायला मला युगानुयुगे लागली. मला वाटायचं की 'Lol'चा 'love'शी काहीतरी संबंध असावा, पण त्याचा अर्थ आहे मोठ्याने हसा! वाहवा!

पण काही गोष्टी आम्ही जराशा मदतीने समजून घेऊ शकतो.

आमचे काही प्रश्न –

- तुम्ही कॉल करू शकता अशा वेळी तुम्हाला टेक्स्ट पाठवावं असं का वाटतं? या दोन्हींना पैसेही सारखेच पडतात. साधारणत: पैशाचा विचार केला जात नाही हे मला माहिती आहे, तरीही तुम्ही जेव्हा सरळ सांगू

शकता अशा वेळी त्या छोट्याशा उपकरणावर काहीतरी टाइप करण्याची तसदी का घ्यायची?
- तुम्ही फोनला जवळजवळ कधीही उत्तर देत नाही, पण टेक्स्ट मेसेजला मात्र अधिक तत्परतेनं देता, असं का?

माझ्या बोलण्याचा चुकीचा अर्थ घेऊ नका. सेल फोन्स आणि टेक्स्ट मेसेजेस हा अलीकडच्या काळातला एक अत्यंत अमूल्य व उपयुक्त शोध आहे, हे माझंही मत आहे आणि तुमच्याइतकाच मीही त्याचा वापर करते. 'तुम्हाला यायला उशीर होणार आहे', 'तुम्ही अमुक ठिकाणी आहात', 'तुम्ही अमुक ठिकाणी पोहोचला आहात', 'तुम्ही वाटेत आहात' हे आणि अशा प्रकारचे तुमचे टेक्स्ट मेसेसेज आले की मला खूप आनंद होतो. यातले काही मेसेजेस फोनवरून सांगता येण्यासारखे नसतात. कारण तुम्ही आम्हाला तुमचा ठावठिकाणा अगदी इमानेइतबारे सांगत असता असं तुमच्या मित्रमैत्रिणींना वाटू शकतं. त्यादृष्टीनं टेक्स्ट मेसेजेस फार बरे पडतात. ते असेच येत राहू देत. आणि मीच पहिल्या प्रश्नाचं उत्तर आत्ताच दिलं

आहे... तुम्ही कॉल करू शकता अशा वेळी तुम्ही मेसेज का पाठवता... Lol – मोठ्याने हसा!

मनोगत – किशोर, किशोरी / नवयुवक-युवती यांचे

किशोरवयीन मुलांना बोलण्याची तसदी घ्यायची नसते तेव्हा ते टेक्स्ट मेसेज पाठवतात. त्यांना नवे शब्द शोधायचे असतात म्हणूनही ते टेक्स्ट मेसेज पाठवतात... त्यांना शब्दांची संक्षिप्त रूपे माहीत करून घ्यायची असतात. उदा. ikr (I know right). पण कॉल न करता, टेक्स्ट पाठवण्याचे मुख्य कारण म्हणजे 'कूल' आणि लोकप्रिय असणं. जर तुमच्या फोनवर तुम्हाला मेसेज आल्याचा संदेश देणारे बीप्स सतत वाजत राहिले तर लोकांना तुम्ही कार्यमग्न आणि लोकप्रिय आहात असं नक्की वाटेल. किशोरवयीन मुलांना नेहमी 'कलानुसार' वागावं असं वाटत असतं!

– सिमरन काबरा, वय १३ वर्षे
बर्नहॅम, यूके

- आदर्श जगात यश ही कठोर परिश्रम व भौतिक लाभ यांच्यातली समीकरणावर आधारित 'देवाणघेवाण' असते.
- आदर्श जगात भीषण दारिद्र्य, भूक, दुःख किंवा वेदना कधीच असणार नाही.
- आदर्श जगात प्रत्येकाला जन्मजात समान संधी आणि स्वतःचं भविष्य घडवण्यासाठी साधनस्रोत लाभलेले असतील.
- आदर्श जगात लिंग, राष्ट्रीयत्व, जात, धर्म, वंश, सामाजिक स्थान, बाह्य रूप अथवा कौटुंबिक पार्श्वभूमी या आधारे भेदाभेद कधीही केला जाणार नाही. आदर्श जगात प्रत्येक मनुष्यप्राणी कायद्याचं पालन करेल. तिथं कसलाही गुन्हा व भ्रष्टाचार घडणार नाही.
- आदर्श जगात सर्व मनुष्यप्राणी इतर सजीव प्राण्यांप्रती संवेदनशील व

जबाबदार असतील आणि आपल्या कृत्यांमुळे पर्यावरणाची हानी होऊ नये याबाबत जागरूक असतील.

हे तुमचं वय जग बदलण्याचं स्वप्न पाहण्याचं आहे, तुमच्या मार्गात जे काही येईल त्याला चारीमुंड्या चीत करण्याचं सामर्थ्य आपल्यापाशी असावं असं स्वप्न पाहण्याचं आहे. दुर्दैवानं बरेचसे प्रौढ लोक जीवन अन्याय करतं ही गोष्ट स्वीकारतात आणि 'आम्ही तिथं होतो, आम्ही पूर्वीच केलं आहे' असे आत्मसंतुष्ट राहून आहे ती परिस्थिती बदलण्याचा प्रयत्न करत नाहीत.

तुम्ही प्रौढत्वात जसजसे मुरत जाल तशी तुमच्यात एक प्रकारची एकांगी वृत्ती हटकून येते... तुम्ही त्या अवस्थेप्रत जाण्याआधी जग बदलण्यासाठी जो काही खारीचा वाटा उचलता येईल तो उचला. जगामध्ये कणभर बदल घडवता येण्यासाठी आधी तुम्ही सामर्थ्यवान होण्याची आवश्यकता आहे. गवताचं इवलुसं पातं आणि महाकाय वटवृक्ष या दोघांचीही आनुवंशिक स्वरूपे समानच असतात आणि या दोघांनाही जगण्यासाठी पाणी, सूर्यप्रकाश, माती, प्राणवायू आणि खनिजांची गरज

असते. पण गवताचं पातं एखादं लहान मूलसुद्धा पायाखाली तुडवू शकतं आणि वटवृक्ष निष्ठुर आघात पचवून मजबूत पायावर खंबीरपणे उभा राहून पिढ्यान्‌पिढ्यांचे संरक्षण करून त्यांना सेवा देऊ शकतो. तुमच्यात सबलता व स्थितिस्थापकता येऊ शकेल ती फक्त शिक्षणाच्या मजबूत पायामुळे. आणि नम्रता येऊ शकेल ती तुमच्या आवतीभवतीच्यांकडून शिकत राहण्यानं. तुम्हाला जग बदलायचं असेल, भ्रष्टाचार मुळासकट उपटून टाकायचा असेल, पर्यावरणरक्षण करायचं असेल किंवा सामाजिक न्यायासाठी लढा द्यायचा असेल, तर सर्वप्रथम तुम्ही प्रामाणिकपणे भाकरी मिळवण्यासाठी स्वतःला तयार करा. स्वतःच्या उपजीविकेची सोय करण्याइतके कष्ट करा आणि मग जे खरं तुमचं आहे त्यासाठी काहीतरी सक्रिय करा. तुम्हीच कुणावर अवलंबून असाल तर त्यातून तुम्ही धर्मादाय कार्य चालवू शकणार नाही. जेव्हा तुम्ही उत्तुंग, भक्कम व्हाल तेव्हा जग बदलण्यासाठी पुढे व्हा... त्या वेळी जग उभं राहून तुमचे शब्द कानांत साठवेल.

मनोगत – किशोर, किशोरी / नवयुवक-युवती यांचे

जगात दोष असतात, बरेच असतात, पण त्यातले काही दोष दुरुस्त करणं शक्य असतं – हजारो लोक एकत्र आले तर अशक्य नसतंच नसतं. तुम्हाला जर जग बदलायचं असेल तर आत्ताच कामाला लागा! आत्ता अभ्यास सुरू असतानासुद्धा तुम्हाला जे काही शक्य असेल ते करा आणि त्यानंतर मग मोठी उडी घ्या. यामध्ये पडण्याची तयारी ठेवा आणि पडलात तर पुन्हा उठून उभं राहायलाही कचरू नका!

– मही जोशी, वय १२ वर्षे,
मिल्टन कीन्स, यूके

आदर्श जगाच्या किंवा परिपूर्णतेच्या मागं लागणं धोक्याचं आहे. असे करण्यानं फक्त तुमचे पाऊल मागे खेचले जाईल. तुम्ही जर फक्त अंतिम ध्येयावरच पूर्ण लक्ष केंद्रित केलंत, तर तुम्ही या प्रवासातल्या सौंदर्याला मुकू शकाल. गोष्टी कशा आहेत ते समजून घ्या. तुम्हाला त्या कशा असायला हव्या आहेत याचा आकृतिबंध मनाशी ठरवा आणि मग त्या दृष्टीनं तुम्हाला आवश्यक वाटतील असे लहानसहान बदल करा. सरतेशेवटी गोष्टी अगदी परिपूर्ण झाल्या नाहीत, तरी त्या अधिक चांगल्या नक्कीच होतील.

– निशांत गोखले, वय २२ वर्षे,
कोलकाता, भारत

ती उंच, देखणी मुलगी चालत निघाली आहे... तिच्या हातात टवटवीत गुलाबांचा गुच्छ आहे. एका मुलीच्या हातात भलेमोठे टेडी बेअर आहे. ते तिला तिच्या 'प्रशंसकाने' दिलं आहे – त्या ढापण्या बुटक्या मुलानं. आणखी एक स्वप्नाळू डोळ्यांचा तरुण हृदयाच्या आकाराचे दहा लाल फुगे घेऊन रस्ता पार करत आहे. रेस्टॉरन्ट्स आठवडाभर आधीच आरक्षित झाली आहेत. प्रत्येक दुकान प्रेमात पडलेल्या लोकांसाठी काही ना काही लाल रंगात खास घेऊन सज्ज आहे. सगळी जोडपी एकमेकांचा हात धरून, एकमेकांच्या डोळ्यांत पाहत व्हॅलेन्टाइन डेच्या दिवशी आपल्याला सोबत असण्यासाठी सुयोग्य व्यक्ती मिळाल्याच्या आनंदात अभिमानानं, मजेत निघाली आहेत. तुम्हीही त्यांच्यापैकीच असाल तर मजा करा! तुम्हाला व तुमच्या प्रिय व्यक्तीला प्रेमसंदेशाच्या दिवसासाठी शुभेच्छा!

जर तुम्ही त्यांच्यापैकी नसाल, तर तुमच्या आवतीभवतीच्या या अत्यानंदी वेड्यांचा नजरा बघा. खरंतर हे पाहणं फार मनोरंजक असतं आणि अशा वेळी

स्वत:बद्दल वाईट वाटून घेऊ नका! एक दिवस जाऊ द्या... ही तगमग विरून जाईल. या 'गुलाबी' चित्रांमागचे खरंखुरं चित्र... वास्तव पाहा.

त्या उंच, देखण्या मुलीनं आज तिच्या सगळ्या चाहत्यांकडून इतकी सगळी गुलाबाची फुलं स्वीकारली आहेत. अखेरीस आज व्हॅलेन्टाइन डे आहे आणि हे गुलाबाची फुलं गोळा करणं हा तिचा प्रतिमा उठावदार करण्याचा डावपेच आहे. ती उद्या किंवा त्यानंतर कुठल्याही दिवशी यापैकी कुठल्याही मुलाशी संपर्कसुद्धा न ठेवण्याची खूप शक्यता आहे.

आत्ता ते टेडी बेअर कसलं गोड दिसतंय! ते दुकानात दर्शनी जागी, महाविद्यालयाकडे जाणाऱ्या रस्त्यावरून जाताना दिसेल अशा बेतानं असं ठेवलं होतं की, प्रत्येक मुलगी संपूर्ण गेला आठवडा त्याकडे पाहत होती... ते आपल्याला मिळावं अशी मनोमन इच्छा करत होती. आणि त्या येड्याला त्या मुलीवर छाप पाडण्यासाठी ते विकत घ्यावंच लागलं होतं. तो सहा महिन्यांपासून त्या मुलीच्या मागे मागे होता! ती गुबगुबीत वस्तू मुलींना भावुक बनवतेच बनवते आणि त्या

ठोंब्याचे बाबा चांगले गडगंज श्रीमंत होते. त्यामुळे खरेदीला अडचण नव्हती. तसेच तो स्वप्नाळू डोळ्यांचा मुलगा... त्याच्याकडचे फुगे आणि त्यासोबतच्या भावना विरून जाऊ नयेत म्हणजे झालं!... नुसतेच हवेतील इमले!

जोडपी... त्यांच्याबद्दल फारसं बोलायला नको... त्यांना एकत्र असणं मनापासून आवडतं आहे. पण फक्त प्रेमसंदेश दिवसापुरतेच एकत्र असणं नसेल, अशी आशा करू या.

ठीक आहे, आपण प्रेमाचा उत्सव साजरा करण्याच्या या सुंदर संकल्पनेबद्दल काहीतरी खुसपटं काढायला नकोत! तुम्ही स्वत:ची खरी ओळख करून घेण्यासाठी तुमच्या प्रिय व्यक्तींची प्रतीक्षा करावी हे बरं ना?... अशी व्यक्ती जिला तुमच्या मुरुमं असलेल्या चेहऱ्यानं व 'काटकुळ्या' हातांमुळे (हे तुमचे शब्द आहेत, माझे नाहीत) काहीही फरक पडत नाही, अशी व्यक्ती जी तुमच्यासमवेत अभिमानानं येईल, तुमचा हात हातात घेईल आणि तुम्हाला गुलाबाचं फूल देईल – फक्त व्हॅलेन्टाइन डे आहे म्हणून नाही तर इतर कुठल्याही दिवशी!

आणि अशा प्रिय व्यक्तीची प्रतीक्षा करत असताना त्या दिवशी सायंकाळी मित्र-मैत्रिणींबरोबर मजा करायला काय हरकत आहे? तुम्हाला शुभेच्छा... व्हॅलेन्टाइन डेच्या.

मनोगत – किशोर, किशोरी / नवयुवक-युवती यांचे

तुम्ही टीनएजर असता त्या दरम्यान जर तुम्ही एकटे असाल तर व्हॅटेन्टाइन डे तुम्हाला एकटेपणाचं क्रूरपणे स्मरण देणारा वाटू शकतो... तुम्हाला दररोज तुमच्या मैत्रिणींना त्यांच्या जिवलग मित्रांसोबत पाहावं लागत होतं, हे कमी होतं म्हणून की काय, सर्व जग त्यामध्ये उतरलेलं पाहावं लागतं. तथापि त्यात इतकं वाईट काहीच नसतं. आणि कितीतरी वेळा माझ्या बऱ्याच मैत्रिणी त्यादिवशी एकट्याच असायच्या. या दिवसाचा अर्थ आपण सर्वांनी एकत्र जमून रात्रीचा स्वयंपाक करायचा, चित्रपट बघायचे असाही घेता येऊ शकतो. कारण हा फक्त एखाद्या जोडीनं प्रेमाचा उत्सव साजरा करण्याचा दिवस नसून तो मित्र, भावंडं व कुटुंबानं साजरा करण्याचा प्रेमदिन असू शकतो. हा आंतरराष्ट्रीय प्रेमदिन आहे आणि कशा प्रकारचं प्रेम याची कुणीही व्याख्या सांगितलेली नाही, आपण फक्त तसं गृहीत धरलं आहे. आपण त्याला नवा अर्थ देऊ शकतो.

– ऋतुजा खानोलकर, वय २० वर्षे,
केंब्रिज, यूके

एखाद्याच्या मुस्कटात मारणं, चामडी पट्ट्यानं फोडून काढणं, लाथा घालणं, नाकावर ठोसे देणं, थपडा लावणं, सुरे आणि तलवारी परजणं, घरगुती हिंसाचार, चार लोकांत काठीनं झोडपणं, कुटुंब किंवा जातीच्या प्रतिष्ठेसाठी होणारी हत्या, दंगलखोरी जमाव, बेछूट गोळीबार करणारी किशोरवयीन मुलं, बंदुका हाती येताच तोल सुटलेली माणसं... प्रसारमाध्यमांतून खूप हिंसाचार समोर येतो आहे.

तुम्ही हिंसात्मक वर्तन कधीही केलेलं नसणार व करणारही नाही अशी अपेक्षा आहे, पण जर कधी तुम्हाला हिंसाचाराचा सामना करावा लागला तर तुम्ही त्याच्याशी दोन हात करायलाही शिकलं पाहिजे. जर हिंसात्मक कृत्य तुमच्याबाबतीत घडत असेल आणि त्याचा कर्ताकरविता तुमच्या परिचयाचा असेल, तर सर्वप्रथम तुम्ही स्वत: सांगायला हवं की, तुमच्या हातून काही चूक झाली असेल तरी त्याबद्दल तुम्हाला शारीरिक इजा होता कामा नये. भाषेच्या आकलनासंदर्भात तुम्हाला उंदरापेक्षा जास्त बुद्ध्यंकाचे वरदान नक्कीच लाभलेले आहे, त्यामुळे तुम्ही घडलेल्या चुकीची नक्कीच पुनरावृत्ती करणार नाही. तुम्हाला ताळ्यावर आणण्यासाठी पार्श्वभागावर तडाखा किंवा विजेच्या धक्क्याची गरज नाही!

- तुम्ही अशा परिस्थितीत अडकलात जिथं तुम्ही हिंसाचार करणाऱ्यावर खरंच प्रेम करता आणि तोही तुमच्यावर प्रेम करत असल्याचा दावा करतो. (ज्या लोकांना हिंसात्मक वर्तनाची सवयच असते ते त्याची भरपाई करण्यासाठी अति प्रेमळपणाचं प्रदर्शन करतात.) तर अशा वेळी स्वत:शी ठाम राहा आणि त्या परिस्थितीतून बाहेर पडा. तो माणूस हिंस्त्र झाला असेल आणि ते पचत आलं असेल, तर तो तुम्ही त्याबद्दल काहीही करणार नाही असं समजून नक्की पुन्हा हल्ला करेल.
- जर तुम्ही हिंसाचाराच्या संकल्पनेसोबतच लहानाचे मोठे झाला असाल, तुम्हाला त्यात काहीही गैर वाटत नसेल तर तुम्ही परिश्रमपूर्वक तुमच्या

मनाला प्रशिक्षण द्यायला हवं... आक्रमण करण्याची ऊर्मी थोपवायला शिकायला हवं. तुम्ही मुलांचा एखादा घोळका तुमच्या बहिणीची चेष्टा करतो आहे असं दृश्य पाहिलंत तर तुमची त्यावरची उत्स्फूर्त आंतरिक ऊर्मी असते ती त्या टारगट पोराच्या नाकावर ठोसा लावण्याची... पण थांबा... यातून काहीही साध्य होणार नाही!

- शिव्या देण्याच्या सवयीसारखीच हिंसात्मक वर्तन ही सवयसुद्धा घालवणं कठीण असतं. जर तुम्ही हिंसा हा तुमच्या मनोवृत्तीचाच भाग बनू दिलात तर तुम्ही स्वतःला आक्रमक प्रतिक्रिया देण्यापासून रोखू शकणार नाही, विशेषतः जेव्हा एखादी व्यक्ती तुम्हाला उकसवण्याचा प्रयत्न करते तेव्हा तुमचा स्वतःवर ताबा राहणार नाही.
- जर तुम्ही संतापाच्या भरात थप्पड किंवा लाथ हे प्रत्युत्तर म्हणून देत असाल तर तुम्ही अतिशय अडचणीत येणार आहात हे नक्की.

एखादा माणूस अगदी झोडपून काढण्याच्या लायकीचा असला तरी सभ्य नागर समाजाची ही वागण्याची रीत नव्हे! जर कुणी तुमचा किंवा तुमच्या जवळच्या व्यक्तीचा अपमान केला तर तुम्ही प्रतिटोला दिलाच पाहिजे. अमुक एक वर्तन का चालवून घेतलं जाणार नाही हे स्पष्टपणे शांत स्वरात; पण प्रभावीपणे सांगणं अधिक प्रभावी ठरू शकेल. याचा अर्थ आहे तुम्ही अजूनही तुमच्या शब्दांवर आणि कृतींवर ताबा राखलेला आहे... आणि म्हणूनच परिस्थितीवरही.

मनोगत – किशोर, किशोरी / नवयुवक-युवती यांचे

काही महिन्यांपूर्वी मी एक आत्मचरित्र वाचलं. तो माणूस बाल अत्याचाराचा शिकार झाला होता. ते पुस्तक वाचल्यानंतर मला खरी हिंसा काय असते ते कळलं. खरोखर आपण कल्पनासुद्धा करू शकणार नाही! मी फक्त इतकंच म्हणीन की, हिंसा योग्य ***नाही.*** *एकविसाव्या शतकात जग प्रचंड हिंसाचार पाहतंय. जर तुम्हाला त्याचा त्रास किंवा अपाय होत असेल, तर तो तुम्ही मुकाट सहन करता कामा नये. त्याबद्दल तक्रार करा!*

– मही जोशी, वय १२ वर्षे,
मिल्टन कीन्स, यूके

सर्वोत्तम बचाव हा मोठा गुन्हा असतो. जेव्हा एखादी व्यक्ती तुम्हाला चिथवते तेव्हा शांत राहणं आणि वैफल्य येऊ न देणं फार गरजेचं असतं, पण जेव्हा गोष्टी हिंसात्मक थराला जातात तेव्हा स्वतःचा बचाव कसा करायचा, ते आपलं आपल्याला कळलं पाहिजे.

– मयंक देव, वय १६ वर्षे
पुणे, भारत

तुम्हाला नुकती दाढी आली आहे. तुमचा आवाज फुटला होता तेव्हाची खरखर गेली आहे आणि आता (अखेर) तुमचा आवाज खर्जातला पुरुषी झाला आहे. ‘ती’ म्हणते तुमचा आवाज किती छान वाटतो! ती तुम्हाला भेटते त्या वेळी ती थेट तुमच्या डोळ्यात पाहून हसते, तुमच्या चतुर बोलण्यावर किणकिणत हसते आणि तुमच्या उद्धटपणाला ‘कोडगेपणा’चे गोंडस नाव देते.

तुम्ही तुमच्या वर्गातल्या मुलींशी बोलण्याचा प्रयत्न करणं निष्फळ असतं. एकतर त्या तितक्याशा मजेशीर नसलेल्या गोष्टींवर खिखीखिखी हसतात तरी किंवा तुमचं वाक्य मध्येच तोडून कुठल्याही आरशासारख्या पृष्ठभागावर – खिडकीचं तावदान, संगणकाचा पडदा, टेबलाचा चकचकीत पृष्ठभाग, पेन्सिल बॉक्स – स्वत:चीच छबी न्याहाळत राहतात आणि केस कुरवाळत राहतात. तुमचं मनापासून

ऐकून घेणारी मुलगी पण तिला पाहून तुम्हाला तुमच्या मोठ्या डोळ्याच्या छोट्या बहिणीची आठवण होते... पण ती वेगळी असते, अगदी देखणी, लाघवी, मुग्ध आणि जगातली छानशी मुलगी...

जगाच्या दृष्टीनं ती तुमची शिक्षिका असते किंवा शाळेतून जाता येता तुम्हाला वाटेत भेटणारी बाई असते किंवा तुमच्या आईची मैत्रीण किंवा सहकारी असते. पण ह्या क्षणी ती तुम्ही आजवर पाहिलेल्यातली सर्वांत परिपूर्ण स्त्री असते. या विषयावर चित्रपट आणि पुस्तकंही आली आहेत. या सगळ्या गोष्टी तुम्हाला हेच सांगतात की, तुम्हाला जे वाटतं तसं वाटणं शक्य असतं आणि तरुण मुलांच्या मनात अशी भावना निर्माण झाल्याचं सर्रास दिसतं. तिच्याबद्दल वाटणाऱ्या भावनेला आवर घालणं तुमच्या हातात नसलं तरी असं घडायला नकोय ही गोष्ट तुम्ही स्वीकारा. तुमच्यापेक्षा दहा वर्षांनी मोठ्या असलेल्या स्त्रीशी तुम्ही नातं जोडलं तर ते तडीला जाणं फार अवघड आहे, विशेषत: आत्ता तुमचं जे वय आहे त्या वयात!

तिने तुमच्याकडे पाहून केलेलं स्मित अगदी मनापासून उमललेलं असतं

आणि तिला तुम्ही खूप आवडता यात शंकाच नाही. पुढच्या वेळी ती तुमच्याकडे पाहून हसेल, त्या वेळी तुम्ही तिच्या डोळ्यांच्या कोपऱ्यांकडे बारकाईने पाहा. ती तुमच्या भोवतीच्या इतर स्वप्नाळू मुलींसारखी नाही आणि ती तुम्हाला भेटते तेव्हा ती स्तिमित होऊन शब्द तिच्या घशातच अडकून राहत नाहीत, ही गोष्ट तुमच्या आधीच लक्षात आलेली आहे. पण, तुमच्यासाठीचं हे स्मित हा एक कौतुक करून घेण्याचा प्रकार असतो... तुमच्या हृदयात एक ठिपका पाहण्याचा, जो तिनं बऱ्याच वर्षांपूर्वी पाहिलेला असतो. तिच्या मनाच्या एका कोपऱ्यात कुठंतरी तुमच्याइतक्या तरुण आणि तरतरीत मुलाला आपण मोहिनी घातली आहे, या कल्पनेनं ती सुखावलेली असते. तिला पाहताच तुम्हाला जसं छान वाटतं तसंच तुम्हाला पाहिल्यावर तिलासुद्धा खूप आनंद होतो, पण जेव्हा तुमच्या धावत्या भेटीनंतर ती पुढं जाते तेव्हा समवयस्क असलेल्या, जवळच्या प्रिय व्यक्तीसमवेत तिला आयुष्य असतं. जर तिला तुमच्यासोबतचं नातं फुलावं असं वाटत असेल तर त्याला तिच्या वैयक्तिक आयुष्यातली पोकळी कारणीभूत असू शकते. परंतु असे नाते टिकून राहण्याची शक्यता कमी आहे. अर्थातच आयुष्य तुमचं आहे आणि त्यात काय करायचं हा तुमचा अधिकार आहे... पण फक्त तुमच्या मनाचे तुकडे होणार नाहीत एवढं पाहा!

मनोगत – किशोर, किशोरी / नवयुवक-युवती यांचे

बरं, मी शक्य तितकं मोकळेपणे सांगतो. मला माझ्यापेक्षा वयानं मोठ्या असलेल्या स्त्रियांची कंपनी आवडते, कारण मी त्यांच्याशी कशाबद्दलही बोलू शकतो. मी कितीतरी मुलींसाठी वेडा झालो होतो आणि काही जणींशी डेटिंगही केलं. पण मी कायम पाहिलं आहे की, एका टप्प्यावर तुम्ही हे नातं अर्थशून्य वाटण्याच्या क्षणापर्यंत येऊन पोहोचता. मी त्याला 'द पॉइंट ऑफ नो सेन्स' असं म्हणतो. ज्या वेळी आता पुढं काय बोलायचं असा प्रश्न पडायला सुरुवात होते आणि लक्ष तिच्यावरून दुसरीकडे म्हणजे तिचे कपडे, तिचं महाविद्यालय, रस्त्याच्याकडेला लावलेली मर्सिडीज याकडे जाऊ लागतं, त्या वेळी हा क्षण येतो. दोन माणसांमध्ये जर खरेखुरे दृढ भावबंध असतील तर असं कधीही घडणार नाही. माझं जर एखाद्या स्त्रीवर प्रेम असेल तर मला संभाषण सुरू करण्याची गरजच भासणार नाही, फक्त नजरानजर पुरेशी असेल. दिसणं महत्त्वाचं असतंच, पण नातं जुळतं ते केमिस्ट्रीमुळे. मी माझ्या महाविद्यालयात जी नाती जुळताना पाहिली आहेत त्यातली बहुतेकशी नाती सहा महिन्यांच्या भयाण कालावधीपेक्षा जास्त काळ टिकलेली नाहीत. मी त्या प्रकारचा माणूस नाही. मी एखादीशी भावबंध तेव्हाच जुळवेन जेव्हा मला वाटेल की, नातं गुंफलं जाण्यासाठी आवश्यक असं काहीतरी आमच्या दोघांमध्ये निर्माण झालेलं आहे. मी काही ग्रीक देवतेसारखा नाही हे मी ओळखून आहे, पण मी कुणा भावी मिस वर्ल्डचीही अपेक्षा करत नाही. मला फक्त अशी जोडीदार हवी आहे जिचा एक कटाक्ष, प्रेमळ स्पर्श, मानेनंच दिलेला हळुवार

होकार तासभर गप्पा मारण्यापेक्षाही जास्त अर्थपूर्ण असेल. तर मला अशी स्त्री भेटली तर मला खात्री आहे मी बऱ्या-वाईट कोणत्याही परिस्थितीत कायम तिची सोबत करीन.

– अद्रीश घोषाल, वय २२ वर्षे
मुंबई, भारत

- जर तुम्हाला निरनिराळ्या देशांमधील विविध वंशातील किंवा नाना संस्कृतीतील लोकांमध्ये राहण्याचं भाग्य लाभलं असेल तर तुम्हाला याचं महत्त्व कळेल.
- जर तुमचा दुसऱ्या देशातल्या वंश वा संस्कृतीतल्या लोकांशी कधी खऱ्या अर्थानं संपर्क आला नसेल, तर भविष्यात कधीतरी तो येण्याची वाट बघा. तुम्ही तुमच्या स्वत:च्या भूमीत उत्तम यजमान होऊ शकाल आणि इतर ठिकाणी पाहुणे म्हणून तुमचं स्वागत होईल.
- तुमचा जर कधी परक्या देशातील दुसऱ्या वंशाच्या किंवा संस्कृतीतील लोकांशी कधी संबंधच आला नसेल किंवा तुमच्या स्वत:च्या समाजापलीकडे इतर कुठल्या लोकांची पर्वा करण्याची गरज नाही असं वाटत असेल तर तुम्ही हे वाचायलाच हवं.

ऐंशी वर्षांपूर्वी जन्मलेल्या एखाद्या माणसानं 'झेनोफोबिया'* दाखवला तर

समजण्याजोगं आहे. ही वयस्क माणसं ज्या काळात जन्माला आली त्या काळी विविध देश व तिथं राहणाऱ्या लोकांबद्दल फार कमी माहिती उपलब्ध होती. समजा, त्यांनी सुमारे पन्नास वर्षांपूर्वी परदेशवारी केली असेल (सातासमुद्रापार जाणाऱ्या अगदी मोजक्या लोकांच्या पंक्तीत त्यांचा समावेश असेल) तर त्यांची या 'परदेशी' माणसांबद्दलची मते त्यांचा या लोकांशी जो थोडाफार संपर्क आलेला असतो, त्यावर आणि त्यांनी खूप वर्षांपूर्वी तिथं जे जीवन पाहिलेलं असतं त्यावर आधारित असतात. त्याचबरोबर यजमान देशातले लोकसुद्धा त्यांच्या देशात येणाऱ्या 'परदेशी' लोकांबद्दल मतं बनवतात आणि त्यांच्या विशिष्ट वागण्याचा त्यांच्या देशाचं वैशिष्ट्य म्हणून कायमचा संबंध जोडतात.

हे घडण्याचं मुख्य कारण म्हणजे अपरिचित गोष्टींची भीती किंवा ठरावीक परिघातील मर्यादित विश्वाचीच ओळख असणं. मागच्या पिढ्यांतल्या लोकांना

---

*झेनोफोबिया : इतर वंश व संस्कृतींबद्दल नावड

त्यांच्यापेक्षा निराळे लोक न आवडण्याची अधिक ठोस कारणं होती. शतकानुशतकं पिळवणूक, वंशभेद, जातीय संघर्ष व माणसांच्या एका गटानं इतरांशी केलेलं भयानक रानटी वर्तन या गोष्टींना इतिहास आहे. त्यामुळे जेव्हा वयस्क लोक विविध देश व तिथले लोक यांच्याबद्दल मतं बनवतात तेव्हा त्यांच्या भावनांचा आदर करायलाच हवा. कारण इतिहासाच्या या पानांचं भयानक रूप अथवा अपराधीपणाची बोच यांचे ते एकटेच साक्षीदार असतात.

पण इतिहास हे काही सूडाचं समर्थन होऊ शकत नाही आणि आपल्या पूर्वजांनी जे काही दु:ख दिलं असेल किंवा अनुभवलं असेल ते आजच्या युगात व चालू काळात जगणाऱ्या कुणाबद्दलही मनात अढी ठेवण्याचं कारण असू शकत नाही. देश-संस्कृती व वंश या दरम्यानचे अडसर हळूहळू का होईना, पण दूर होऊ लागले आहेत.

साधनस्रोत, संधी, आर्थिक पाठबळ आणि नशीब... अशा काही गोष्टी तुम्हाला नव्या गोष्टींचा अनुभव घेण्यापासून रोखून धरत असतात; पण नावीन्याच्या अस्तित्वाचा शोध घेण्यापासून तुम्हाला कुणीच थांबवू शकत नाही... अगदी कुणीही नाही. नवा देश, शहर, संस्कृती यांबद्दलचे जवळपास सगळं काही पुस्तके, वृत्तपत्रे, मासिके, किंवा दूरचित्रवाणी, व्हिडिओ आणि सगळ्यात महत्त्वाचं इन्टरनेट या माध्यमातून समजू शकतं.

प्रश्न तुम्हाला काय समजू शकत नाही याबद्दलचा नाही, प्रश्न आहे तो तुम्हाला समजून घ्यायचं आहे की नाही हा! तुमची दृष्टी तुमच्या स्वत:च्या वर्तुळातील घडामोडींपुरती मर्यादित ठेवू नका. तुमचं घर, तुमची शाळा, तुमचं महाविद्यालय, तुमचं शहर किंवा तुमचा देश एवढंच जग आहे असं वाटू शकेल... कारण तुम्ही अनुभवलेलं आणि तुम्हाला माहीत असलेलं जग तेवढंच आहे. तुम्ही तुमच्या खिडकीतून बाहेर डोकावून बघा... क्षितिजाचा वेध घ्या आणि आत येणारे सूर्यकिरण मनात साठवून जपून ठेवा!

मनोगत – किशोर किशोरी / नवयुवक-युवती यांचे

'झेनोफोबिया' बऱ्याच लोकांना असतो याची मला खात्री आहे. कुठेही राहतील; पण ते स्वत:च्या संस्कृतीतल्या लोकांशी संबंध ठेवण्यास प्राधान्य देतात आणि त्यांच्यापेक्षा वेगळ्या माणसांपासून दूर राहण्याचा प्रयत्न करतात. आपल्या संस्कृतीतल्या लोकांशी नैमित्तिक संबंध ठेवण्यास काहीच हरकत नाही. तुमच्यामध्ये बऱ्याच गोष्टी समान असतात, त्यांच्यासोबत तुम्हाला अगदी घरच्यासारखं वाटतं. पण म्हणून तुम्ही छोट्याशा जगात राहू शकत नाही – इतक्या छोट्या जगात की, ते सगळीकडे तुमच्यासोबत नेता आणि फक्त तुमच्यासारख्या लोकांनाच त्यात प्रवेश देता. नवीन लोकांना भेटणं, त्यांना समजून घेणं, त्यांची जीवनपद्धती जाणून घेणं नेहमीच उपयुक्त ठरतं. कदाचित आपल्या ते लक्षातसुद्धा येणार नाही, पण त्याचा खरोखर उपयोग होतो!

– मही जोशी, वय १२ वर्षे,
मिल्टन कीन्स, यूके

लोकांमध्ये अनेक प्रकारची भिन्नता असते. आर्थिक स्तरातील फरक, वेगळा मार्ग इत्यादी... ज्यामुळे तुम्ही एकदम निराळ्याच पातळीवर जाऊन बसता. हे भिन्नतादर्शक घटक दूर करणं कठीण असतं. 'झेनोफोबिया' ही केवळ एका समूहाची दुसऱ्या समूहाबद्दलची समजूत असते आणि जर तुम्ही इतर लोकांच्या जीवनपद्धती खुल्या मनानं स्वीकारण्यास तयार असाल तर 'झेनोफोबिया' निघून जातो... इतकं हे साधंसरळ आहे. इंटरनेट निरनिराळ्या लोकांबद्दल माहिती जाणून घेण्यासाठी उपयुक्त आहे, पण आपण अजूनही 'आपल्या' कळपाला चिकटून राहण्याच्या वृत्तीचे आहोत आणि तसेच तीच विभाजन व अधिकारपरंपरेची उतरंड पुन्हा तयार करत आहोत. आता हे बदलण्याची ताकद तुमच्या बोटांच्या टोकावर आहे... प्रश्न असा आहे की, ती तुम्ही कशी वापरणार आहात?

– निशांत गोखले, वय २२ वर्षे
कोलकाता, भारत

२००९ सालाच्या प्रारंभीची गोष्ट आहे. यूकेतल्या सर्वात लहान बाबांबद्दलची (वय वर्षे १३) बातमी झळकली... त्यांच्या १५ वर्षीय जिवलग मैत्रिणीला बाळ झालं होतं. वृत्तपत्रांतून त्या लहान आईबाबांचे त्यांच्या बाळासह फोटो झळकले आणि इंटरनेटवरसुद्धा या अचानक प्रसिद्धी प्राप्त झालेल्या कुटुंबाच्या प्लेस्टेशन व व्हिडीओंचा सुळसुळाट झाला. प्रसारमाध्यमांनी या गोष्टीला इतकी व्यापक प्रसिद्धी दिली की, या आई-बाबांपैकी कुणालाही ओळखणाऱ्या व्यक्तींची विधानंसुद्धा ऐकायला, पाहायला मिळू लागली. या तेरा वर्षीय बाबांच्या मोठ्या बहिणीनं प्रसारमाध्यमांद्वारे त्यांच्या वडिलांवर तोफ डागली होती. त्यांचे पंचेचाळीस वर्षांचे वडील बायको मुलांना सोडून एका किशोरवयीन मुलीबरोबर पळून गेल्यामुळे असं घडल्याचं तिनं सांगितलं. ती म्हणाली की, वडिलांच्या बेजबाबदार वर्तनामुळे आमचं कुटुंब उद्ध्वस्त झालं आणि माझ्या भावाला त्याच्या पंधरा वर्षांच्या जिवलग मैत्रिणीचा भावनिक आधार शोधावा लागला.

- यो

तो मुलगा स्वत: प्रसारमाध्यमांच्या प्रतिनिधींशी बोलला... मूल होणं किती छान आहे, असं मला वाटलं होतं; पण आता त्याचा सांभाळ करणं मला परवडेल की नाही कोण जाणे; कारण मला हातखर्ची वगैरे काहीच मिळत नाही, पण मी बाळाला सांभाळण्यासाठी मला शक्य ते सगळं करीन...

दरम्यान त्या बाबांच्या आईनं आणि 'आई'च्या आईवडिलांनी आपल्या मुलांच्या पाठीशी असल्याचं प्रसारमाध्यमांना सांगितलं आणि मुलं शाळेत जातील तेव्हा बाळाची जबाबदारी घेण्याचीही तयारी दाखवली.

त्यानंतर आणखी काही किशोरवयीन मुलं समोर आली आणि त्यांनी आमच्यापैकी कुणीतरी त्या बाळाचा पिता असू शकेल असा दावा केला. त्या मुलीनं आणि तिच्या आईनं ठामपणे सांगितलं, की बाळाच्या आईचा पहिला लैंगिक संबंध त्या तेरा वर्षीय पित्याशीच आला होता. मग डीएनए चाचणी झाली. त्यामध्ये स्पष्ट झालं की, तो तेरा वर्षीय मुलगा त्या बाळाचा बाप नव्हताच तर, दुसरा एक चौदा वर्षांचा मुलगा होता. या 'खऱ्या' बापाने प्रसारमाध्यमांना सांगितलं की, ही मुलगी त्याला

तशी कधीच आवडत नव्हती. ती त्याला सतत विचारत होती. त्यामुळे ते एकत्र आले होते आणि गर्भधारणा होऊ नये म्हणून ती काळजी घेईलच असं त्याने गृहीत धरलं होतं. प्रसारमाध्यमांनी यूकेमधील लोकांच्या संतप्त प्रतिक्रिया दाखवल्या. लोकांनी अशी भयानक परिस्थिती उद्‌भवू नये यासाठी किशोरवयीन मुलांना गर्भनिरोधके वापरता यावीत म्हणून आर्थिक साहाय्य द्यावं, तसंच शाळेत पाच वर्षांच्या मुलांसाठी लैंगिक शिक्षण द्यायला सुरुवात करावी अशी मतं मांडली.

खरं काय घडलं असेल ते असेल, पण किमान तीन किशोरवयीन मुलं आणि एक नवजात बाळ यांनी अनुक्रमे वाढवण्याचा आणि वाढण्याचा आनंद गमावला... प्रसारमाध्यमांची नजर, प्रचंड जबाबदारी, अपराधीपणाची भावना आणि मनात दाटलेला कडवटपणा यामध्ये बाळाच्या आगमनाचा विशुद्ध आनंदच हरवून गेला.

हे वाचून कुणालाही वाईट वाटेल आणि बरेचसे पालक त्यांच्या उमलत्या वयातल्या मुलांना अशी विषण्ण करणारी बातमी वाचूही देणार नाहीत. पण ही बातमी आंतरराष्ट्रीय स्तरावर मुख्य प्रवाहातील प्रसारमाध्यमात झळकली आणि तिचे भयानक तपशील इंटरनेटवरही प्रसिद्ध झाले. बरेच आईवडील मुलांना वृत्तपत्रं वाचण्यासाठी आणि बातम्या पाहण्यासाठी प्रोत्साहन देत असतात. इन्टरनेटवर प्रौढांसाठीचा मजकूर वेगळा काढला जातो... पण हा तशा प्रकारचा मजकूर नव्हता, ही मुख्य प्रवाहातील बातमी होती... अगदी सुखवस्तू कुटुंबातल्या एका तेरा वर्षांच्या मुलाची.

यूकेच्या काही मैलांवरच्या दुसऱ्या भागात एका पालकानं म्हटलं आहे, की माझ्या अकरा वर्षांच्या मुलीला आता वेड्या प्रेमाबद्दल सांगणं फारच लवकर होतं आहे.

भारतातील एका चौदा वर्षीय व्यक्तीच्या सोशल नेटवर्किंग प्रोफाइलमध्ये 'इन अ रिलेशनशिप' असं नमूद केलेलं आहे. या किशोरवयीन मुलांच्या पालकांना नातं तुटणं ही विदेशी संकल्पना वाटते.

महाविद्यालय, माध्यमिक शाळा किंवा अगदी, लहान मुलांच्या समूहामध्येसुद्धा कोण कुणासोबत दिसलं हा चर्चेचा मुख्य विषय असतो. तुम्ही घरी आईवडिलांसमवेत असता त्या वेळी तुम्ही असं दाखवणं अपेक्षित असतं, की तुमच्या प्रणयरम्य संबंधांबद्दलच्या कल्पना फक्त 'अठरा वर्षाखालील' चित्रपटांमध्ये दाखवल्याप्रमाणे असतात. (तुम्हाला फक्त तेच चित्रपट पाहायची परवानगी असते ना!)

तुमचे मित्र / मैत्रिणी 'सेक्स ऑन बीच' कॉकटेल चांगलं आहे का 'स्क्रूड्रायव्हर' याबद्दल चर्चा करत असतात, त्याचवेळी तुमच्या घरामध्ये मद्याचा स्पर्श सोडा त्याविषयी बोलणंही खपवून घेतलं जाणार नाही.

तुम्ही ज्या वातावरणात लहानाचे मोठे झाला आहात, तुमची कौटुंबिक पार्श्वभूमी कशी आहे यानुसार तुम्हालाही दोन टोकाच्या विश्वांमध्ये हेलकावे घ्यावे लागण्याचं प्रचंड दडपण असतं. आणि ते झेलणं कठीणच असतं!

तुमचे आईवडील तुम्हाला अखंड टोकत राहणारच. तुमच्या कल्याणाची जबाबदारी त्यांच्यावर असल्यामुळे त्यांना ते करावं लागेल... आणि दुसरं कुणीही ते करणार नाही.

बातमीतल्या त्या किशोरवयीन आईच्या गुंतागुंतीच्या कहाणीतसुद्धा संतप्त लोकांनी त्या मुलीच्या आईवडिलांनाच 'लक्ष्य' केलं होतं. विशेषत: तिच्या आईला... मुलीवर चांगल्या मूल्यांचे संस्कार करण्यात अपयशी ठरल्याबद्दल! तुमच्या मित्रमैत्रिणींना जे 'कूल' वाटेल तेच तुम्हीसुद्धा करत राहणार. पण तुम्ही जे काही कराल त्याचा नीट विचार करा... ते धोक्याचं तर नाही ना? त्यामुळे तुम्हाला किंवा इतर कुणाला काही गंभीर अपाय होईल का? तुमचे पाय जमिनीवर ठाम रोवलेले आहेत ना याची खात्री करा आणि मग तुम्ही हे 'यो-यो' ऐटीत झुलवू शकाल.

मनोगत – किशोर, किशोरी / नवयुवक-युवती यांचे

कधीकधी आम्ही इतके गोंधळून जातो! घरातल्या विश्वापेक्षा आमचं मित्रमैत्रिणींचं विश्व खूप वेगळं असतं. आपण नक्की कुठले हे आम्हाला खरंच कळेनासं होतं... बहुतेक आम्ही दोन्हीकडचे आहोत, होय ना?

– मही जोशी, वय १२ वर्षे,
मिल्टन कीन्स, यूके

कुतूहल हे नेहमी चांगलंच असतं, कदाचित ते स्वाभाविक असेल. व्यक्तिस्वातंत्र्यावर वाढता भर असल्यामुळे तुम्ही काहीही करायला मोकळे आहात... पण तुम्हाला त्याच्या परिणामांना तोंड द्यावं लागतं. त्यामुळे आयुष्यात इतर पर्याय छाटले जातील असं हातून काहीही घडू न देण्याचा प्रयत्न करा. उदाहरणार्थ अगदी लहान वयातच तुम्हाला बाळ झालं तर तुम्ही आहात तिथंच जखडले जाल आणि त्या जबाबदारीमुळे तुम्हाला इतर निरनिराळ्या गोष्टी... तुम्हाला ज्या गोष्टींबद्दल कुतूहल असू शकेल अशा गोष्टी तुम्हाला करता येणार नाहीत.

– निशांत गोखले, वय २२ वर्षे,
कोलकाता, भारत

तुमच्या आवतीभवती इतकं सगळं चाललेलं असूनही तुम्ही उदासीन आहात? तुम्हाला शिक्षण अर्थशून्य वाटत आहे? तुम्हाला काही मिळवण्याची फारशी इच्छाच नाही? तुम्हाला अपेक्षांच्या ओझ्याखाली दबल्यासारखं वाटत आहे? तुम्ही आयुष्यात जे काही कराल त्यासोबत एक गती प्राप्त होईल, पण... तुम्हाला काहीच करू नये असे वाटते आहे का? तुम्ही प्रफुल्लित चेहऱ्यांच्या गर्दीत, विविध स्वरांच्या गलबल्यात असता त्या वेळीसुद्धा तुम्हाला अगदी एकटं वाटतं? कुठं जरासा प्रेमाचा ओलावा जाणवला की, तुम्हाला गुदमरल्यासारखं होतं? तुम्ही दु:ख किंवा उपेक्षा याबाबतीत थंड आहात? तुम्हाला कुणाचीही, कशाचीही पर्वा नाही असं तुम्हाला वाटतं? बस्... आयुष्य पुढं सरपटत आहे, असं तुम्हाला वाटतं?

आपण जग बदलण्यासाठी काहीही करू शकत नाही... आता साध्य करण्याजोगं काहीही उरलेलं नाही, असं तुम्हाला वाटतं? सिगारेटच्या धुराच्या निळ्या वलयांमध्ये शांती गवसते असं तुम्हाला वाटतं?... का, तरंगत्या विश्वात घेऊन जाणारा अमली

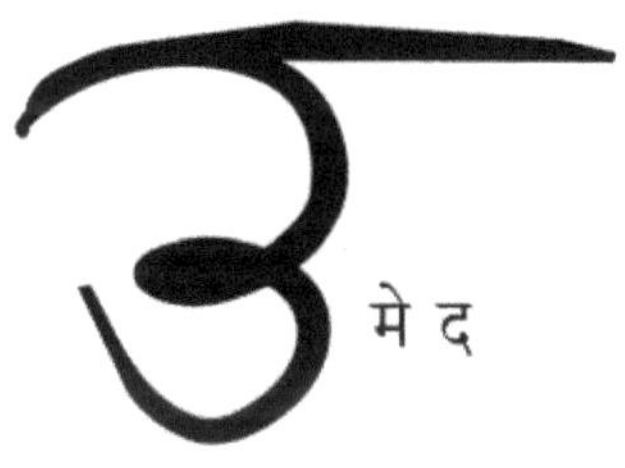

पदार्थाचा एकच घुटका शांती देतो अशी तुमची धारणा आहे? का, साऱ्याचा विसर पाडणारं सोनेरी द्रावण आवडतं – जे तुमच्यात आणि तुमच्या आजूबाजूला घडणाऱ्या गोष्टींदरम्यान अंधूक पडदा उभा करतं? तुम्हाला या 'डोस'चं आकर्षण वाटतं... जे तुम्हाला तुमचं स्वत:चंच आयुष्य काचेतून पाहिल्यासारखं दाखवतं आणि घडणाऱ्या कुठल्याही गोष्टीबद्दल तुम्ही काळजी करणं बंद करवतो?

तुम्हाला अशी कुठलीही भावना आजवर जाणवली नसेल, पण आयुष्यात कधी ना कधी कुठल्यातरी टप्प्यावर जाणवू शकतं. अभ्यासात उत्तुंग कामगिरी घडवणारे असोत की खेळातले यशस्वी खेळाडू व कलावंत, सोन्याचा चमचा तोंडात घेऊन जन्माला आलेले, अतिशय देखणं रूप लाभलेले – यांचं जीवन सदैव उत्साहानं सळसळतं, चैतन्यमय, उत्सुकतेनं थरारलेलं असू शकत नाही. यशप्राप्ती म्हणजे तुम्ही किती पैसा मिळवला, तुम्हाला तुमच्या स्वप्नातला जोडीदार मिळाला आहे का किंवा तुम्हाला तुमच्या भोवतीच्या लोकांकडून टाळ्या मिळाल्या का, एवढाच अर्थ नव्हे. जेव्हा आयुष्य दिशाच हरवून बसलं त्या वेळी तुम्ही कशी

वाटचाल करता, ही परिपूर्ण आयुष्याची खरी परीक्षा असते.

तुम्ही सर्वतोपरी प्रयत्न करूनही, कधीतरी, हवं ते साध्य होणार नाही. कदाचित तुम्हाला अपमान किंवा दुखापतीला तोंड द्यावं लागेल. कधीकाळी तुमची प्रिय व्यक्ती कायमची तुम्हाला सोडून जाईल. आत्ता तुम्हाला उदास वाटत असलं तर किंवा जेव्हा कधी आयुष्यात पहिला तडाखा बसेल त्या वेळी, लक्षात ठेवा आयुष्य ही तुमची तुम्हाला लाभलेली देणगी आहे, ठेवा आहे ती जपा. तुम्ही आयुष्याच्या प्रारंभीच्या टप्प्यात आहात आणि कशावरही मात करण्यासाठी जे अमूल्य साधनस्त्रोत आवश्यक असतात, ते तुमच्याजवळ भरपूर आहेत, ते म्हणजे... वेळ, ऊर्जा आणि उत्तम आरोग्य.

आयुष्यात जी आव्हानं येतील ती स्वीकारा आणि आयुष्य जगा! आयुष्यातला हा 'टीन' टप्पा खूप झटकन निघून जाईल. त्यामुळे त्यातला क्षण न् क्षण आनंदात घालवा!

१. आवृत्ती शर्मा, भारत
२. अभिषेक साठे, जर्मनी
३. अदनान शेख, भारत
४. अद्रीश घोषाल, भारत
५. ऐश्वर्या गंजी, भारत
६. ऐश्वर्या राज, भारत
७. अर्निका परांजपे, यूके
८. दानेश कासद, यूके
९. गार्गी कुलकर्णी, भारत
१०. गायत्री कुलकर्णी, यूके
११. हुदा मर्चंट, केएसए
१२. जान्हवी लिमये, यूके
१३. जय तोसर, यूके
१४. कांचन जोग, भारत

१५. कीली हॅरीस, यूके
१६. क्षितिजा वैद्य, ऑस्ट्रेलिया
१७. मही जोशी, यूके
१८. मार्जिया हुसैन, भारत
१९. मयंक देव, भारत
२०. मिथिला गुप्ते, यूके
२१. मोनिका वाडेकर, स्वित्झर्लंड
२२. नबिला हुसैन, भारत
२३. नमिता दळवी, भारत
२४. नयनतारा थॉमस, भारत
२५. निलीता ढोबळ, भारत
२६. निशांत गोखले, भारत
२७. निष्मा शाह, यूके

२८. पीटर मिल्स, यूके
२९. प्राजक्ता देशपांडे, यूके
३०. प्रणव केळकर, भारत
३१. प्रियांका पाचपांडे, भारत
३२. राजस बर्वे, यूके
३३. रसिका जोशी, भारत
३४. रेवती कुलकर्णी, भारत
३५. रुचित रस्तोगी, भारत
३६. ऋजुता खानोलकर, यूके

स्पीडपोस्ट

माझ्या मुलांना पत्रं...
नव्या जगात जगता-वागताना,
लढता-झुंजताना उन्हातान्हात वाट शोधताना,
हवी एक शिदोरी म्हणून...

शोभा डे

अनुवाद
अपर्णा वेलणकर

आई आणि मुलांमधला रक्तबंध आदिम... शरीराने आणि मनानेही काळजाशी घट्ट बांधलेला! सुंदर, निरामय जीवनमूल्यांना पैशाच्या दावणीशी बांधून मानवी नात्यांमधला प्राणच शोषू पाहणाऱ्या आधुनिक अर्थसत्तेने आई मुलांच्या नात्याला नवं परिमाण दिलं आहे... हादरे आणि आव्हानही दिलं आहे. आंतरराष्ट्रीय कीर्तीच्या ख्यातनाम लेखिका शोभा डे यांनी आधुनिकतेच्या झंझावातात जगणाऱ्या आपल्या सहा मुलांना लिहिलेली ही पत्रं... जगातल्या कुठल्याही आईला तिचीच वाटतील अशी! गोंधळून टाकणाऱ्या, जीवघेण्या स्पर्धेत लोटून उद्ध्वस्त करणाऱ्या दुनियेशी टक्कर देणं अपरिहार्यच बनलेल्या आपल्या मुलांसाठी कुणाही आईचं काळीज तुटावं, अशा प्रत्येक विषयाची चर्चा या पत्रांमध्ये आहे – कुटुंबाची चौकट, परस्परांमधल्या नात्यांचे बंध, कौटुंबिक संस्कृती, परंपरा आणि नीतिमूल्यांचा आग्रह... कठोर शिस्त आणि सारंच झुगारून देणारी बंडखोरी...तासन्तास चालणारे टेलिफोन कॉल्स आणि लठ्ठ बिलांवरून घरात होणाऱ्या हाणामाऱ्या... मध्यरात्रीपर्यंत चालणाऱ्या पार्ट्या आणि इंटरनेटवरचं चॅटिंग... वयात येतानाच्या काळज्या, कोवळ्या वयातलं प्रेम, झपाटून टाकणारं शारीरिक आकर्षण आणि मैत्रीची नाजूक गुंतागुंत... जोडीदाराची निवड आणि शारीरिक संबंधांचा तिढा! देश...देव...धर्म... सामाजिक जबाबदाऱ्या आणि नागरिकत्वाचं भान! अरे, असे किती विषय; कितीतरी प्रसंग! अपरंपार प्रेमाने ओथंबलेली, मायेने जवळ घेणारी, कधी पाठीत धपाटे घालणारी, चिडवणारी, टिंगल करणारी तर कधी धारेवर धरणारी, मनसोक्त हसवणारी आणि हसता हसता अचानक डोळ्यात पाणी उभं करणारी ही सुंदर पत्रं... 'जगण्या'साठी आसुसलेल्या प्रत्येक मनाला स्पर्शून जातील.

जीवन, प्रेम व शिकणं याविषयीच्या कथा

चिकन सूप फॉर द टीनएज सोल

लेखक

जॅक कॅनफिल्ड / मार्क व्हिक्टर हॅन्सन / किम्बर्ली किर्बर्जर

अनुवाद

सुप्रिया वकील

आयुष्याच्या प्रवासात किशोरवय हा नाजूक टप्पा असतो. एकीकडे जाणिवा उमलत असतात; डोळ्यांत नवी स्वप्नं हसत असतात. त्याच वेळी व्यवहारी जगाचं करकरीत वास्तव समोर येतं. अशा वेळी मनाला सावरणाऱ्या, धीर देणाऱ्या, आधाराचा खंबीर हात देणाऱ्या, उमेद चेतवणाऱ्या, दुखावलेल्या मनावर हळुवार फुंकर घालणाऱ्या, रोवून ठाम उभं राहायला शिकवणाऱ्या या कथा... मनाशी अगदी हळुवार संवाद साधत निखळ मैत्रीची अनुभूती देतात. गालांवर हसू फुलवता फुलवता नकळत डोळ्यांच्या कडा ओल्या करतात.

***